D1772425

இழப்பின் வரைபடம்

இழப்பின் வரைபடம்

அனிருத்தன் வாசுதேவன்
மொழிபெயர்ப்பாளர்

தமிழிலும் ஆங்கிலத்திலும் எழுதுபவர். மாற்றுப் பாலியல் குறித்த கட்டுரைகள் *காலச்சுவடு, தி நியூ இந்தியன் எக்ஸ்பிரஸ்* போன்ற பத்திரிகைகளில் வெளியாகியுள்ளன. பெருமாள்முருகனின் நான்கு நாவல்கள் ஒரு கவிதைத் தொகுப்பு; அம்பையின் சிறுகதைத் தொகுப்பு ஆகியவற்றை ஆங்கிலத்தில் மொழிபெயர்த்துள்ளார். போலிஷ் மொழிக் கவிஞர் விஸ்வாவா சிம்போர்ஸ்காவின் கவிதைகளில் ஆங்கிலவழி தமிழாக்கங்கள் *காலச்சுவடு* இதழில் வெளியாகியுள்ளன. தற்போது அமெரிக்காவில் டெக்ஸஸ் பல்கலைக்கழத்தில் பண்பாட்டு மானிடவியல் துறையில் முனைவர் பட்டத்திற்கான ஆய்வறிக்கையை எழுதிவருகிறார்.

லாரா ஃபெர்கஸ்

இழப்பின் வரைபடம்

தமிழில்
அனிருத்தன் வாசுதேவன்

காலச்சுவடு பதிப்பகம்

அன்பார்ந்த வாசகருக்கு,

வணக்கம்.

காலச்சுவடு நூலை வாங்கியமைக்கு நன்றி.

நூலின் உள்ளடக்கம், உருவாக்கம், அட்டைப்படம் இன்ன பிற அம்சங்கள் பற்றிய உங்கள் கருத்துகளையும் ஆலோசனைகளையும் காலச்சுவடு வரவேற்கிறது. தகவல், எழுத்து, வாக்கியப் பிழைகள் தென்பட்டால் கட்டாயம் தெரிவித்து உதவுங்கள். நூல் தயாரிப்பில் கடும் குறைபாடு இருப்பின் மாற்றுப் பிரதி உங்களுக்குக் கிடைக்கக் காலச்சுவடு ஏற்பாடு செய்யும்.

மின்னஞ்சல்: publisher@kalachuvadu.com

காலச்சுவடு நாகர்கோவில் தலைமையகத்துக்கும் கடிதம் அனுப்பலாம்.

தங்கள்
எஸ்.ஆர். சுந்தரம் (கண்ணன்)
பதிப்பாளர் – நிர்வாக இயக்குநர்

First Published in English by Spinifex Press, Melbourne, Australia.

MY SISTER CHAOS by LARA FERGUS
Copyright © Lara Fergus, 2010

இழப்பின் வரைபடம் ❖ நாவல் ❖ ஆசிரியர்: லாரா ஃபெர்கஸ் ❖ தமிழில்: அனிருத்தன் வாசுதேவன் ❖ © லாரா ஃபெர்கஸ் ❖ முதல் பதிப்பு: ஜனவரி 2019, இரண்டாம் (குறும்) பதிப்பு: ஜூலை 2021 ❖ வெளியீடு: காலச்சுவடு பப்ளிகேஷன்ஸ் (பி) லிட்., 669, கே.பி. சாலை, நாகர்கோவில் 629001

Illappin varaipadam ❖ Novel ❖ Author: Lara Fergus ❖ Translated by Aniruth Vaasuthevan ❖ © Lara Fergus ❖ Language: Tamil ❖ First Edition: January 2019, Second (Short) Edition: July 2021 ❖ Size: Royal ❖ Paper: 18.6 kg maplitho ❖ Pages: 224

Published by Kalachuvadu Publications Pvt.Ltd., 669, K.P. Road, Nagercoil 629001, India ❖ Phone: 91-4652-278525 ❖ e-mail: publications@kalachuvadu.com ❖ Printed at Adyar Students xerox Pvt. Ltd., No. 9, Sunkuraman street, Parrys, Chennai 600001

ISBN: 978-93-88631-10-5

07/2021/S.No. 878, kcp 3086 18.6 (2) uss

பொருளடக்கம்

பாகம் ஒன்று
நிலப்பரப்பு							9

பாகம் இரண்டு
இசையின் படிநிலைகள்					63

பாகம் மூன்று
பெருங்குழப்பம்						155

பாகம் ஒன்று
நிலப்பரப்பு

1

நான் வீட்டிற்கு வரும்போது வீடு வெளிச்சமாக இருக்கிறது. எதுவும் மாற்றப்பட்டிருப்பதாக எனக்குத் தெரியவில்லை. நடைபாதையிலும் என் காலடித்தடங்களைத் தவிர வேறு எவருடையவையும் காணப்படவில்லை. வாசலை அடுத்துள்ள ஜன்னல் வழியாகப் பார்க்கும்போது எல்லாம் அதனதன் இடத்திலிருப்பது தெரிகிறது. பளிச்சென்ற தரை, சுத்தம்செய்யப்பட்ட கணப்பிடம், உறையிலிட்ட வரைபடங்களின் வரிசை. இனி எப்போதும் போல. முதலில் பாதுகாப்புக் கதவு, பின்னர் உள்கதவு. உள்ளே நுழைந்ததும், சங்கிலித் தாழிடவேண்டும். நான் விளக்குப் பொத்தான்களை அணைத்தபடி ஒவ்வொரு அறையாக நடந்து செல்கிறேன். மின்விளக்குகளின் ரீங்காரம் அடங்குகிறது; சன்னல்களின் விலகிய திரைப்பட்டைகள் வழியாக மாலை நேரத்தின் நீல நிறம் உள்ளே கசிகிறது. சமையலறையில் நீர்த்தொட்டியின் விளிம்பில் என் அடிமுதுகைச் சாய்த்தபடி நின்று ஒரு குவளைத் தண்ணீரை மடமடவெனக் குடிக்கிறேன். பின் குவளையைக் கழுவி, உலர்த்தி, எடுத்த இடத்தில் வைக்கிறேன். அந்திப்பொழுதின் குளுமை என் வாய்க்குள்.

என்னால் இருட்டில் நன்றாகப் பார்க்க முடியும். மற்றவர்களைவிட நன்றாக. அது போதும். எனக்கு வீட்டின் அமைப்பு தெளிவாகத் தெரியும் – இங்குள்ள அறைகலன்கள், சாமான்கள், எதைத் தவிர்த்து நடக்க வேண்டும், எங்கு ஒளிந்துகொள்ள முடியும் என்பது தெரியும். அதற்கான தேவை ஏற்பட்டால் இந்த அறிவு எனக்கு அனுகூலமாக அமையும். நான் எந்தவிதமான கவனச் சிதறலையும் அனுமதிப்பதில்லை: வீட்டில் தொலைக்காட்சிப் பெட்டியோ, வானொலியோ, நாற்காலிகளோ, சோஃபாவோ எதுவும் கிடையாது. இருப்பதெல்லாம் சுவர்களைத் தழுவியபடி நிற்கும் புத்தக அலமாரிகள் மட்டுமே.

அவற்றைத் தவிர வீட்டின் நடுவில் வரைபடம் தீட்டுவதற்கான பெரிய சாய்வுப் பலகை ஒன்று. என்னுடைய பொருட்களிலேயே மிக அழகானது.

நான் இங்கு வந்திறங்கி என்னால் எதையும் வாங்க முடியும் நிலையை எட்டியவுடன் நான் வாங்கிய முதல் பொருள். சிலர் தங்கள் கார்களுக்கு உள்ளேயோ, பின்புறம் சாமான் வைக்குமிடத்திலோ அடங்காத எந்தப் பொருளையும் வாங்கிச் செல்ல விரும்பவில்லை. ஆனால் நான் இந்த இடத்தை விட்டு எங்கும் செல்லப் போவதில்லை என்று எனக்குத் தெரியும். நான் எனக்கென ஏதோ ஒரு இடத்தைத் தக்கவைத்துக்கொள்ள வேண்டும்.

சன்னல் திரைப்பட்டைகளை மூடி இருட்டில் வரைபடப் பலகையின் முனையைத் தேடுகிறேன். அந்தப் பலகை ஆகக் குறைவான உயரத்தில் பொருத்தப்பட்டிருக்கிறது. அப்படி இருந்தும் அதன் சரிவுப் பகுதி தொடங்கும் இடம் என் கீழ்ப்புற விலா எலும்புகளுக்கு நேர்கோட்டில் இருக்கிறது. உயரம் குறைவான பெண்களுக்கென இந்த விஷயங்களை எவரும் உருவாக்குவதில்லை. காகிதப்பரப்பின் நயத்தை விரல் நுனிகளால் தொட்டுணர்கிறேன். விரிந்த உள்ளங்கைகளாலும், என் கைகளின் முழு நீளத்தாலும் காகிதத்தை அதன் எல்லை வரை தடவிச் சமன் செய்கிறேன். அதன் பரப்பில் நேற்றிரவு இட்ட அடையாளங்களை என் கண்களை வருத்தித் தேடுகிறேன். இது கண்களுக்கு நல்ல பயிற்சி, ஆனால் நுணுக்கமான கோடுகளை அதிக வெளிச்சமின்றிக் கண்டுணர இயலாது. நான் முகாமில் இருந்த பொழுது விளக்கு ஒன்றைத் தலைக்கச்சில் பொருத்தி வைத்துக் கொண்டிருந்தேன். அது இப்பொழுது இந்தச் சாய்வுப்பலகையின் அடியில் இருக்கிறது. அதைக் கொக்கியிலிருந்து விலக்கி எடுக்கிறேன். கையிலெடுத்துச் செல்ல வசதியான விளக்கு. ஆனால் இதைப் பயன்படுத்துவது என்னை ஒரு எளிதான இலக்காக்குகிறது என்பது எனக்குத் தெரியும். எனினும் சில அபாயங்களைத் துணியத்தான் வேண்டியிருக்கிறது. என் நெற்றிவரை வருமாறு பொருத்திக்கொண்டு விளக்கை முடுக்குகிறேன்.

வழக்கமான விஷயங்கள். முதலில், சற்று நேரம் வியப்பு. இரண்டு அல்லது மூன்று நொடிகளுக்கு வரைபடத்தின் சீரான அங்குலங்கள், கோடுகளின் துல்லியம், தொலைநோக்கியில் தெரிவது போல் நெருங்கி விரிவடையும் வரைபட விவரங்கள் – இவற்றின்மீது என் பார்வை தொடர்ந்து விழுந்தபடி இருக்கிறது. பின்னர் முதுகை நிமிர்த்தி நிற்கிறேன். ஒருவித கர்வம். அல்லது கர்வம் போன்றதொரு உணர்வு. அதன்பின் குறைபாடுகள் கண்ணிற்குத் தெரியத் தொடங்கிவிடுகின்றன. செய்ய வேண்டிய வேலைகள் நிறைய உண்டு.

முன்கதவிற்கு அருகில் இருக்கும் சுவரிலிருந்து வரைபடப் பலகையின் தூரத்தை அளந்தபடி நான் குனிந்து அமர்ந்திருக்கும்போது, எதிர்பாராத ஒன்று நடக்கிறது. வெளியே இருக்கும் சரளைக் கற்கள் எதன் கீழோ சரசரக்கும் ஒலி. தலையைக் குனிந்தபடியே கையை நெற்றிவரை கொண்டு சென்று தலைக்கச்சு விளக்கை அணைக்கிறேன். இருட்டு. அடுத்த வீட்டு மரத்தில் வௌவால்களின் சச்சரவு. என் உடைகள் சரசரத்து ஓசை எழுப்பாமல் இருக்க கைகளை உடலிலிருந்து விலக்கி வைத்தபடி எழுந்து நிற்கிறேன். கதவுக்கு அந்தப் பக்கம் கேட்ட சரளைக் கல் சரசரப்பு அடங்குகிறது. பாதங்களை அசைக்காமல் உடலை மட்டும் திருப்பி கதவுத் துவாரத்தின் வழியாகப் பார்க்கிறேன். தெரு வெளிச்சத்தில் தெளிவற்ற ஒரு முகம் பக்கவாட்டில் தெரிகிறது. என் சகோதரி. அவள் கையை உயர்த்தி கதவைத் தட்டுகிறாள்: சத்தமாக, லயமின்றி.

அவள் எல்லாவற்றையும் நாசமாக்கிவிடுவாள். கவனமற்ற அவளது அசைவுகள், அவளுடைய கைகளின் வெம்மை, அவள் வந்து செல்லும்போது காற்றில் ஏற்படும் சுழற்சி. அவளை உள்ளே அனுமதிக்க முடியாது. நான் இதுவரை செய்த அளவைகள் எல்லாவற்றையும் மீண்டும் செய்ய வேண்டிவரும்.

– நீ உள்ளே இருக்கிறாய் என்று எனக்குத் தெரியும். விளக்குகள் அணைந்திருக்கின்றன.

நான் இரண்டு வருடங்களாகக் கேட்டிராத எங்களுடைய தாய்மொழியில் பேசுகிறாள். எங்களுக்கு இடையே உள்ள கதவு அவளுக்கு ஒரு தடையாகவே இல்லாதது போலவும், தன் கண்களை மூடிக்கொண்டு அறையில் நான் எங்கிருக்கிறேன் என்பதைக் கையால் சுட்டிக்காட்டும் குழந்தைப்பருவ விளையாட்டொன்றில் ஈடுபட்டிருப்பது போலவும் தொனிக்கிறது அவளது குரல். சிறுவயதில் விளையாடும் பொழுது 'நீ அந்த இடத்தில்தான் இருக்கிறாய் என்று எனக்குத் தெரியும், ஏனென்றால் தரைப் பலகைகள் அந்த இடத்தில் கிரீச்சிட்டது எனக்குக் கேட்டது' என்று சொல்வாள். 'நீ அங்கு இருக்கிறாய் என்று எனக்குத் தெரியும், ஏனென்றால் உன் நிழல் அருகில் விழுகிறது' என்று சொல்வாள்.

காதைத் தரையில் அழுத்தி வைத்தபடி இருக்கிறேன். வெளியே அவள் சுவாசிப்பது கேட்கிறது. கதவிற்கு இந்தப்புறம் நான் சுவாசிப்பது கேட்கிறது என்று அவள் சொல்கிறாள். இனி அமைதிகாத்துப் பயனேதுமில்லை.

– யார் இறந்தது? என்று கேட்கிறேன்.

– யாரும் இறக்கவில்லை. கதவைத் திற.

திறக்கிறேன். முகத்திற்கு முகம் நேரே பார்க்கும்போது உயரமாகவும், தொளதொளப்பான ஆடையில் வடிவமற்றவளாகவும் தெரிகிறாள்.

– பணம் தேவைப்படுகிறதா? என்று கேட்கிறேன்.

– இல்லை.

நான் அவளைக் கடைசியாகப் பார்த்தது நாங்கள் இருவரும் 'தற்காலிகக் குடியிருப்பில்' இருந்தபோது. புறநகர்ப் பகுதியின் சாலையோர விடுதி ஒன்றில். அந்த நாட்களில் அவள் எப்போதும் ஒருவித எரிச்சலுடன் அமைதியின்றி இருந்தாள். புது இடத்தில் அவளுக்கு எதுவும் பிடிக்கவில்லை. அங்கிருந்த மக்களின் அக்கறையின்மை, எந்தவித அழகுமற்ற கட்டிடங்கள், அரசுப் போக்குவரத்தின் தாமதங்கள் – எல்லாவற்றையும் வெறுத்தாள். அங்குத் தங்கப்போவதில்லை என்று தீர்மானித்திருந்தாள். குடியிருப்பின் ஆலோசகர் கொடுத்த துண்டுப் பிரசுரங்களை என்னைப் போலவே பணிவாகப் பெற்றுக்கொண்டாள். மொழிப் பயிற்சிகள், மருத்துவ உதவி, வீட்டு வசதி ஆகியவை பற்றிய தகவல்கள் கொண்ட தாள்கள். ஆனால் அவர் சென்றவுடன் கதவைத் தாழிட்டு அவற்றைக் குப்பைத் தொட்டியில் திணித்துவிட்டாள். அகதி நிலையை ஏற்றுக்கொள்ளப் போவதில்லை என்று கூறினாள். அதை அன்றாட வாழ்க்கையாக்கிக்கொள்ளப் போவதில்லை என்றும் சொன்னாள். அடுத்த நாள் போய்விட்டாள்.

அவள் இல்லாமல் வாழக் கற்றுக்கொள்ள வேண்டியிருந்தது. ஒருவரின் இன்மையை ஏற்றுக்கொண்டு வாழ வேண்டி வந்தது அதுவே கடைசி முறையாக இருக்கட்டும் என்று எண்ணிக் கொண்டேன்.

–நாம் இரவு முழுவதும் வாசற்படியிலேயே நின்றுகொண்டிருக்கப் போகிறோமா?

விலகி வழிவிடுகிறேன். பொருட்கள் திணிக்கப்பட்ட முதுகுப்பையை மாட்டிக்கொண்டு சிரமத்துடன் உள்ளே நுழைகிறாள். கதவைத் தாழிடுகிறேன். விளக்கொன்றின் பொத்தானை முடுக்கிவிட்டு, பையைத் தரையில் வைத்துவிட்டு, சுற்றுமுற்றும் பார்க்கிறாள். வீடு வெறுமையாகத் தென்பட்டிருக்க வேண்டும். அம்மாடி என்று அமர அவளுக்கு நாற்காலி தேவைப்படுகிறதோ என்னவோ. அல்லது படுத்துறங்க ஏதேனும் மிருதுவான இடம். அவளுடைய முதுகுப்பையை நான் பார்ப்பதைக் கவனிக்கிறாள்.

–இதில் உனக்காக ஒன்று இருக்கிறது என்று சொல்கிறாள்.

–என்ன?

அதன் மேல் ஜிப்பைத் திறந்து சிறிய பொட்டலமொன்றை எடுக்கிறாள்.

–இது. பிறந்தநாள் வாழ்த்துக்கள்.

–இன்றா? என்கிறேன்.

–இன்றுதான். வேறென்று?

–நான் உனக்கு எதுவும் வாங்கவில்லை.

சிரிக்கிறாள்.

–இரட்டையரில் ஒருவராக இருப்பதில் இது ஒரு நன்மை, என்கிறாள். உன் பிறந்த நாளை நினைவில் வைத்துக்கொள்ள ஒருவராவது உண்டு.

–ஸாரி.

–ஸாரியெல்லாம் தேவையில்லை. நான் வருவேன் என்று உனக்குத் தெரியாது. திறந்து பார்.

–என்ன இது?

–கிண்ணம். நானே செய்தது. பிடித்திருக்கிறதா?

களிமண்ணும் பூச்சும் கொண்ட வடிவமற்ற கலவை. கிண்ணம் என்று சொல்லுமளவுகூடக் குழிவாக இல்லை.

–சரியாக, சமதளமாக உட்காராது என்று நினைக்கிறேன், என்றேன்.

–உட்காரும், இதோ, பார். கணப்பின் கூரைப்பலகையில் வைக்கலாம்.

–எதற்காக இது?

–தின்பண்டங்கள் வைக்கலாம்.

–தின்பண்டங்களா?

தோள்களை அசைக்கிறாள்.

– ஆமாம்.

காபி போடுகிறேன். நின்றபடி குடிக்கிறோம். நான் சமையலறைக்குள், அவள் அதன் வாசலை அடைத்தபடி. கைகளை ஆட்டிப் பேசுகிறாள். காபி அவளது குவளையின் ஓரங்களைத் தொட்டு ஏறி, வெளியே வழிந்து, தரையில் சிந்துகிறது. இழைத் தாள் ஒன்றைத் தன் சட்டைப்பையிலிருந்து எடுத்துத் தரையில் போடுகிறாள். பின்னர் லினோலியம் பரப்பிய தரையில் தன் காலணிகளால் அதை நகர்த்தி சிந்திய காபியைத் துடைத்தெடுக்கிறாள். தனக்குக் 'கொஞ்சம்' நாட்கள் இங்குத் தங்க வேண்டும் என்கிறாள். விடுதியில் வாடகைக்கு அறை எடுத்துக்கொள்ளப் பணம் தர முன்வருகிறேன். மறுக்கிறாள். எனக்கு எந்தத் தொந்தரவும் தரப்போவதில்லை என்று திரும்பத் திரும்பக் கூறுகிறாள். தனக்குத் தேவையான உணவும் பிற விஷயங்களும் தன்னிடமே இருப்பதாகச் சொல்கிறாள். தரையில் படுத்துக்கொள்வதில் எந்தப் பிரச்சனையும் இல்லை என்கிறாள்.

இப்பொழுதுதான் சந்தித்த ஒரு நபராக எண்ணிக்கொண்டால் ஒருவேளை இவளை என்னால் சகித்துக்கொள்ள முடியலாம். எனக்கு இவளைப் பிடித்துக் கூடப் போகலாம். எதையும் சட்டை செய்யாமல் அவள் நடக்கும் விதம், அவளுடைய கண்களில் இருக்கும் நகைச்சுவை. அப்படி இவளை ஒரு புதிய நபராக என்னால் எண்ணிக்கொள்ள முடிந்தாலும் நான் ஆழமாக அறிந்துகொள்ள விரும்பாத நபராகத்தான் அவள் இருப்பாள். நான் எவரையுமே ஆழமாக அறிந்துகொள்ள விரும்புவதில்லை என்பதே உண்மை. ஆனால் குறிப்பாக எங்களுக்கு இடையே இருக்கும் தொடர்பைத்தான், இந்த உறவைத்தான், என்னால் சகித்துக்கொள்ள முடிவதில்லை. அவள் இப்படி என்னை மீண்டும் இழுத்துச் செல்வதை.

நான் இங்கு முக்கியமான வேலையொன்று செய்துகொண்டிருக்கிறேன் என்று கூறுகிறேன். அது அவளுக்குக் குழப்பமாக இருக்கிறது. நான் வேறெங்கோ, அலுவலகப் பணியில் சேர்ந்திருப்பேன் என்று அனுமானித் திருந்திருக்கிறாள். இது என்னுடைய தனிப்பட்ட வேலை என்று சொல்கிறேன்.

–வரைபடங்கள் வரைவது எப்போதிலிருந்து சொந்த வேலையானது? அது களப்பணி விஷயமில்லையா?

– அது பலவற்றைச் சார்ந்திருக்கிறது. எனக்கு இப்பொழுது அமைதி யானச் சூழல் தேவைப்படுகிறது.

–எதைச் சார்ந்திருக்கிறது.

–என்ன வரைகிறேன் என்பதை. நீ இங்கு தங்க முடியாது. ஸாரி.

போய்விடுகிறாள். கதவிற்கு வெளிப்புறம் அவள் சரளைப்பாதையில் நடந்துசெல்லும் ஓசை கேட்கிறது. விளக்குகளை அணைக்கிறேன். சுற்றுச்சுவர்க் கதவை அவள் மூடும் கிரீச்சொலி கேட்கிறது. ஒரு மணி நேரத்திற்கும் குறைவான நேரத்தையே நான் இழந்திருக்கிறேன்.

எந்த அளவிற்கு விவரங்களை உள்ளடக்க வேண்டும் என்பதே என் வரைபடப் பணியின் சிக்கல். எங்கு நிறுத்துவது என்று அறிந்துகொள்வது கடினம். நிலப் பரப்புகளின் மேடுபள்ளங்களை நான் எவ்வளவு நுணுக்கமாகக் கணக்கிலெடுத்துக் கொள்ள வேண்டும் – ஒவ்வொரு மீட்டர்

அளவிலா, சென்டிமீட்டர் அளவிலா, மில்லிமீட்டர் அளவிலா? இப்போது இரண்டிரண்டு சென்டிமீட்டர்களாக அளவெடுத்துக் கொண்டிருக்கிறேன். ஆனால் இதில் சில குறிப்புகள் விட்டுப் போகின்றன. உதாரணத்திற்கு, தரைப்பலகைகளில் அந்த இடத்தில் விழுந்திருக்கும் பள்ளம். வரைபட சாய்வு மேசையைக் கொண்டுவந்த ஆட்களால் ஏற்பட்ட பள்ளம். அது என் அளவீடுகளுக்கு இடையே விழுந்துவிடுகிறது. ஆனால் நான் வரைபடத்தில் உள்ளடக்கும் பரப்பைக் குறைப்பதற்காக அளவீட்டைப் பெரிதாக்கினால் வேறொரு விதத்தில் சிக்கல். விவரங்களா, பரப்பளவா, எது முக்கியம் என்று தேர்வு செய்ய வேண்டியிருக்கிறது. எதைத் தேர்வு செய்தாலும் அதில் வரையறைகள் கட்டாயம் இருக்கப் போகின்றன. அதிக விவரங்களை முடிந்தவரை துல்லியமாகச் சித்தரிக்க எண்ணி நான் அளவீட்டைப் பெரிதாக்கினால், என்னால் குறைவான பரப்பை, குறைந்த நோக்கையே உள்ளடக்க முடியும். எல்லா வரைபடங்களும் பொய்களே. இதுவரை.

அடுத்த நாள் காலை நான் வீட்டை விட்டு வெளியே செல்லும்போது, என் சகோதரி சுற்றுச்சுவர்க் கதவுக்கு வெளியே நத்தைபோலச் சுருண்டு படுத்திருக்கிறாள். கதவை நான் மூடும்போது கண்களைத் திறந்து பார்க்கிறாள். மென்மையானவளாக, பாதுகாப்பற்றவளாகத் தெரிகிறாள்.

–என்னை வருத்தப்பட வைக்கவே இப்படிச் செய்கிறாய்.

–இல்லை, அதற்காக இல்லை. நான் எங்காவது படுத்துத் தூங்கியாக வேண்டுமே.

–வெளியில்தான் தூங்கப் போகிறாய் என்றால் எங்கு வேண்டுமானாலும் தூங்கலாம். ஆனால் என் வீட்டு வாசலையே தேர்ந்தெடுக்கிறாய்.

–எனக்கு இன்னும் பழகாத நகரம் இது. நீ ஆபத்தான பகுதியில் வசிக்கமாட்டாய் என்று தெரியும்.

–எல்லா இடங்களும் ஆபத்தானவையே.

–நான் போரைப் பற்றிப் பேசவில்லை. நான் சொல்வது வழிப்பறி, பாலியல் வன்முறை, கொலை, இதுபோன்ற விஷயங்கள்.

இதெல்லாம் என்னை உணர்ச்சிப் பூர்வமாக மிரட்டுவதற்கே.

–நான் வேலைக்குப் போகிறேன் என்று சொல்கிறேன்.

நான் களைத்திருந்த சமயங்களிலோ அல்லது வரைபடத்தின் சிரமமற்ற பகுதிகளைக் குறியிடும் பொழுதுகளிலோ கடந்த இரண்டு ஆண்டுகளில் அவளைப்பற்றி அவ்வப்போது நினைத்திருக்கிறேன். எங்கள் வீட்டின் பிரதான அறையில், சிறுமியாக, நாற்காலில் அமர்ந்து கால்களை வீசியாடியபடி இருக்கும் அவளை நான் நினைத்துப் பார்த்திருக்கிறேன். குளியலறையிலிருந்து அம்மாவின் அழகு சாதனங்கள் அடங்கிய பெட்டியை எடுத்துக்கொண்டு போய் அதில் எதையோ தேடுகிறாள். சிறிய, இளஞ் சிவப்பு நிற சீசா ஒன்றை வெளியே எடுத்துத் திறக்கிறாள். மூடியின் அடியில் ஒரு தூரிகை இணைக்கப்பட்டிருக்கிறது. அவளருகில் சென்று சீசாவைப் பார்க்கிறேன், நான் அதுவரை அறிந்திராத சாயத்தின் நெடியை

நுகர்ந்தபடி. நான் உயரத்தில் சிறியவள். நிமிர்ந்து அவள் முகத்தைப் பார்க்க வேண்டியிருக்கிறது. என் கையைத் தன் கையிலெடுத்துக்கொண்டு என் நகங்களில் சாயம் பூசத் தொடங்குகிறாள்.

அவளைப் பற்றி நான் இவ்விதம் சிந்திப்பது என்னை பலவீனமாக்கும் என்று தோன்றுகிறது. முன்னர் இப்படிச் செய்தபோதெல்லாம் பின்னர் வருந்த நேர்ந்திருக்கிறது. ஒருவிதச் சத்துமற்ற இனிப்பு ஒன்றிற்காக வரும் ஏக்கத்தைப் பூர்த்திசெய்துகொள்வது போல.

அலுவலகத்தில் நான் ஈடுபட்டிருக்கும் வரைபடப் பணியில் இப்போது செய்யவேண்டியவை என்ன என்று எனக்குத் தெளிவாகத் தெரியும். குழப்பமெதுவுமில்லை. கடல் நீர்மட்டம் உயர உயர சுருங்கும் தீவுத் தேசங்களின் எல்லைகளை நான் வரைய வேண்டும். நான் செய்ய வேண்டியதெல்லாம் ஒன்றே: கணினிக்கான சரியான வழிமுறையை எழுத வேண்டும், மற்ற எல்லாவற்றையும் கணினி பார்த்துக்கொள்ளும். போருக்கு முன் நான் இந்தப் பணியை எனக்குக் கீழே பணிபுரியும் ஒருவரிடம் கொடுத்திருப்பேன். ஆனால் போருக்குப் பிந்தைய நிலை வீழ்ச்சிகளை நாம் ஏற்றுக்கொள்ளத்தான் வேண்டும். என்னுடைய துறைசார்ந்த பணி கிடைத்திருப்பதே அதிர்ஷ்டம். பலருக்கு அப்படி வாய்க்கவில்லை. நிச்சயமாக நான் அதிர்ஷ்டசாலி. உயிரோடிருப்பதே அதிர்ஷ்டம்தான். அப்படித்தான் திரும்பத் திரும்ப என்னிடம் சொல்கிறார்கள்.

கணினி வடிவங்களை மாற்றியமைக்கிறது. கடற்கரைகள் உருமாற்றம் அடைகின்றன, கடற்கரையோர நகரங்கள் அழிந்து மறைகின்றன. கடல் நீர்மட்டம் உயர்ந்து தீபகற்பங்களை மூழ்கடிக்கிறது, அதுவரை பாதுகாப்பாக இருந்த துறைமுகங்களை அழித்து நீக்குகிறது. இவையெல்லாம் இந்தப் பணியில் வழக்கமாக எதிர்கொள்ளும் விஷயங்கள். எல்லா நிலமட்டங்களின் உயரங்களையும் திருத்தி எழுத வேண்டும்—வரைபடப்பணியை சீர்குலைக்கக் கூடிய மாற்றம் இது. கடல் நீர்மட்டம் இதுவரை மாறாத எண்ணாக, பூஜ்ஜியமாக இருந்துவந்திருக்கிறது. இனி அதிலும் மாற்றம். ஆனால் கணினி எல்லாவற்றையும் சமாளித்துக் கொள்கிறது.

என்னால் இந்த அலுவலகப் பணிகள் அனைத்தையும் அதிகச் சிரமமின்றிச் செய்ய முடியும். அப்படிச் செய்தால் என்னுடைய தனிப்பட்ட வேலையில் கவனத்தைச் செலுத்தலாம். வரைபடம் தீட்டுவதற்கான, ஏற்றுக்கொள்ளப்பட்ட பொது விதிமுறைகளை நான் பின்பற்றினால் இந்தப் பணி எளிதில் நிறைவேற சாத்தியமிருக்கிறது. அதாவது, ஒரே வழிமுறையைப் பல அளவுகோல்களில் திரும்பத் திரும்பச் செய்ய வேண்டும். முதலில் விரிவான பரப்பில் தொடங்கி, பின் கொஞ்சம் கொஞ்சமாக விவரங்களைச் சேர்க்க வேண்டும். வீட்டின் சுவர்களைக் கொண்டு நீளத்தையும் அகலத்தையும் தீர்மானிக்க வேண்டும். பின் ஒவ்வொரு சிறு பொருளின் தொடுநயத்தையும் கொண்டு ஆழத்தைக் காட்ட வேண்டும். இவை அனைத்தும் ஒன்றிணையும் துல்லியத்திலிருந்து ஒரு தாக்கத்தை ஏற்படுத்த வேண்டும்.

•

2

நான் வீடு திரும்பும் பொழுது விளக்குகள் எரிந்து கொண்டிருக்கின்றன. வீடு வெளிச்சமாக இருக்கிறது. வெளிக் கதவுக்கு வெளியே கசங்கிக் கிடக்கும் என் சகோதரி உட்பட எல்லாம் நான் விட்டுச்சென்றபடி இருக்கின்றன. ஆனால் அவளுடைய மனநிலை சற்று மாறியிருக்கிறது: இப்போது களைப்பாகவும் எரிச்சலுடனும் இருக்கிறாள். நான் அவளை ஏன் வெறுக்கிறேன், அப்படி அவள் என்ன செய்துவிட்டாள், என்ன தவறு நேர்ந்துவிட்டது என்று என்னைக் கேட்கிறாள். ஆனால் உண்மையில் நான் அவளை வெறுக்கவில்லை, அவள் எதுவும் செய்துவிடவில்லை. நான் வெறுப்புப் பாராட்டும் அளவுக்கு அவள் ஒன்றும் செய்துவிடவில்லை என்பதே உண்மை. ஆனால் எனக்குச் செய்ய நிறைய வேலைகள் இருக்கின்றன என்பதை அவளால் புரிந்துகொள்ள முடிய வில்லை.

–நான் வீட்டில் இருப்பதற்கும் நீ உன் வேலைகளைச் செய்வதற்கும் என்ன தொடர்பு?

–நீ அதை மாற்றிவிடுவாய்.

–எதை?

–வீட்டை. நீ எதற்காக வந்திருக்கிறாய்? இங்கு இருக்கப் போவதில்லை என்று தீர்மானித்து விட்டுச்சென்றாய். இப்பொழுது இங்கு நீ எதற்காகத் தங்க வேண்டும்?

–காரணம், எனக்கு சில விஷயங்கள் செய்ய வேண்டியிருக் கின்றன. என்னுடைய சொந்த விஷயங்கள். சரியா? இதை ஏன் பெரிதுபடுத்துகிறாய்? நான் உன்னுடைய சகோதரி, இந்த ஊர் வழியாகப் பயணிக்கிறேன், உன் வீட்டுத் தரையில் சில நாட்கள் படுத்துறங்க விரும்புகிறேன். இது என்ன எங்கும் நடக்காத வினோதமா?!

அவள் இன்னும் எரிச்சலின் எல்லையை எட்டியிருக்க வில்லை. அந்த நிலையை என்னால் அடையாளம் காண

முடியும். அவள் இப்படி வீட்டிற்கு வெளியே சில நாட்கள் படுத்துக்கொண் டிருந்தால், பக்கத்து வீட்டுக்காரர்கள் போலீஸை அழைக்கக் கூடும். இந்த ஊர் போலீஸ் எங்கள் ஊர் போலீஸ் போன்றவர்கள் அல்லர் என்பதும், அவர்கள் என் வீட்டுக் கதவைத் தட்டினால் நான் பயப்பட வேண்டிய தில்லை என்பதும் எனக்குத் தெரியும். இங்கு என் இன அடையாளம் ஒன்றே எனக்கு எதிரான சாட்சியமாகிவிடாது. என் சகோதரிக்கு நான் பொறுப்பல்ல என்று அவர்களிடம் சொல்ல முடியும். அவளுடைய செயல்பாடுகள் என்னை பாதிக்காது. இருந்தாலும் அவர்கள் என்னை விசாரிப்பார்கள், அப்போது எந்தக் குற்றமும் செய்யவில்லை எனினும் பொய் சொல்லவேண்டியிருக்கும். என் சூழ்நிலையை அறியாத நபர்களுக்கு நான் நடந்துகொள்ளும் விதம் நியாயமற்றதாகப் படக்கூடும் என்பதாலும், பழக்கத்தாலும், நான் பொய் சொல்ல வேண்டிவரும். இது நான் அறிந்ததே. நான் ஒன்றும் பைத்தியமல்ல.

வீட்டிற்குள் வந்ததும் தன் முதுகுப் பையைத் திறந்து அழுக்கு படிந்த காய்கறிகள் நிறைந்த ப்ளாஸ்டிக் பை ஒன்றை வெளியில் எடுக்கிறாள்.

– நான் உனக்காக சமைக்கப் போகிறேன் என்கிறாள்.

சமையலறைக்குள் சென்று காய்கறிகளைக் கழுவவும், தோலுரிக்கவும், நறுக்கவும் தொடங்குகிறாள். தோல் துண்டுகள் தரையில் விழுந்து அவளுடைய காலணிகளுக்கடியில் மிதிபட்டு நசுங்கிக் கொண்டிருக்கின்றன. அழுக்கு படிந்த அவளது கைகள் குழாய்கள், சமையலறை பெஞ்ச், காய்கறி நறுக்கும் பலகை ஆகியவற்றின் மீதெல்லாம் படர்ந்து கொண்டிருக்கும் காட்சித் துணுக்குகளை வரைபட அறையிலிருந்து என்னால் பார்க்க முடிகிறது.

வரைபட மேசையின் விளிம்பை இறுக்கமாகப் பற்றிக்கொண்டு, பிரக்ஞைபூர்வமாக மூக்கு வழியாக சுவாசித்துக்கொண்டு கவனத்தை ஒருமுகப்படுத்த முயல்கிறேன். ஆனால், அளவிட்டு அறிந்துகொள்ள முடியாத ஒன்று எனக்கு மிக அருகில், சில மீட்டர் தொலைவில் நடந்துகொண்டிருக்கும்போது எதையும் அளவிடுவது அசாத்தியமான காரியமாகப் பட்டது. அவள் சமையலில் பயன்படுத்தத் தொடங்கியிருந்த பொருட்களின் மணம் என்னைப் பின் நோக்கி, கடந்தகாலத்திற்குள், இழுக்கிறது. நாங்கள் வளர்ந்த வீட்டின் ஆரஞ்சு நிற ஃபார்மைகா மேற்பரப்பு கொண்ட சமையலறையின் நினைவை நோக்கி இட்டுச் செல்கிறது. ஒட்டுப் பலகையால் செய்யப்பட்ட அலமாரிகளின் மேற்பரப்பில் கறுத்த பழுப்பு நிற மரப்பலகைகள் ஒட்டப்பட்டிருந்த அந்த சமையலறை அலமாரிகளின் விளிம்புகளில் இருந்த அழுக்கும் பிசுபிசுப்பும் என் சகோதரியை விட என்னையும், எங்கள் எல்லோரையும் விட எங்கள் அம்மாவையும் பாதித்தன, எரிச்சலூட்டின. அவள் சமைக்கும்போதே, பின்னால் அடுப்பில் பாத்திரத்தில் ஏதோ பொங்கி வழிவதைக் கூடப் பொருட்படுத்தாமல் அலமாரி அழுக்கை ஈரத் துணியால் அழுத்தித் துடைத்துக் கொண்டிருப்பாள்.

வரைபடத்தின் நுணுக்கங்கள் என் மனதைச் சுற்றி வளைத்துக்கொண்டு அதன் அமைதியான, கணிதத்திற்கே உரிய நேர்த்தியுடன் இருக்கும்

இழப்பின் வரைபடம்

கோடுகளை நோக்கி என் மனதை இழுத்துச் செல்லும் என்று நம்பி, அதன் மீது என் பார்வையைச் செலுத்துகிறேன். ஆனால் சமையலறையில் தட்டுக்கள் ஒன்றன் மீதொன்று இடிபடும் ஓசை அதை நடக்கவிடாமல் தடுக்கிறது. பின் அவளுடைய குரல்—அந்தச் சிறிய இடத்திற்குத் தேவையற்ற உரத்த குரல்—

—நீ வழக்கமாக எங்கு சாப்பிடுவாய்?

—சமையலறையில்.

—இங்கு மேசை இல்லையே.

—பெஞ்ச் இருக்கிறதே.

அவள் நீட்டிய தட்டை வாங்கிக்கொண்டு அவள் நகர்ந்து வழிவிடுவதற்காகக் காத்திருக்கிறேன். சமையலறையில் அத்தனையும் சீர்குலைந்திருக்கின்றன—'ஏதோ வெடிகுண்டு வந்து விழுந்தது போல்'—இங்குள்ளவர்கள் அப்படித் தான் சொல்வார்கள். பெஞ்சில் அமர்ந்து, நிமிர்ந்து பார்க்காமல் என் தட்டிலிருந்து சாப்பிடுகிறேன். எங்கள் வீட்டில் சிறுவயதில் நாங்கள் உண்டு பழகிய பதார்த்தமொன்றைச் சமைத்திருக்கிறாள். எனக்கு இது எப்பொழுதுமே அவ்வளவாகப் பிடித்ததல்ல. அதைச் செய்வதற்கான பொருட்கள் இங்கு கிடைப்பதில்லை என்பது வேறு விஷயம். அவள் ஒரு கையில் தட்டையும் இன்னொரு கையில் முள்கரண்டியையும் பிடித்திருக்கிறாள். அவளுடைய முகத்தில் ஏமாற்றம் தெரிகிறது. பெஞ்சின் மீது தன் தட்டை வைத்துவிட்டு கண்ணாடிக் குவளையில் வொய்ன் எடுத்துக்கொள்கிறாள்.

—இப்போது ஒரு வீடு போன்ற உணர்வு வருகிறது இல்லையா? என்று கேட்கிறாள்.

கேலியாகக் கேட்கிறாள், ஆனால் அவளுக்கு வீடு என்ற ஒன்றுதான் வேண்டியிருக்கிறது என்பதை என்னால் புரிந்துகொள்ள முடிகிறது. வீடு. அவள் பிறந்து வளர்ந்த, குறிப்பிட்ட ஒரு இடத்திற்கான ஏக்கமல்ல அது. இனி இல்லாது போன இடத்திற்காக ஏங்குகிறாள். அவளை வரவேற்று ஏற்றுக்கொள்ளும் ஒரு இடத்தை, அவள் வாழ விரும்பக்கூடிய இடத்தைத் தேடுகிறாள். அது இங்கு கிடைக்கும் என்று உண்மையாகவே எதிர்பார்த்தாளா என்ன?

ஏக்கம் என்பதில் நான் ஈடுபடுவதில்லை. போருக்கு முந்தைய வாழ்க்கை எப்படி இருந்தது என்பதைப் பற்றி எனக்குச் சரியான நினைவுகூட இல்லை. போர் நீண்ட காலம் நடைபெற்றது என்று நான் சொல்லவரவில்லை. மாறாக, அது உடனடியாக செயலிழக்கச் செய்யும் வேகத்துடன் தாக்கி, என்ன நடக்கிறது என்று நாங்கள் புரிந்துகொள்வதற்கு முன் எங்களை உடைத்தெடுத்து விட்டது. சில வாரங்களுக்குள்ளேயே எங்களுடைய வாழ்க்கைகள் அடித்துச் செல்லப்பட்டன. ஆனால் அதற்கு முன் இருந்த காலத்தைப் பற்றிய என் நினைவு தெளிவற்றதாய் இருக்கிறது. என் தாய்நாடு, நான் அங்கு செய்துகொண்டிருந்த விஷயங்கள், நான் பணி செய்த இடம், மதிய உணவு உண்ட இடம், உரையாடியவர்கள், எனக்குத்

தெரிந்தவர்கள் –அனைத்துமே குழந்தைப் பருவம்போல வெகுதொலைவில் தென்படுகின்றன. நான் மகிழ்ச்சியாக இருந்தேனா? பாதுகாப்பாக உணர்ந்தேனா? எனக்கு நினைவில் இருப்பதெல்லாம் ஒன்றுதான் –ஓவியம் தீட்டும் களிப்புடன் வரைபடங்கள் வரைந்தேன் என்பது. ஏதோ ஒன்றைக் குறியீடாய் வரைபடத்தில் உருவகப்படுத்துவது, அந்தச் செயல்பாடு அளிக்கும் இன்பம், அது தந்த கிளர்ச்சி –இவையே நினைவில் இருக்கின்றன. இப்போது இதே விஷயங்களைத் தேவை நிமித்தமாகச் செய்கிறேன். துல்லியமற்ற வரைபடங்கள் அதிகரித்துவிட்டன. உண்மை என்பதைப் புலனுணர்வால் அறிந்துகொள்வதில் உள்ள சிக்கல், தெளிவின்மை – இவற்றைப் பற்றியெல்லாம் நீங்கள் நிறையக் கூறலாம். ஆனால் என்னிடம் இருக்கும் கருவிகள் துல்லியமானவை; பத்து சென்டிமீட்டர் என்பது பத்து சென்டிமீட்டர்தான் – எவருடைய பார்வையிலும். என்னால் செய்தித்தாள்களையும், நிழற்படங்களையும், மேடைப்பேச்சுக்களையும் நம்ப முடியாமல் இருக்கலாம், ஆனால் வரைபடங்களை நம்பமுடிய வேண்டும்.

என் உடைமைகளை எடுத்துக்கொண்டு அங்கிருந்து வெளியேறியபோது, புகைப்படங்கள், கடிதங்கள் என்று சுமையைக் கூட்டும் எதையும் எடுத்துக் கொள்ளவில்லை. தவிர்க்க முடியாத அன்றாடத் தேவைகளைத் தவிர ஒரேயொரு USB memory stick மட்டுமே எடுத்துக்கொண்டு கிளம்பினேன். நினைவு என்பதன் உணர்ச்சிவயப்படாத வடிவம் அது. நினைவு என்பது தரவு என்னும் வடிவில். மனித மூளைக்குள் அடங்காத, சிக்கலான நினைவு. நான் தக்கவைத்துக்கொள்ள விரும்பும் ஒரே நினைவு.

•

3

என் தலைக்கச்சில் பொருத்தப்பட்டிருக்கும் விளக்கின் ஒளியில் வீடு வெளிச்சமாக இருக்கிறது. சரியும் அளவுகோலை நான் வரைபடக் காகிதத்தின் எல்லையில் வைத்து நகர்த்தும்போது காகிதம் எழும்பி வளைகிறது. பின்னர், சுவரின் அளவுகளுடன் காகிதத்தை சரியாகப் பொருத்துவது கடினமாக இருக்கிறது. ஏதோ சத்தம் கேட்டு நிமிர்ந்து பார்க்கிறேன். அறையின் வாசலில் அவள் நிற்கிறாள். பாத்திரங்களைக் கழுவி முடித்த பிறகு சமையலறை விளக்கை அணைக்கிறாள். வரைபட அறையின் இருட்டில் அவள் கடந்து செல்லும் பாதையை என் நெற்றிவிளக்கின் ஒளியால் வெளிச்சமாக்குகிறேன்.

அறையின் மூலையில், இரண்டு சுவர்கள் சந்திக்கும் இடத்தில் தன் முதுகைச் சரித்து, கால்களை முன்னால் நேராக நீட்டி அமர்கிறாள். அருகில் கிடக்கும் தனது முதுகுப்பையை ஒரு கையை நீட்டி இழுத்து, செங்குத்தாக நிறுத்தி, முழங்கைகளை அதன் மீது வைத்து, கைகளை மடக்கித் தலையை அவற்றின் மீது கிடத்துகிறாள். விளக்கொளிக்குப் பின்னால் இருக்கும் என் முகத்தை அவளால் நிச்சயமாகப் பார்க்க முடியாது. எனினும் அவள் பார்வை என்னை நோக்கி இருக்கிறது. ஒற்றைத்தலைவலியின் வருகை போல் அவள் கேள்வி வரப்போவதை என்னால் உணர முடிகிறது – என்ன வரைபடம் உருவாக்கிக்கொண்டிருக்கிறாய்?

இதை ரகசியமாக வைத்துக்கொள்ள வேண்டும் என்பது என் எண்ணமில்லை. ஆனால் இதைப் பற்றிய விளக்கங்கள் அளிக்கும்போது இது எனக்கு இன்றியமையாத ஒன்று என்பதைச் சொல்ல முடியாமல் போகும். ஒருவேளை, அதுவும் நன்மைக்கே. நான் எடுத்துச் சொன்னாலும் இதன் அவசியத்தை அவளால் புரிந்துகொள்ள முடியாது. அந்தப் புரிதலின்மை எனக்குப் பிற்காலத்தில், நான் இதுவரை சிந்தித்திராத விதத்தில் எனக்குப் பாதுகாப்பாகக் கூட அமையலாம். எனவே என் தோள்களைக் குறுக்கி, அவளிடம்

சொல்கிறேன் – வரைபட மேசையை மையப்புள்ளியாக வைத்துத் தொடங்கி அளவெடுத்து வரைகிறேன்'.

மேற்கொண்டு நான் பேசுவதற்காக அவள் காத்திருக்கிறாள். நெற்றிவிளக்கின் ஒளியை மீண்டும் வரைபடத்தின் மீது செலுத்துகிறேன்.

– அதற்குப் பின்? என்கிறாள்.

– அதற்குப் பின், வெளிப்புறம் நோக்கி அளவெடுத்து மேற்கொண்டு வரைவேன். முகத்தை நிமிர்த்தாமல் பதிலளிக்கிறேன்.

– ஓ, சரி.

– புரிகிறதா?

– இல்லை, ஸாரி – என்கிறாள்.

நான் அவள் முகத்தைப் பார்க்கிறேன். மற்றவர்களுடன் உரையாடும் திறனை இழந்துவிட்ட துறவி போல நான் ஆகிவிட்டேன் என்று அவள் நினைக்கிறாள். எனவே 'தொடக்கப்புள்ளி' என்பது பற்றி அவளுக்கு விளக்க வேண்டும் என்று தீர்மானிக்கிறேன். என்னுடைய வகுப்பானைக் கொண்டு வரைபட மேசையின் மையத்தில் நான் இட்டிருக்கும் புள்ளி. அனைத்து அளவீடுகளும் தொடங்கும் அசையாத புள்ளி. நான் வரைபடத்தில் முதலில் வரைந்தது இந்த வரைபட மேசையின் படத்தைத்தான் என்று அவளுக்கு விளக்குகிறேன். அவள் அருகில் வருகிறாள். வரைபடக் காகிதத்தின் மையத்தில் சிறு துளையிட்டு அதை எப்படி மேசையின் மையத்துடன் இணைத்துப் பொருத்தியிருக்கிறேன் என்று காண்பிக்கிறேன். ஒரு செப்புக் கம்பியைக் கொண்டு காகிதத்தை தொடக்கப்புள்ளியின் மீது பொருத்தியிருக்கிறேன். கம்பியின் முடிச்சு இறுக்கமாக இல்லாமல், என் அளவுகோல் அதற்குள் நுழையும் அளவிற்கு இடைவெளியுடன்.

– வரைபடத்திற்குள் நீ முதலில் வரைந்தது இந்த வரைபடத்தையேவா? என்று கேட்கிறாள்.

– ஆமாம் ... இல்லை. முதலில் இது வெறும் காகிதமாகத்தான் இருந்தது. பின் அதன் மீது அதையே உருவகப்படுத்தும் செவ்வகம் ஒன்றை வரைந்தேன். கம்பியைச் சுற்றி. தெரிகிறதா?

– ஆனால் அந்தச் செவ்வகத்திற்குள் நீ இன்னொரு செவ்வகத்தை வரையவில்லையா?

மூச்சை உள்ளிழுத்துக் கொள்கிறேன். இந்தப் பணியை விளக்கமாக எடுத்துச் சொல்லும்பொழுது அதிலுள்ள பிரச்சினைகள், முரண்பாடுகள், என்னால் தவிர்க்க முடியாத தவறுகள் எல்லாம் தெரியத் தொடங்கி விடுகின்றன.

– நீ கேட்பது எனக்குப் புரிகிறது, ஆனால் அதற்கு பதில் – இல்லை. வரைபடவியல் 'காலம்' என்பதைக் கருத்தில் கொள்வதில்லை. நீ அளவெடுக்கும்போது இருக்கும் விஷயங்களை மட்டுமே அது கணக்கில் எடுத்துக்கொள்கிறது. 'தொடக்கப் புள்ளியில்' தொடங்கி காகிதத்தின்

இழப்பின் வரைபடம்

எல்லைகள்வரை நான் அளவுகள் எடுக்கும்போது காகிதத்தில் வேறெதுவுமே இல்லை. புரிகிறதா?

–அப்படியென்றால் நீ வரையத் தொடங்கிய உடனேயே உன் வரைபடம் காலாவதியாகிவிடுகிறது.

–அது எனக்குத் தெரியும். எல்லா வரைபடங்களுமே உடனுக்குடன் காலாவதியாகிறவைதாம்.

–அந்த உண்மை சோர்வளிப்பதில்லையா?

அவளைப் பார்க்கிறேன். இது அனுதாபமா அல்லது கேலியா?

–நிச்சயமாக, என்கிறேன்.

உரையாடல் முடிந்துவிட்டது என்பதைக் குறிக்க அளவுகோலை மீண்டும் கையில் எடுக்கிறேன். அவள் நிமிர்ந்து நின்று, என் நெற்றிவிளக்கின் ஒளி ஏற்படுத்தியிருந்த வட்டத்திலிருந்து விலகிச் செல்கிறாள். என் கவனம் வரைபடத்தின் மீது இருக்கும்போதும் ஓரக்கண்ணால் அவளுடைய அசைவுகளை என்னால் பார்க்க முடிகிறது. கணப்பிடத்தின் மேலே இருக்கும் பலகை, அலமாரிகள் ஆகிவற்றின் மீது அவளுடைய கைகள் செல்கின்றன. குனிந்து என்னுடைய அடைவுகளையும் நூல்களையும் கூர்ந்து பார்க்கிறாள். எல்லாவற்றையும் அளவெடுப்பதுபோல் பார்த்துக் கொண்டிருக்கிறாள். ஆனால் நான் அளவெடுப்பது போல் அல்ல. வடிவங்களை அளப்பது போல. நான் அறிந்திராத வேறேதோ அளவுகோலை வைத்து. அவளுடைய பார்வையில் நடுநிலை என்பதே கிடையாது.

–கண்கள் இருட்டில் காணப் பழகிவிடுகின்றன, இல்லையா?– என்கிறாள்.

அதை என்னால் முழுமையாக ஏற்றுக்கொள்ள முடியாது. ஆனால் இப்போது இன்னொரு உரையாடலைத் தொடங்க நான் விரும்பவில்லை.

–ஏற்கனவே காலாவதியாகிவிட்ட ஒன்றின் மீது நீ ஏன் தொடர்ந்து கவனம் செலுத்துகிறாய்?

வரைபடத்தின் மீது கவனத்தை வைத்து ஏற்கனவே அளவெடுத்த கோடு ஒன்றைப் புதிதாக அளப்பதுபோல பாவனை செய்கிறேன். காலாவதியாகிவிட்ட ஒன்றின் மீது செலுத்தும் கவனம் பற்றிப் பேசுவது அவள் என்பதில் உள்ள வேடிக்கையான முரணை அவள் கவனிக்கவில்லை. இதற்கு நான் கவனமாக யோசித்து பதிலளிக்க வேண்டும்.

–சில நாட்களுக்கு முன்பு வரை, இந்தச் செவ்வகத்தைத் தவிர வேறொன்றும் காலாவதியாகியிருக்கவில்லை. காரணம், இந்த வீட்டில் வேறு எதுவும் மாறியிருக்கவில்லை.

–சில நாட்களுக்கு முன்பு வரை?

–ஆமாம். சமீபத்தில் நுழைந்த எதிர்பாராத பொருட்கள்தான் எனக்கு அதிக சிரமத்தைை அளிக்கக்கூடும்.

இதைத் தன் மீதான தனிப்பட்ட விமர்சனமாக எடுத்துக்கொள்கிறாள். நான் அப்படி நினைத்தது உண்மைதான். ஆனால் நான் சொன்னது உண்மையல்ல. எனக்கு அதிக சிரமத்தை அளிக்கக்கூடியவை வேறு விஷயங்கள்.

– இதோ பார்... ஸாரி, ஆனால் இந்தப் பணியின் குறிக்கோள் எனக்கு விளங்கவில்லை – என்கிறாள். – இதற்கு உனக்கு யாராவது சம்பளம் தருகிறார்களா?

– இதற்கு யார் எனக்குப் பணம் தருவார்கள்?

– எனக்கென்ன தெரியும். ஒருவேளை இந்த வீட்டு சொந்தக்காரர் வீட்டை விற்க நினைத்து நிலைப்படம் வேண்டும் என்று கேட்டிருக்கலாம்.

– இது வீட்டு நிலைப்படமில்லை. இது வரைபடம். நான் என்ன இந்தத் தொழிலில் கற்றுக்குட்டி என்று நினைக்கிறாயா?

– நான் அப்படிச் சொல்லவில்லை. நீ இங்குதானே வசிக்கிறாய். பின் உனக்கு ஏன் இந்த இடத்திற்கே வரைபடம் தேவைப்படுகிறது?

சலிப்படைந்திருக்கும்போது எங்கள் அம்மா பேசும் அதே தொனியில் பேசுகிறாள். தனக்குப் புரியவில்லை என்பதால் என்னுடைய செயல்பாடுகள் அர்த்தமற்றவை என்று நினைக்கிறாள்.

– இதோ பார். இந்தச் சுவரிலிருந்து எதிரிலிருக்கும் அந்தச் சுவர் எவ்வளவு தூரம்? – என்று கேட்கிறேன்.

இது ஏதோ தந்திரக் கேள்வியோ என்று யோசிக்கிறாள்.

– எனக்குத் தெரியவில்லை... மூன்று மீட்டர்? – என்கிறாள்.

– நான்கு புள்ளி இரண்டு ஆறு. ஐந்து தசமப் புள்ளிவரை என்னால் துல்லியமாகக் கூற முடியும். ஆனால் நான் சொல்லவந்த விஷயத்தைச் சொல்லியாயிற்று.

– நீ சொல்ல வந்தது என்ன?

– நீ ஒரு இடத்தில் வசிக்கிறாய் என்பதால் உனக்கு அந்த இடம் தெரியும் என்று பொருளல்ல. உனக்கு இந்த இடம் பற்றி ஏதும் தெரியாது. நீ வந்து பல மணி நேரங்கள் ஆயிற்று. இந்த அளவைக் கூட உன்னால் சரியாகச் சொல்ல முடியவில்லை. உன் பதிலில் ஒரு மீட்டருக்கும் மேல் தவறு இருக்கிறது.

●

4

நான் கண்களைத் திறக்கும்போது வீடு இருண்டிருக்கிறது. நள்ளிரவு நேரம். அவளுடைய சுவாசிப்பின் லயம் என்னுடையதோடு ஒன்றிக் கேட்கிறது. என் கட்டிலுக்கு அருகில் தரையில் படுத்திருக்கிறாள். நான் வேலை செய்யும் அறையில் அவள் இருப்பதை விட இது மேல் என்று எனக்குத் தோன்றுகிறது. பக்கவாட்டில் திரும்பிப் படுத்து, இருட்டினூடே, அறையின் மூலையில் அவளுடைய துணிமணிகள் குவிக்கப்பட்டிருப்பதைப் பார்க்கிறேன். எதுவும் மடித்தோ அடுக்கப்பட்டோ இல்லை. குழப்ப நிலையின், ஒழுங்கின்மையின் உச்சம் அவள் என்று எனக்குத் தோன்றுகிறது. மீண்டும் உறக்கத்தில் ஆழ்கிறேன்.

அவளது துயிற்பை இரவு நெடுகிலும் சரசரத்தபடி இருக்கிறது. அந்த ஓசைகளை வேறு ஏதேதோ ஒலிகளாக என் மூளையில் உள்ள நரம்பு செல்கள் மாற்றியபடி இருக்கின்றன. இலைகளைப் பற்றியும், ஓசையெழுப்பியபடி அசையும் மரங்களைப் பற்றியும் கனவுகண்டபடி இருக்கிறேன். போருக்கு முன் அவளுடைய வீட்டில் இருந்த கனி மரங்கள். அவள் புரளாமல் அமைதியாக இருக்கும்போது இலைகள் உதிர்கின்றன.

அந்த இடம் வெகு தொலைவில் இருந்தது மட்டுமல்ல. சொல்லத்தக்க சுவாரசியங்களோ அழகோ இல்லாத இடம். ஆனால் அந்த இடத்திற்கு நான் ஏனோ அடிக்கடி சென்றேன். நாங்கள் ஒருவரையொருவர் அடிக்கடி போய்ப் பார்ப்பது என்பது அப்போது இயல்பானதாக இருந்தது. எங்கள் தந்தை இறந்தபோது அவளுக்கென்று விட்டுச் சென்றிருந்த பங்கை முதலீடு செய்து, பல பெண்களுடன் சேர்ந்து, அந்த இடத்தை வாங்கியிருந்தாள். சிறிது நிலமும் ஒரு பெரிய கட்டிடமும். அந்தக் கட்டிடம் ஒரு காலத்தில் தானியக் களஞ்சியமாக இருந்திருக்க வேண்டும். ஆனால் இவர்கள் –இந்தப் பெண்கள் – அதன் மீது, அதற்கு வெளியில், அதற்கு உள்ளே என்று பல அறைகளைக் கட்டியிருந்தார்கள். அந்த அறைகளில் பெரும்பாலானவற்றை நான் பார்க்கவில்லை.

அந்தப் பெண்கள் நட்பாகப் பழகினார்கள். கொஞ்ச நேரம் மிக நெருக்கமாகவும் உணர்வுப்பூர்வமாகவும் பேசிவிட்டு அவரவர்களுடைய தனிப்பட்ட பிரச்சினைகளைக் கவனிக்கப் போய்விடுவார்கள்.

கோடைக்காலங்களில் அவர்கள் காலணிகள் அணிந்துகொண்டு மரங்களில் ஏறிப் பழங்களை உதிர்க்கும் காட்சி இன்னமும் என் கண்களில் இருக்கிறது. இலையுதிர்காலத்தில் இலைகள் நிறம் மாறி உதிர்ந்து விழும்பொழுது அவற்றைக் கைகளில் அள்ளி நெருப்பில் இடுவார்கள், காற்றை மணக்கச் செய்ய. சில இலைகள் தீயின் வெப்பத்தால் மேல் நோக்கித் தள்ளப்படும். அவை சிறிய சுடர்களாக மாறி நம் முகங்களுக்கு முன் காற்றில் நடனமாடிச் செல்லும். வீட்டின் நடுவில் இருக்கும் மிகப்பெரிய கணப்பிடத்திலிருந்து எழும்பிப் பாம்பு போல வளைந்து செல்லும் வெப்பக் குழாய் குளிர்காலத்தில் எல்லா அறைகளுக்கும் வெம்மையளிக்கும். அந்தக் குழாய் ஏதோ ஒரு அறையின் கூரை வழி புகைபோக்கியாக, இரகசியமாக, வெளியே சென்றிருக்க வேண்டும். ஆனால் வெளியே இருந்த மரங்களின் அடர்த்தியால் புகை வெளியேறுவதை எவராலும் பார்க்க முடியவில்லை. மரங்களின் உச்சிக் கிளைகளில் நின்று கொண்டு பார்த்தாலும் கூட அது தென்படடதில்லை.

அதிகாலையில், மரக்கிளைகளின் உயரத்திலிருந்தவாறு, அவர்கள் வீட்டிற்குள் செல்வதைப் பார்த்துக் கொண்டிருந்தேன். திரைச்சீலைகள் அற்ற சன்னல்களில் ஒவ்வொன்றாக விளக்கு வெளிச்சம் தெரியத் தொடங்கியது. மரத்தின் மீது நான் பாதுகாப்பாக உணர்ந்தேன். இலைகளின் ஒழுங்கற்ற அசைவில்.

என் சகோதரி துயிற்பையின் மீது புரண்டு படுக்கிறாள்.

எல்லாவற்றையும் போரில் இழந்தது உண்மையே. நாம் சொந்தமாக்கிக் கொள்ளும் விஷயங்களிலேயே மிக மோசமானது நிலம்தான். அதிலும், நம்மை ஓரிடத்தில் கட்டிப்போட்டு, நாம் இருக்கும் இடத்தை மற்றவர்கள் அறிந்துகொள்ளும்படி செய்துவிடுகிறது நிலம். அது ஆபத்தானது. அதனால் தான் எனக்கு கிராமப் பகுதிகளோ சிறிய ஊர்களோ பிடிப்பதில்லை. என்னை மற்றவர்கள் கூர்ந்து பார்ப்பதை என்னால் சகித்துக்கொள்ள முடிவதில்லை. இந்தப் புதிய நாட்டில் எங்கு வசிப்பது என்று முடிவு செய்ய வேண்டியிருந்தபோது நான் இந்த நகரத்தை, இந்த நாட்டில் இரண்டாவது மிகப்பெரிய நகரமான இதைத் தேர்வு செய்தேன். யாரும் என்னைப் பொதுவெளியில் அடையாளம் கண்டுகொள்ளக் கூடிய ஊரில், கும்பல் அதிகமற்ற ஊரில் நான் வாழ விரும்பவில்லை. சிலருக்கு அது வேண்டியிருக்கிறது. ஒரு சமூகத்துடன் இணைந்து இருப்பது அவசியம் என்று நினைக்கிறார்கள். ஆனால் அவர்கள் தீவிரமாகச் சிந்தித்திருக்க வில்லை என்று நினைக்கிறேன். நாம் உயிரோடிருக்கிறோமா இல்லை இறந்துவிட்டோமா என்பது பற்றி அக்கறை கொள்ளும் நபர்கள் நமக்கு உண்மையில் தேவையில்லை.

•

5

நான் கண் விழிக்கும்போது வீடு வெளிச்சமாக இருக்கிறது. சன்னல் திரைப்பட்டைகளின் வழியே சூரிய ஒளி சாய்வாக வீசி அறைச் சுவரின் மேற்பகுதியில் சிவப்பு – ஆரஞ்சுக் கோடுகளாகப் படிகிறது. அவள் எனக்கு முன்னரே எழுந்துவிட்டிருக்கிறாள். துயிற்பையை ஏதோ சட்டையுரிப்பது போல உதிர்த்துக் களைந்துவிட்டு வரைபட அறையை நோக்கித் தடதடவெனக் கால்களால் ஓசையெழுப்பிக்கொண்டே செல்கிறாள். முதுகுப் பையின் 'ஜிப்' ஒலியும், தரையில் கூர்மையான பொருள் ஏதோ உராயும் ஒலியும் கேட்கின்றன. அவள் வரைபட மேசையை அசைத்துவிட்டால் எனது பணியில் பல வாரங்கள் பின்னடையக் கூடும் என்று தோன்றுகிறது. குளிர்ந்த தரைப் பலகைகளின் மீது வெறுங்கால்களைப் பதிக்கிறேன். நடைக்கூடத்திற்கும் முன்னறைக்கும் இடையே உள்ள கதவருகே நின்று பார்க்கும்போது, அறையின் மூலையில் தனது முதுகுப் பை மீது அமர்ந்திருப்பதையும் அவளுக்கு முன் மரத்தாலான ஏதோ பொருளொன்று இருப்பதையும் காண முடிகிறது. அவள் அதை இழுத்தும் தள்ளியும் ஏதோ செய்கிறாள். அது 'க்ளிக்' என்னும் ஒலியுடன் தன்னுடைய நிலையை அடைகிறது. ஓவியம் வரையும்போது பயன்படும் சாய்வு நிறுத்தம். அவள் நிமிர்ந்து பார்த்துப் புன்னகைக்கிறாள் – இதை நானே செய்தேன், என்கிறாள். பிறகு முதுகுப் பைக்கு அருகே சம்மணமிட்டு அமர்ந்து பைக்குள்ளிருந்து தூரிகைகள், வண்ணங்கள், உடைந்த ஒரு கோப்பை, வண்ணங்கள் உறைந்து போன, தீட்டலும் சுழற்சியும் நிறைந்த ப்ளாஸ்டிக் தட்டு ஆகியவற்றை எடுக்கிறாள். சமையறைக்குச் சென்று அந்தக் கோப்பையில் நீர் நிரப்பிக்கொண்டு வந்து, மீண்டும் அறையின் மூலையில் அமர்ந்து வரையத் தொடங்குகிறாள்.

போரின்போது, நான் இருந்த ஊரில், நான் தங்கியிருந்த வீட்டிற்கு அவள் ஒருவழியாக வந்துசேர்ந்தபோது இதே முதுகுப் பையைத்தான் வைத்திருந்தாள். நாங்கள் பேசிவைத்திருந்ததைக் காட்டிலும் மூன்று நாட்கள் தாமதமாகவே வந்து சேர்ந்தாள்.

அதற்குள் பீதி என்னை உறைந்துபோகச் செய்திருந்தது; கதவைத் திறந்து பார்க்கக் கூட எனக்குத் துணிவில்லை. அவளுடைய நண்பர்கள் ஆளுக்கொரு திசையில் சென்றுவிட்டிருந்தனர். ஒருவேளை அவர்கள் பிடிபட்டிருக்கலாம். அவள் சொல்லவில்லை. பின்னர் பாலியல் வன்முறை பற்றிய செய்திகள் வரத்தொடங்கின. நாங்கள் சேர்ந்தே அங்கிருந்து புறப்பட்டோம் – நான் இரண்டு பெட்டிகளுடன், அவள் தனது முதுகுப் பையுடன். துறைமுகத்தை வந்தடைந்தபோது அங்கே தொலைக்காட்சிக் காமிராக்களும், காக்கி உடை அணிந்த நிருபர்களும் சோகத்தில் ஆழ்ந்திருந்த முதியவர்களை பேட்டி எடுத்துக்கொண்டிருந்தனர். நாங்கள் கடந்து செல்வதை அவர்கள் கவனிக்கவில்லை. எங்களுடைய கடவுப்பத்திரங்களைப் பற்றியும், எந்த வரிசையில் சேர்ந்து நிற்கவேண்டும் என்பது பற்றியும், சீசாவில் தண்ணீர் வாங்கி வைத்துக்கொள்ள வேண்டுமா என்பது பற்றியும், போய்ச் சேரும் இடத்தில் உணவு கிடைக்குமா என்பது பற்றியும், போய்ச் சேர்ந்ததும் யாருக்கு எப்படித் தகவல் தெரிவிப்பது என்பது பற்றியும் யோசித்துக்கொண்டே நாங்கள் கடந்து செல்வதை அவர்கள் கவனிக்கவில்லை.

நாங்கள் இந்த நாட்டில் வந்திறங்கியதும் ஒரு முகாமிற்குக் கொண்டு செல்லப்பட்டோம். அந்த இடம் குழப்பத்திலும், நோயிலும், மரணத்திலும் ஆழ்ந்திருந்தது. அவள் எங்களுக்கென்று ஒரு இடத்தைப் பிடித்தாள். ஐ.நா. அமைப்பினர் வழங்கியிருந்த கூடாரத்தின் திறப்புகளை மூடியே வைத்திருந்தாள். சமையல் வேலை செய்ய இரண்டு கைகளும் தேவைப்படவே என்னுடைய பழைய சைக்கிளின் விளக்கை ஒரு தலைக்கச்சில் பொருத்தினேன். குளிர்காலம். மின்சாரம் இல்லை. மங்கிய ஒளிக்கு எங்கள் கண்கள் பழகிக்கொண்டன. பல வாரங்கள் கழித்து நேர்காணல்களும், பதிவு செய்யவேண்டிய ஆவணங்களும், உறவினர்கள் குறித்த குழப்பமும் தொடங்கின. யார் எங்கு இருக்கிறார்கள், யார் உயிருடன் இருக்கிறார்கள்? அதன் பின் முடிவற்றவையாய்த் தோன்றிய ரயில் மற்றும் பேருந்துப் பயணங்கள். அவற்றிற்கான பயணச்சீட்டுகளும், எங்கு எப்படி செல்வது என்பதற்கான குறிப்புகளும் எங்களுக்குத் தரப்பட்டன. நாங்கள் எங்கு செல்ல வேண்டும் என்பது எந்தவிதத் திட்டமுமின்றி, குருட்டாம்போக்காக, எங்களுக்காக யாராலோ தீர்மானிக்கப்பட்டது. நாங்கள் இந்த இடத்தை வந்தடைந்தோம்.

ஏதோ ஒரு விமான நிலையத்தில் இருந்த கணினியின் வலைத்தள இணைப்பைக் கொண்டு 'ஹாட்மெய்ல்' மின்னஞ்சல் கணக்குகளை ஏற்படுத்திக்கொண்டோம். ஒருவேளை நாங்கள் பிரிய நேரிட்டால் ஒருவருக்கொருவர் மின்னஞ்சல் அனுப்பிக் கொள்வதற்காக. பின்னர் அவள் அந்தச் சாலைவிடுதியை விட்டுச் சென்ற அன்று நான் அவளுக்கு ஒரு மின்னஞ்சல் அனுப்பினேன். வெறும் துண்டுப் பிரசுரங்களைக் கொண்டு என் வாழ்க்கையை நான் மீட்டெடுக்க அவள் என்னைத் தனியாக விட்டுச்சென்ற தினத்தன்று. ஆனால் அவளிடமிருந்து எந்த பதிலும் வரவில்லை. தொடர்ந்து தொண்ணூறு நாட்களுக்குப் பயன்படுத்தவில்லையெனில் மின்னஞ் சல் கணக்கு துண்டிக்கப்பட்டுவிடும் என்பதால், எண்பத்தொன்பது நாட்களுக்கு ஒருமுறை எதுவும் எழுதாத வெற்று மின்னஞ்சல் ஒன்றை அவளுக்கு அனுப்பியபடி இருந்தேன். ஆனால் ஒரு வருடம் கழிந்த பிறகு

இழப்பின் வரைபடம்

அவளிடமிருந்து எதையும் எதிர்பார்க்கக் கூடாது என்று தீர்மானம் செய்துகொண்டேன். அந்த முடிவு என்னை ஒருவிதத்தில் பாதுகாப்பாக உணரச் செய்தது. பல காலம் வெட்டவெளியில் இருந்த பிறகு சுவர்களைக் காண்பதில் கிடைக்கும் பாதுகாப்பு.

பின் ஒரு நாள் அவளிடமிருந்து பதில் வந்தது. எங்களுடைய மாமா ஒருவரின் உடல், பலருடைய உடல்கள் அடங்கிய பொதுப் புதைகுழி யொன்றில் கண்டெடுக்கப்பட்டதாக எழுதியிருந்தாள். அதைப் பற்றிப் பெரிதும் சிந்திக்காமல் அந்தத் தொடர்பை ஏற்றுக்கொண்டேன். பின் சின்னச்சின்ன தகவல் துணுக்குகளைப் பகிர்ந்துகொள்ளத் தொடங்கினாள்: யார் யார் எந்தெந்த நாடுகளுக்கு அனுப்பப்பட்டிருக்கிறார்கள், யார் யார் இறந்துவிட்டார்கள் என்பது போன்ற தகவல்கள். என்னைப் பொறுத்தவரை அவள் தகவல் தொழில்நுட்பத்தின் ஒரு பகுதியாகிப் போனாள். மின்னஞ் சல் மூலம் தகவல் தரும் ஒரு கருவியாய், உறவினர்கள் மற்றும் நண்பர்கள் பற்றிய தகவல்களைத் தேடித் தரும், முகமற்ற, விருப்புவெறுப்பற்ற ஒன்றாய் ஆகிப் போனாள்.

ஆனால் இப்பொழுது அவள் நிஜமான நபராகத் திரும்பிவந்திருப்பது என்னைக் குழம்பச் செய்கிறது. வதைக்கிறது.

காலை நேரத்தின் குளுமையையும் மீறி வீடு புழுக்கமாக இருக்கிறது. அவளுடைய உடலிலிருந்து வரும் வெப்பம் வீட்டின் வெப்பநிலையை அதிகமாக்கிவிட்டிருக்கிறது. அவளுடைய மூச்சுக் காற்றே புழுக்கத்திற்குக் காரணம். அந்த சிறிய சாய்வு நிறுத்தத்தை தனக்கு முன்னால் இருத்திக் கொண்டு, வெறுங்கால்களுடன், சம்மணமிட்டு அமர்ந்திருக்கிறாள். பாதி வரையப்பட்டிருக்கும் கான்வாஸ் ஒன்றை விரித்து நிறுத்தத்தின் மீது 'க்ளிப்' கொண்டு பொருத்துகிறாள். அவள் என்ன செய்துகொண்டிருக்கிறாள் என்று எனக்குத் தெரிகிறது. இருந்தும் கேட்கிறேன். நிமிர்ந்து பார்க்கிறாள். அவளுடைய பார்வையின் வழி என்னை நானே பார்ப்பது என்னைச் சங்கடப்படுத்துகிறது. எனவே கதவுநிலையின் மீது என்னுடலைச் சாய்த்து என்னைத் தளர்த்திக்கொள்ள முயல்கிறேன். என் கேள்விக்கான பதிலை அளிக்காமல், கேள்வியின் உள்ளர்த்தம் பற்றிக் கேட்கிறாள்.

–இது ஏன் உன்னை சங்கடப்படுத்துகிறது?

உடன் பிறந்தவர்களால் மட்டுமே கேள்விகளின் உள்ளர்த்தங்களை இப்படிச் சரியாகப் புரிந்துகொள்ள முடியும். நியாயமாக இதை நினைத்து எனக்கு அவள் மேல் அன்பு பெருக வேண்டும். ஆனால் என்னால் அப்படி உணர இயலவில்லை. நான் என் உடலின் பளுவைச் சாய்த்திருக்கும் கையின் தசைகள் இறுகுகின்றன.

–இது எல்லாவற்றையும் குழப்புகிறது – என்கிறேன்.

–நான் இன்னும் வரைந்து முடிக்கவில்லை.

–நான் ஓவியத்தைச் சொல்லவில்லை. நீ செய்யும் விதத்தைச் சொல்கிறேன். தரையில் சாயங்கள் தெறிக்கும்.

–உலர்ந்துவிடும்.

–கறையாகிவிடும். நீ பயன்படுத்தும் திரவங்கள் தரைப்பலகைகளின் இடுக்குகளில் சென்று அவற்றில் விரிசலை ஏற்படுத்தலாம்.

அட, பைத்தியக்காரி என்பதுபோல என்னைப் பார்க்கிறாள். என் முகத்தையும், நான் கைகளையும் தோள்களையும் வைத்துக்கொண்டிருக்கும் விதத்தையும் கூர்ந்து பார்க்கிறாள். –செய்தித்தாள் ஏதாவது இருக்கிறதா? என்று கேட்கிறாள்.

எனக்கு இந்த இடத்தின் அரசியலில் எந்த ஆர்வமும் இல்லை. அவசியமற்ற விஷயங்களை விவாதிக்கும் இந்த ஊர் செய்தித்தாள்களில் எனக்கு ஆர்வம் குறைவு. சிலரைப் போல எனக்கு இந்த ஊரோடு ஒன்றிப்போக விருப்பமில்லை. கடந்து வந்தவற்றை விட்டு நீங்கி, இந்தப் புதிய இடத்தை என்னுடையதாய் ஏற்றுக்கொண்டு, அல்லது அது என்னை சுவீகரிக்க அனுமதித்து, ஒரு அனாதையாய் என்னை ஆக்கிக்கொள்ள நான் விரும்பவில்லை. எனக்கு இனி எந்த ஊரும் அம்மாவாகவோ அப்பாவாகவோ இருக்கப் போவதில்லை. எந்த நாடு என்னுடையதோ, நானும் எதனுடையதோவும் அல்ல. அவற்றைப் பற்றி எனக்கு எந்த அதீத உணர்வும் கிடையாது. என்னைப் பொறுத்தவரை அவை பூகோள வரைபடத்தில் வெறும் தற்காலிகத் தலையீடுகளே. எனக்கிருப்பது நான், என் வரைபட மேசை, இந்த வாடகை வீடு, இவ்வளவே. எங்கு வேண்டுமானாலும் பிழைத்துக்கொள்ளத் தேவையான சில திறமைகள் என்னிடம் உண்டு. தந்தையின் சொத்தில் எனது பங்கு என் கல்வி நோக்கியே பயன்படுத்தப்பட்டது. நாங்கள் அந்த இடத்தைவிட்டுச் செல்ல நேர்ந்த போது என்னால் அதை என்னுடன் எடுத்துக்கொண்டு கிளம்ப முடிந்தது.

படுக்கை விரிப்பொன்றை அவளிடம் தருகிறேன். எங்கள் வீட்டில் பயன்படுத்தியது. இங்குள்ள கட்டில்களுக்கு இது அளவில் சிறியது. பொருட்களை எடுத்துக்கொண்டு கிளம்பும்போது இதையெல்லாம் யோசித்திருக்கவில்லை. அவள் தனது சாய்வு நிறுத்தத்தை ஒரு கையால் தூக்கிக்கொண்டு, இன்னொரு கையால் நீர்க் கோப்பையை எடுத்துக் கொள்கிறாள். பின் வலது காலால் தன் முதுகுப் பை, தூரிகைகள், வண்ணச்சாயங்கள் கொண்ட ட்யூபுகள் –இவற்றை நகர்த்துகிறாள். விரிப்பின் ஒரு ஓரத்தை அவளிடம் கொடுத்து, இன்னொரு ஓரத்தைப் பிடித்து விரிக்கிறேன். பின் அதைத் தரையில் விரித்து எதிரும்புதிருமாக இருக்கும் ஓரங்களை ஒன்றாக இணைத்து ஒரு முக்கோணத்தை உருவாக்குகிறேன். அவளும் நான் செய்வதுபோலச் செய்கிறாள். செங்கோண முக்கோணம் ஒன்று கிடைக்கும்வரை விரிப்பை மடிக்கிறோம். அதன் அளவீடு 2/1.6 மீட்டர்கள் என்று கணிக்கிறேன். அவள் அந்த முக்கோணத்தை அறையின் மூலைக்கு இழுத்துத் தன் முதுகுப் பையை அதன் மீது வைக்கிறாள். கவனமாக இருக்கிறாள் என்பது எனக்குத் தெரிகிறது. அந்த விரிப்பின் முக்கோண வடிவத்தை அளவெடுத்து அதனைப் பிரதிபலிக்கும் சிறிய முக்கோணமொன்றைக் காகிதத்தில் செய்கிறேன். பிறகு என் வரைபடத்தில் அதற்குரிய இடத்தில் அதை வைக்கிறேன். இப்போதைக்கு அறையின் அந்த மூலையை நான் பொருட்படுத்தத் தேவையில்லை. அவள் சென்றதும் அந்த முக்கோண விரிப்பை அகற்றிவிடலாம்.

அவள் இதுவரை எங்கு எப்படி வாழ்ந்திருப்பாள் என்று யோசிக்கிறேன். முக்கியமான மொழிகள் எதையும் அவள் கற்றிருக்கவில்லை. எங்கோ பாத்திரங்கள் கழுவியது பற்றியும், விடுதி அறைகளைச் சுத்தம் செய்தது பற்றியும், தொழிற்சாலை ஒன்றில் பொருட்களை அட்டைப்பெட்டிகளில் அடைக்கும் பணியில் ஈடுபட்டிருந்தது பற்றியும் கூறியிருக்கிறாள். வீட்டை விட்டு வெளியேறிய அன்று அவளிடம் இருந்த அதே பொருட்கள் மட்டுமே, அதே முதுகுப் பையில், இன்றுவரை அவளிடம் இருக்கின்றன. எங்களுடைய உறவினர்கள் பற்றிய செய்திகளை எனக்கு முன்பே அவள் எப்படி அறிந்துகொண்டாள் என்றும் எனக்குத் தெரியாது. சில சமயம் அவர்களைப் பற்றிய அதிகாரப்பூர்வமான தகவல்கள் பல மாதங்கள் கழித்து எனக்கு அஞ்சலில் கிடைத்துள்ளன. அவளிடம் சரியான முகவரி கூடக் கிடையாது. ஆனால் எனக்கு முன்பே அவள் அறிந்துகொண்டிருந்தாள். சம்பந்தப்பட்ட நிறுவனங்களை அவள் தொடர்புகொண்டிருக்க வேண்டும். வலைத்தளப் பதிவேடுகளைத் தொடர்ந்து பரிசீலித்துக் கொண்டிருந்திருக்க வேண்டும். அப்படி எந்தத் தகவலைத் தேடிக்கொண்டிருந்தாள் அவள் என்று என்னால் புரிந்துகொள்ள முடியவில்லை. ஒருவேளை எங்கள் அம்மாவைத் தேடிக்கொண்டிருக்கிறாளோ? அம்மா நிச்சயம் இறந்திருப்பாள்.

– தயவுசெய்து எதையும் தொடாதே.

நான் வேலைக்குப் போவதற்கு முன் அவளிடம் சொல்கிறேன். ஆனால் பயனேதும் இல்லை. தன்னை அறியாமலேயே அவள் சுவர்களைத் தொடுவாள். நீர்த்தொட்டி, கழிப்பறை, குளியலறைக் குழாய், தரை என்று எல்லாவற்றையும் அவள் கண்டிப்பாகத் தொடவேண்டி வரும். அதனால் ஏற்படும் விளைவுகளைக் கட்டுப்படுத்துவதே என்னுடைய குறிக்கோள்.

– நான் இன்று முழுவதும் இங்கேயே இருக்கப் போகிறேன் – அவளுடைய மூலையிருந்தபடியே சொல்கிறாள். – ஆனால், உனக்கு அதில் விருப்பமில்லை என்றால் வெளியே போகிறேன். இன்னொரு சாவி இருக்கிறதா?

இதற்கான பதில்களை மனதில் அசைபோட்ட பிறகு 'இல்லை' என்று சொல்கிறேன்.

•

6

கனவுபோன்ற இடைப்பட்ட காலம் ஒன்றிருந்தது. யுத்தம் அறிவிக்கப்பட்ட பின் ஒரு வாரத்திற்கும் மேல் நிலவிய காலம். அப்பொழுது எங்கள் நாட்டின் வட பகுதியில் போர் வலுவடைந்து கொண்டிருந்தது. அந்தக் குறுகிய காலத்தில், என்ன நடந்துகொண்டிருக்கிறது, அதை எதிர்கொள்ள எங்களை எப்படித் தயார்ப்படுத்திக்கொள்ள வேண்டும் என்பதை எங்களால் புரிந்துகொள்ள முடியவில்லை. எனவே மக்கள் எப்பொழுதும் போல செயல்பட்டுக் கொண்டிருந்தனர்: குழந்தைகளைப் பள்ளிகளுக்கு அழைத்துச் சென்றனர். பேருந்துகளில் ஏறிப் பயணித்தனர். நண்பர்களை சந்தித்தனர். தங்களுடைய வாழ்க்கைக்கு அதுவரை அர்த்தமளித்துக் கொண்டிருந்தவற்றை, வாழ்க்கையின் வடிவத்தை, அதன் எல்லைகளைத் தீர்மானித்து வந்திருந்த விஷயங்களைத் தொடர்ந்து செய்துகொண்டிருந்தனர். நான் வேலைக்குச் சென்றேன்.

என்னுடைய பிரிவில் ஏறத்தாழ அனைவருமே 'உலகளாவிய வரைபடப்' பணியில் ஈடுபட்டிருந்தோம். பூமியின் நிலப்பரப்பு முழுவதற்குமான தரவுகளை ஒரே சீரான, தரப்படுத்தப்பட்ட வடிவில் வழங்குவதற்கான முயற்சி அது. நான் அந்தப் பிரிவின் மேலாளராக இருந்தேன். அதனால்தான் "என்னுடைய" பிரிவு என்றழைக்கிறேன். ஆனால், அதை "எங்களுடைய" பிரிவு, "எங்களுடைய" செயல்திட்டம் என்று அழைக்க வேண்டியிருந்தது. இது எங்களுடைய பணி என்ற பற்று ஏற்பட வேண்டும் என்ற காரணத்திற்காக. ஆனால் அந்தப் பணி யாருக்குச் சொந்தம்? எதன் மீது பற்று? வரைபடம் செய்து முடிப்பதே பணி. அதற்கான பொறுப்பு என்னுடையது.

மேலாளர் பதவி வகிப்பதற்கு எனக்கு வயது குறைவே. அது தவிர, கொஞ்சம் தவறான இனப்பிரிவைச் சேர்ந்தவளாகவும், கூடவே ஒரு பெண்ணாகவும் வேறு இருந்துவிட்டேன். இவற்றை ஈடுகட்ட நான் அதிகம் புன்னகைக்காமலும், வேலை மீது

அதிக அக்கறையுடனும் செயல்பட்டேன். பணி மீது, அதன் தரத்தின் மீது அதிகக் கவனம் செலுத்தினேன். பெண்குரல் போலக் கிறீச்சிடாமல் சுருதி குறைத்துப் பேசினேன். அனைவரும் தரமான பணியைத் தரும்படி ஊக்குவித்தேன். அவர்கள் மீதான என்னுடைய எதிர்பார்ப்புகள் சற்றுக் கடுமையானதாக இருந்தன. சிலரைப் பணிநீக்கம் செய்தேன். எல்லோரும் என்னைக் கண்டு பயந்தார்கள். நான் அறைக்குள் நுழையும்பொழுது அமைதியாகி விடுவார்கள். என் வயது, பாலினம், இனப் பின்புலம் ஆகியவற்றை மறந்துவிட்டு வெறும் ஒரு நபராக என்னை அவர்கள் வெறுக்கத் தொடங்கினார்கள் என்று நினைக்கிறேன். ஆனால் எதையும் உறுதியாகச் சொல்வதற்கில்லை.

'உலகளாவிய வரைபடம்' என்ற செயல்திட்டத்தை நான் மற்றவர்கள் கையில் விட்டிருக்க முடியும். ஆனால் நான் அதை என் இலட்சியப் பணியாக ஏற்றுக்கொண்டேன். உலகம் முழுவதற்குமான, அல்லது குறைந்தபட்சம் கடல்மட்டத்துக்கு மேல் இருக்கும் எல்லாவற்றிற்குமான, ஒரே ஒருங்கிணைந்த வரைபடம் என்பது நல்ல தொடக்கப்புள்ளியாக இருக்கும். அந்தப் பணிக்குப் பொறுப்பேற்பது என்னை ஈர்த்தது. எனவே நாடு முழுவதற்குமாக அப்போதிருந்த புவியியல் புள்ளி விவரங்களைத் தொகுக்கும் பணியில் ஈடுபட்டேன். அதில் இல்லாத தரவுகளைப் பூர்த்திசெய்ய புதிய வரைபடங்கள் உருவாக்கும் முயற்சிகளை மேற்கொண்டேன். அதன்பின், நாட்டின் நிலப்பகுதி முழுமைக்குமான மின்னணுத் தரவுத் தொகுதிகளை – ஒரு புள்ளிக்கு ஒரு மில்லியன் என்ற அளவீட்டில் – உருவாக்கும் பணியையும் தொடங்கினேன்.

நான் நேரடியாக வரைபடம் ஏதும் வரையவில்லை. ஆலோசனைக் கூட்டங்களில் பங்கேற்காத நேரங்களில் என் அலுவலகத்தை விட்டு வெளியே வரவில்லை. ஆனால் செயல்திட்டம் முழுவதையும் வடிவமைத்தது நான்தான். அதைச் செயல்படுத்துவதற்கான வழிமுறைகளையும், கால அளவையும் நானே நிர்ணயித்தேன். திட்டத்தைச் சின்னச்சின்ன அங்கங்களாகப் பிரித்து குழுக்களிடம் ஒப்படைத்தேன். எல்லாம் சீராக, திட்டமிட்டபடி நடந்துகொண்டிருந்தது. எல்லோரும் அவரவர் செய்ய வேண்டிய வேலைகளைச் செய்துகொண்டிருந்தார்கள். என்னென்ன பிரச்சினைகள் எழக்கூடும் என்பதை முன்கூட்டியே அனுமானித்தும் சமாளித்தும் வந்தோம்.

பணி முடிய இரண்டே மாதங்கள் இருக்கும்பொழுது போர் மூண்டது. எல்லைகள் குலையத் தொடங்கின. அதெல்லாம் ஒரு பிரச்சினையாக இருக்காது என்று எனக்கு நானே சொல்லிக்கொண்டேன். எல்லைக் கோடுகள் நகர்வது என்பது வெறும் அரசியலே; நடைமுறைக்கும் திட்டமிடுதலுக்கும் அது ஒரு அசவுகரியமாக இருக்கலாம், ஆனால் சமாளிக்க முடியாததல்ல. மொத்த நிலப்பரப்பு என்னவோ மாறப்போவதில்லை. போரின் காரணமாகப் புதிதாக உருவாகும் நாடுகளில் உள்ள விஞ்ஞானிகளிடம் அவர்களுடைய பகுதிகள் குறித்த தரவுகளைத் தந்துவிட வேண்டும். தங்களுடைய நிலத்தை இழக்கும் நாடுகளைச் சேர்ந்த விஞ்ஞானிகளிடமிருந்து அந்தப் பகுதிகளுக்கான தரவுகளைத் தருமாறு விண்ணப்பிக்க வேண்டும். என்

செயல்திட்டத்திற்கான கால அட்டவணையில் மாற்றங்கள் செய்து கூடுதல் நிதி கோரி விண்ணப்பங்களை அனுப்பத் தொடங்கினேன்.

எங்கள் அலுவலகம் இருந்த கட்டிடத்தை மூடப்போவதாகவும் நாங்கள் எல்லோரும் வெளியேற வேண்டும் என்றும் அவர்கள் ஒரு நாள் சொன்ன போது திடுக்கிட்டேன். என் வேலை இன்னும் முடிந்திருக்கவில்லை. அதை என்னால் அப்படியே விட்டுவிட முடியாது. ஆனால் இறுதியில் காவலாளி ஒருவனை அறை வாசலில் கொண்டு நிறுத்தினார்கள். என்னை வெளியேறச் செய்ய அது போதுமானதாக இருந்தது. அவன் அருகில் வரும்வரை நான் காத்திருக்கவில்லை. அங்குத் தங்கி வேலையைத் தொடரும் ஆர்வத்தைவிட அந்நியர்கள் என்னைத் தொடுவது குறித்த பீதியே பெரிதாக இருந்தது. இந்தச் சம்பவத்தைப் பின்னர் யாரிடம் நான் சொன்னாலும் அவர்களுக்கு அபத்தமாகத் தோன்றும் என்பதும் அப்போதே எனக்குப் பட்டது.

ஆனால் அந்தப் பணியை என்னால் காப்பாற்ற முடிந்தது. அதற்குத் தேவையான எல்லாத் தரவுகளும் முழுமையாக என்னிடம் மட்டுமே இருந்தன. என்னிடம் பணிபுரிந்தவர்களிடம், அவர்கள் குழு பொறுப்பேற்றுக் கொண்ட சிறு சிறு பகுதிகளுக்கான விவரங்கள் மட்டுமே இருந்தன. இந்தத் திட்டத்திற்கு நிதியுதவி அளித்த ஐ. நா. அமைப்பிடம் நான் அறிக்கைகளாக அனுப்பிக்கொண்டிருந்த குறிப்புகள் மட்டுமே இருந்தன. என்னிடம் இருந்த தரவுகள் அனைத்தையும் எடுத்துக் கொண்டேன். அவற்றைப் புரிந்துகொள்ள உதவும் மென்பொருள்கள் எதையும் உடன் எடுத்துக்கொள்ளவில்லை. அவை அதிக இடத்தை ஆக்கிரமித்துக்கொள்ளக் கூடும். ஒரேயொரு USB கருவியில் தேவையான தரவுகளை எடுத்துக்கொள்ள முடிந்தது. அதை என் கழுத்தில் ஒரு கயிற்றில் அணிந்துகொண்டு ஆடைக்குள் மறைத்துக் கொண்டேன்.

இன்னும் சில வாரங்களில் அலுவலகம் திரும்பிப் பணியைத் தொடரலாம் என்ற எண்ணத்தில், ஒரு எச்சரிக்கைக்காகவே அப்படிச் செய்தேன். அது ஒரு பெரிய சாகசச் செயலாகிவிடும் என்றெல்லாம் எனக்குத் தெரியாது. அப்படி எண்ணியிருந்தால் இன்னும் முறையாகச் செயல்பட்டிருந்திருப்பேன். உடன் பணிபுரிந்தவர்கள் அனைவரையும் தரவுகளை பத்திரப்படுத்தி வைத்துக் கொள்ளுமாறு வற்புறுத்தியிருப்பேன். பல்வேறு வடிவங்களில் ஆய்வுத் தரவுகளைச் சேமித்து வைத்திருந்திருப்பேன். மிக முக்கியமான கோப்புகளை அவரவருக்கோ மற்றவர்களுக்கோ மின்னஞ்சலில் அனுப்பி இருந்திருக்கலாம். ஆனால் நாங்கள் எல்லோரும் திரும்பி வந்து பணியைத் தொடரப் போகிறோம் என்றே நினைத்துக்கொண்டிருந்தோம். எல்லாத் தரவுகளும் கட்டிடத்தின் கீழ்ப் பகுதியில், மையக் கணினியில் இருந்தன. என் மேசையை ஒழுங்குபடுத்தி, வேலை செய்துகொண்டிருந்த ஆவணங்களைக் கோப்புகளில் சேர்த்துவிட்டு, காபிக் கோப்பையை சமையலறையில் கழுவி வைத்துவிட்டு, புறப்படத் தயாரானேன். அந்தக் காவலாளி என்னை நிழல் போலப் பின்தொடர்ந்து கொண்டிருந்தான். அடையாள அட்டையை 'ஸ்வைப்' செய்துவிட்டு நான் வெளியேறும்போது

அனைத்துத் தரவுகளும் அந்தக் கட்டிடத்தில், அடித்தளத்தில் உள்ள கணினியில்தான், இருந்தன.

இரண்டு நாட்களுக்குப் பின் அந்தக் கட்டிடம் குண்டு வீசப்பட்டுச் சுக்குநூறான வரை எல்லாம் அங்குதான் பத்திரமாய் இருந்தன. கட்டிடத்தின் பாரம் அனைத்தும் அதன் அடித்தளத்தில் இருந்த கணினியின் மீது விழுந்திருக்கும். அளவிட இயலாத மதிப்புள்ள அந்தத் தரவுகளின் மீது. எல்லாம் அழிந்துபோயின. என் USB கருவியில் நான் எடுத்துக் கொண்டவற்றைத் தவிர எல்லாம் அழிந்துபோயின. ஒரு புவியியல் புள்ளிக்கு ஒரு மில்லியன் மின்னணு விவரங்கள் என்ற அளவீட்டில், என்னுடைய நாட்டைப் பற்றிய தரவுகள் அவை. அதாவது, போருக்கு முன் இருந்த என்னுடைய நாடு. எடையற்றதாய் என் கழுத்தில் இன்றும் தொங்கிக் கொண்டிருக்கிறது. இங்கு என்னுடைய புதிய பணியில், மேசை மீது சாயும்போதெல்லாம், என் விலா எலும்புகளுக்கு மேல் அந்தக் குளிர்ந்த உலோகச் செவ்வகத்தின் இருப்பை என்னால் உணர முடிகிறது.

இப்போது அலுவலகத்தில் தரவுத் தொகுதி குறித்த தாளொன்றின் மீது என் கவனத்தைச் செலுத்த முயல்கிறேன். ஆனால் அவள் வீட்டில் தனியாக இருக்கிறாள் என்ற நினைவு கவனத்தைக் குலைக்கிறது. அவள் தன்னுடைய முக்கோண விரிப்பிலிருந்து விலகி எழுந்து நடக்கத் தொடங்குவதாகத் தோன்றிய மனப் பிம்பம் ஒன்று என்னை அமைதியிழக்கச் செய்கிறது. அவளுடைய கிண்ணத்தில் நீரை நிச்சயம் மாற்ற வேண்டியிருக்கும். அதற்காக அவள் சமையலறைக்குச் செல்லும்போது வரைபட மேசையை அசைக்க நேரிடலாம். அதைவிட மோசமான சாத்தியம் ஒன்றிருக்கிறது –மேசையை அவள் இடித்த அசைவின் தாக்கத்தில் கிண்ணம் கைதவறி அதிலிருக்கும் அழுக்குத் தண்ணீர் மொத்தமும் எகிறி, வில் போன்ற வளைவில் காற்றில் பயணித்து, வரைபடத்தின் மீது தெறித்து விழ நேரலாம். வரைபடத்தைச் சுருட்டி என்னுடன் எடுத்து வந்திருக்க வேண்டும். ஆனால் அது அவ்வளவு எளிதான காரியமல்ல. முக்கோணக் காகிதத்தை ஊசிகள் மூலம் பொருத்தியிருக்கிறேன். கம்பிகளைக் கொண்டு வரைபடத்தைத் 'தொடக்கப் புள்ளி'யின் மீது அசையாமல் நிறுத்தியிருக்கிறேன்.

என் கையில் உள்ள காகிதத்தில் அச்சிடப்பட்டிருக்கும் விவரங்கள் வெறும் எண்களின் குழம்பலாகத் தெரிகிறது. இந்த மனநிலையில் என்னால் அவற்றை விளங்கிக்கொள்ள இயலப்போவதில்லை. சீக்கிரமே கிளம்புகிறேன்.

•

7

திரும்பி வரும்போது வீடு வெளிச்சமாயிருக்கிறது. ஓசை எழுப்பாமலிருக்க, வாசற்கதவு வரை செல்லும் சரளைப்பாதையின் மீது நடக்காமல், அதன் விளிம்பில் நடந்து செல்கிறேன். கதவின் விளிம்பைப் பற்றிக்கொண்டு என்னால் இயன்றவரை சாய்ந்து சன்னல் வழியாகப் பார்க்க முயல்கிறேன். எல்லாம் வழக்கம்போல இருப்பதாகத் தெரிகிறது. வரைபடங்கள் அதனதன் அடைவுகளில் இருக்கின்றன. வரைபட மேசைக்கு எந்தச் சேதமும் ஏற்பட்டிருக்கவில்லை. அது அசைக்கப்படாமல் அதனிடத்தில் இருக்கிறது. ஏனெனில், சுவர்களுக்கும் வரைபடப் பலகைக்கும் இடையிலான இடைவெளி மாறவில்லை. தரை எந்தப் பொருளுமின்றி வெறிச்சிட்டு இருக்கிறது – ஒரு குறிபிட்ட மூலையைத் தவிர. அங்கு என் சகோதரி ஒரு விரிப்பின் மீது அமர்ந்துகொண்டு ஓவியம் தீட்டியபடி இருக்கிறாள்.

நாங்கள் சேர்ந்து இருந்ததால்தான் அந்த விஷயங்கள் சாத்தியமாயின. அகதிகளின் குடியேற்றத்திற்கென நிறுவப் பட்டிருக்கும் மிகமிகத் துல்லியமான நுணுக்கமான அரசுக் கட்டமைப்புகளுக்குள் புகுந்து எங்களால் வழிகாண முடிந்தது. திட்டமிடுதல், எங்கள் நிலைமை பற்றிய ஆவணங்க ளைப் பதிவுசெய்தல், மருத்துவ சுகாதாரத் தகவல்கள் குறித்த ஆவணங்களைத் தயார் செய்தல், எங்களைப் பற்றிய தனிப்பட்ட ஆவணங்களைப் பதிவு செய்தல் என்று செய்வதற்கு இருந்த விஷயங்களின் சுமை மிக அதிகம். எல்லாம் ஏதோ புதிர் விளையாட்டு போல இருந்தது. அந்த விளையாட்டின் விதிமுறைகள் உங்களுக்குச் சொல்லப்படாது. எதிராளியின் அடுத்தடுத்த செயல்பாடுகளைக் கொண்டு நீங்களே விளையாட்டின் விதிமுறைகளைக் கண்டுணர்ந்து கொள்ள வேண்டும். அதிகாரிகளின் முகங்களைக் கூர்ந்து கவனித்தோம். என்ன நடக்கும், என்ன செய்ய வேண்டும் என்ற கணிப்பு களை உருவகித்துக்கொண்டோம். அவற்றில் மாற்றங்களும் செய்துகொண்டோம். நாங்கள் உண்மைகளைத்தான்

சொன்னோம். ஆனால் அவற்றை எப்படிச் சொன்னால் எங்களுக்குப் பாதுகாப்பு கிட்டுமோ அந்த முறையில் சொன்னோம். சொல்வதற்கு இருந்த விஷயங்கள் குறைவே. அவற்றைச் சரியான வரிசையில் சொல்ல வேண்டும் –எங்களுக்கு இருந்த அபாயங்கள், நாங்கள் அனுபவித்த துன்புறுத்தல்கள், வன்முறை, சித்திரவதை, நாங்கள் சிந்திக்காமல் இருக்க முயன்று பின் தோல்வியுற்று சிந்தித்த எண்ணங்கள் – இவற்றை மீண்டும் மீண்டும், ஒவ்வொரு அதிகாரியிடமும் சொல்ல வேண்டும். அவர்கள் எங்கள் முன் அமர்ந்துகொண்டு, எங்கள் விவரணையில் வரும் போர்வீரர்களைப் போலவே எங்களை உற்றுப் பார்த்துக் கொண்டிருப்பார்கள்.

நாங்கள் சொல்வதெல்லாம் பொய் என்றே அவர்கள் நினைத்தார்கள். இதன் விளைவாக, உண்மை எங்களுக்கு வலுவிழந்ததாகத் தோன்ற ஆரம்பித்தது. இதுபோன்ற நேரங்களில் உண்மையை நாம் இழந்து விடுவோம் என்று தோன்றத் தொடங்குகிறது. உங்களுடைய ஞாபகங்களையே நீங்கள் சந்தேகிக்கத் தொடங்குகிறீர்கள். நீங்கள் உண்மையில் யார் என்று யோசிக்கத் தொடங்குகிறீர்கள். இந்த பயங்கள் அனைத்தையும் நாங்கள் கடந்து வந்தோம். என்னைவிட என் சகோதரி திறமையாகச் செய்தாள். அவளுக்கு என் மொழித் திறன் தேவைப்பட்டது. ஆனால் எனக்கோ அவளுடைய அச்சமின்மையும், உறுதியும், அதிகாரிகளின் பார்வைகளை நேராக, கண் சிமிட்டாமல் எதிர்நோக்கும் திறனும் தேவைப்பட்டன. கயிற்றின்மேல் நடக்கும் கழைக்கூத்தாடிகளைப் போல எங்களுடைய செயல்பாடுகள் இருந்தன. ஆனால் நாங்கள் ஒருபோதும் விழவில்லை. விழுந்தவர் பலர். ஆனால் நாங்கள் கடந்து வந்தோம். இறுதியில், விரும்பத்தக்க அகதிகளாக எங்களால் வெளிவர முடிந்தது.

அவள் நிமிர்ந்து சன்னலுக்கு வெளியே நிற்கும் என்னைப் பார்க்கிறாள். நான் என்ன செய்துகொண்டிருக்கிறேன் என்று கேட்பது போல கையால் சமிக்ஞை செய்கிறாள். நான் மீண்டும் கதவருகே சென்று சாவியை துவாரத்தில் நுழைக்கிறேன். நான் அவளை எதிரியாக நினைக்கவில்லை. எனக்கு அவள் மேல் எந்த வருத்தமும் இல்லை. அவள் எந்த ஒப்பந்தத்தையும் மீறியிருக்கவில்லை. அவளிடம் செய்வதற்கு என்னிடம் எந்த வாதமும் இல்லை. என்னை அந்தச் சாலையோர விடுதியில் விட்டுச் சென்றபோது, அவள் மீதான என் கோபத்தை நியாயப்படுத்துவதற்கான காரணங்களைத் தேடினேன். அந்தப் புதிய இடத்தில் அவள் என்னை அப்படி விட்டுச் செல்வது தவறு என்பதை நிரூபிக்கத் தேவையான ஆவணங்களைப் பெட்டியில் துழாவித் தேடினேன். எதுவும் கிட்டவில்லை. அது எனக்குப் புரியாத புதிராக இருந்தது. அவள் என்னுடன்தான் இருக்க வேண்டும் என்று நான் நம்பியது சரிதானா எனப் பரிசீலிக்க எதுவும் இருக்கவில்லை. நான் மட்டுமே அப்படி நம்பிக்கொண்டு இருந்திருக்கிறேன். அவள் அப்படி நினைத்திருக்கவில்லை.

வீட்டிற்கு உள்ளே எப்போதையும்விட வெப்பமாக இருக்கிறது. நான் வழக்கமாகச் செய்வதைச் செய்கிறேன். ஒவ்வொரு அறையாகச் சென்று விளக்குகளை அணைக்கிறேன். அவள் அமர்ந்திருக்கும் அந்த வரைபட அறையை நான் இருட்டில் ஆழ்த்தும்போதுகூட அவள்

சலனமற்று இருக்கிறாள். தண்ணீர் குடித்துக்கொண்டே சமையலறையின் கதவு வழியாகத் தலையை நீட்டிப் பார்க்கிறேன். இருட்டில் அமர்ந்து வரைந்துகொண்டிருக்கிறாள். இதிலிருந்தே அவள் வரைவது எவ்வளவு துல்லியமற்றதாக இருக்க வேண்டும் என்று என்னால் சொல்ல முடிகிறது. இந்த இருட்டில் வண்ணங்களைக்கூடப் பிரித்துக் கூற இயலாது. கோடுகளைப் பற்றிச் சொல்லவே வேண்டாம். கோப்பையைக் கழுவி, உலர்த்தி, அதற்குரிய இடத்தில் சேர்க்கிறேன். அலமாரியை மூடும்போது 'க்ளிக்' என்று ஒலிக்கிறது.

அவள் என்னை விட்டுச் சென்றதும், நான் ஒரு பேரிழப்பை, ஏதோ ஒன்று என்னிடமிருந்து விலகி ஆவியாகிச் சென்றதைப் போல, உணர்ந்தேன். தேனைப் பறிகொடுத்த தேனடை போல என்னை ஆக்கியது அவளுடைய இன்மை. நான் என்ன செய்திருக்க வேண்டும், என்ன சொல்லியிருந்தால் அவள் போகாமல் இருந்திருப்பாள், விட்டுப் பிரிந்துசெல்லாமல் இருப்பதற்கு அருகதையுள்ளவளாக நான் எப்படி நடந்துகொண்டிருக்க வேண்டும் என்று அந்த விடுதியின் பழுப்பு நிறப் படுக்கை விரிப்பின் மீது புரண்டபடி யோசித்துக் கொண்டிருந்தேன். ஆனால் என்னால் எதுவும் செய்திருக்க முடியாது, அவள் சென்றதற்கு நான் காரணமே அல்ல என்றே தோன்றுகிறது. அவள் தொடர்ந்து ஓட விரும்பவில்லை. ஆனால், ஓட்டத்தை நிறுத்திக் கொள்வதற்கான இடமாகவும் அது இருக்கவில்லை.

வரைபட அறையில், அவளுடைய முக்கோண விரிப்பைத் தவிர, எல்லாம் அதனதன் இடத்தில் இருக்கின்றன. நெற்றிவிளக்கின் வெளிச்சத்தில் அவளுடைய விரிப்பைப் பார்க்கிறேன். அவளுடைய முதுகுப் பையில் இருந்த பொருட்கள் அதன் மீது சிதறிக் கிடக்கின்றன. ப்ளாஸ்டிக் பைகள், செய்தித்தாள்கள், ரசீதுகள், நூல்கள். உலகின் அத்தனை குழப்பங்களையும் வீட்டிற்குள் எடுத்து வந்திருக்கிறாள். விளக்கொளியில் அவளுடைய முகத்தைப் பார்க்கிறேன். எதையோ எதிர்பார்ப்பவளைப் போல அவள் என்னையே பார்த்துக்கொண்டிருக்கிறாள். வரைபடத்தை நோக்கிக் குனிகிறேன்.

அது என்னை உள்ளிழுத்துக் கொள்கிறது. ஏற்கனவே குறிக்கப்பட்டுள்ள உருவரைகளின் மீது என்னிடமுள்ள மிகக் கூர்மையான பென்சிலைக் கொண்டு வரைகிறேன். கோடுகள் இயல்பாக விழும்படி நான் அளவுகளைத் துல்லியமாகக் கணித்திருப்பது திருப்தியளிக்கிறது. உருவமைப்பின் விதிகளின்படி எல்லாம் சீராக நடந்துகொண்டிருக்கிறது. இந்நாட்களில், கணினியைக் கொண்டு வரைபடங்கள் தீட்டிவிட முடியும். இருந்தாலும், கையால் வரைவதில் ஒரு திருப்தி. காகிதத்தின் தடிமன், கூர்மையாக்கும் பொழுது பென்சிலின் காரீய முனை வெளிவிடும் வாசம். இவை தரும் உணர்வெழுச்சி. நிச்சயமாக, கையால் வரைபடம் எழுதும் இந்த முறையில் தவறுகள் ஏற்படுவதற்கான சாத்தியக்கூறுகள் அதிகம்தான். ஆனால் அதுவே அதன் வசீகரமும்கூட. ஒவ்வொரு அளவீடும், கணிப்பும் முக்கியம். அறைக்குள் புகுந்து கதவுகளை அடைத்துக் கொண்டு சுற்றியிருக்கும் உலகின் ஒலிகளைப் புறக்கணிப்பது போலவே இந்தப் பணிக்குள்ளும் புகுந்து அடைபட்டுக்கொள்ள வேண்டும்.

பார்ப்பவற்றைப் பெரிதாக்கிக் காட்டும் என் காப்புக் கண்ணாடியின் துல்லியத்தை அதிகப்படுத்திக்கொண்டு வரைபடத்தின் நடுவே பொருத்தியிருக்கும் முக்கோணத்தைப் பார்க்கிறேன். அறையில் என் சகோதரி அமர்ந்திருக்கும் முக்கோண விரிப்பின் உருவமைப்பு இது. என் வரைபடத் தசையின் மீது ஏற்பட்டுள்ள தழும்பு போலத் தோன்றுகிறது அந்த முக்கோணம். ஆனால் அது நிரந்தரமானதல்ல. உரித்து நீக்கிவிட முடியும். எப்படியும் போய்விடுவாள். ஆனால் அவள் விட்டுச்செல்லும் பொருட்களை ஏதாவது செய்தாக வேண்டியிருக்கும். அறையிலுள்ள கணப்பிடத்தின் மேலே இருக்கும் தட்டுமாடத்தைக் குறிக்க நான் வரைந்திருப்பதின் மீது என் அளவுகோலை வைக்கிறேன். வரைபடத்தில் அது ஒரு செங்குத்துப் பாறையாகத் தெரிகிறது. தரைப்பரப்பிற்கு மிக உயரத்தில், சரிவற்று, நேர்கோட்டில் செங்குத்தாக விழுகிறது. இப்பொழுது அதன் பரப்பை என் சகோதரி கொடுத்த கிண்ணம் ஆக்கிரமித்துக் கொண்டிருக்கிறது. நிமிர்ந்து பார்க்காமலேயே அந்தக் கிண்ணம் அங்கிருப்பதை என்னால் உணர முடிகிறது. நிலப்பரப்பில் ஏற்பட்ட வினோதமான பெரும்பள்ளத்தைப் போல.

மாலை நேரம் போகப்போக என்னால் அவள் அங்கு இருப்பதைப் பொருட்படுத்தாமல் இருக்க முடிகிறது. இருட்டில், மூலையில், அந்த முக்கோண விரிப்பிற்கு அவளை ஒதுக்கியிருக்கிறேன். ஆனால், அவளுடைய உடலின் இருப்பையும், வெப்பத்தையும், அசைவுகளையும், கரித்துண்டைக் கொண்டு அவள் தன் காகிதத்தில் இழுக்கும் கோடுகளின் சரசரப்பையும் என்னால் உணர முடிகிறது. என் பெயரைச் சொல்லி அழைக்கிறாள். நிமிர்ந்து என் காப்புக்கண்ணாடி வழியாக அவளைப் பார்க்கிறேன். அவள் மங்கலாகவும் அருகிலும் தெரிகிறாள். கண்ணாடியைக் கழற்ற முயலும் பொழுது ஏதோ குத்துகிறது. வசதிக்காக வகுப்பி ஒன்றை ரப்பர் பேண்ட் கொண்டு என் மணிக்கட்டில் பொருத்தி இருக்கிறேன். அதன் நுனிகளின் கூர்மையை மறந்துவிட்டேன். அது இப்போது என் கன்னத்தைக் குத்துகிறது.

–என்ன ? என்று கேட்கிறேன். காப்புக் கண்ணாடி வழியாக என்னால் அவளைப் பார்க்க முடிகிறது. அவள் எழுந்து தன் சாய்வுப் பலகையிலிருந்து எதையோ கையிலெடுக்கிறாள்.

–ஒரு வேடிக்கையைப் பார்.

என் மணிக்கட்டைத் திருப்பி வகுப்பியை மறுபுறம் தள்ளுகிறேன். பின்னர் கண்ணாடியைக் கழற்றுகிறேன். வியர்வையும் சோர்வும் மிகுந்த என் கண்கள், நெற்றிவிளக்கின் கீழே அவள் நீட்டும் காகித்தைச் சரியாகப் பார்க்க முயல்கின்றன. கூரிய நகங்களையும், முகத்தில் விசித்திரமான புடைப்புகளையும் கொண்ட பூச்சிபோன்ற வடிவம் ஒன்றை வரைந்திருக்கிறாள். அது வரைபடப் பலகையின் மீது கவிந்து அமர்ந்திருக்கிறது. காகிதத்தைப் பிடித்திருக்கும் அவளுடைய கையின் நடுக்கத்தைக் கொண்டு அவள் சிரிப்பைக் கட்டுப்படுத்த முயல்கிறாள் என்று தெரிகிறது. காகிதத்தை அகற்றி தன் முகத்தைக் காட்டுகிறாள். –நீ எப்படி ஆகிவிட்டிருக்கிறாய் என்று பார், என்று போலியான தீவிரத்துடன் சொல்கிறாள். இந்த இடத்தில் நான் புன்னகைக்க வேண்டும் என்று

எனக்குத் தெரிவதால் புன்னகைக்கிறேன், என் தாடையில் ஏதோ வழிந்து செல்கிறது. அவள் அந்தக் காகிதத்தை என் தாடையின் கீழ் நீட்டி ஒரு இரத்தத் துளியைப் பிடிக்கிறாள். அது என் வரைபடத்தின் மீது விழுந்திருக்கக் கூடும்.

என் கன்னத்தில் வகுப்பி குத்திய இடத்தை கைக்குட்டையைக் கொண்டு ஒத்தி எடுக்கிறேன்.

–இது மிக அபாயகரமான பணி என்று விளையாட்டாகச் சொல்கிறேன்.

என் முகத்தில் எதையோ தேடுவது போலப் பார்க்கிறாள். அது கிடைக்கவில்லை. தேடுவதைக் கைவிட்டு வரைபடப் பலகையைப் பார்க்கிறாள்.

– கிண்ணத்தைக் கையிலெடுத்துக்கொண்டு –இது இங்கு என்ன செய்துகொண்டிருக்கிறது? என்கிறாள்.

–வரைபடத்தில் சேர்க்கப்பட்டுக் கொண்டிருக்கிறது.

–கிண்ணத்தையும் வரைபடத்தில் சேர்க்கிறாயா?

–முடித்துவிட்டேன், பார். இப்போதைக்கு, பருந்துப் பார்வையாக மட்டும் வரைந்திருக்கிறேன். கிண்ணத்தின் விளிம்பை பூஜ்யம் என்று கணக்கிலெடுத்துக் கொண்டிருக்கிறேன். அதாவது, கடல்மட்டத்தின் அளவு. இது கிண்ணத்தின் வெளிப்பகுதி மட்டுமே. இனி உட்புறத்தையும் வரைய வேண்டும். பின் இரண்டையும் எப்படி இணைப்பது என்று பார்க்க வேண்டும்.

அவள் முகத்தைச் சுளித்துவிட்டு, கிண்ணத்தை மீண்டும் தலைகீழாக அது இருந்த இடத்திலேயே வைக்கிறாள். அதைச் சுற்றி நான் வரைந்திருக்கும் வட்டதில் அதன் விளிம்பு சரியாகப் பொருந்தி இருக்குமாறு நகர்த்தி வைக்கிறாள். உருவரைக் கோடுகள் மறைகின்றன.

–ஒன்றுக்கு ஒன்று என்ற அளவீடு என்று சொல்கிறேன்.

கிண்ணத்தை ஒருபுறம் நகர்த்தி வரைபடத்தைக் காட்டுகிறேன். ஒவ்வொரு ஐந்து மில்லிமீட்டர் தூரத்திற்கும் உருவரைக் கோடுகள்.

–வியப்பளிக்கிறது.

–இல்லையா? கிண்ணத்தின் மேடுபள்ளம் ஒவ்வொன்றையும் இப்போது பார்க்க முடிகிறது, பார்.

கிண்ணத்தை அவளிடம் திருப்பித் தருகிறேன்.–இது மேம்படுத்தப்பட்ட யதார்த்தத்தைப் போல. இல்லையா? என்கிறேன்.

அதைச் சொன்னவுடன் அவள் தவறாக எடுத்துக்கொள்வாள் என்பது எனக்குப் புரிகிறது. நான் அந்த அர்த்தத்தில் சொல்லவில்லை என்று சொல்லத் தொடங்குகிறேன், ஆனால் அவள் என்னைத் தடுக்கிறாள்.

–உனக்கு இந்தக் கிண்ணத்தின் யதார்த்தம் பிடித்திருக்கவில்லை என்பது எனக்குத் தெரியும். அது சரியாக அமராது என்று சொன்னாய்.

– அது உண்மைதான் என்கிறேன்.

– இல்லை. அமரும்.

– இல்லை. நிலையாக அமராமல் ஆடிகொண்டிருக்கிறது.

– இல்லை.

– ஆமாம்.

– எங்கே காட்டு, என்கிறாள்.

– நம்மால் பார்க்க முடியாது. நாம் பார்க்கக் கூடிய அளவில் இல்லை அது. அப்படியிருக்க வேண்டும் என்று வரைபடம் சொல்கிறது – பார்.

கிண்ணத்தின் அடிப்பகுதியைக் குறிக்கும் கோடுகளில் உள்ள கோணல்களை அவளுக்குக் காட்டுகிறேன்.

– தேவையில்லை. என்ன பயன்? உனக்குப் பயனற்ற பொருள் என்று நீ தீர்மானித்துவிட்டதை எதற்காக வரைந்துகொண்டிருக்கிறாய்?

நான் அவளை நிமிர்ந்து பார்க்கிறேன். அவள் என்ன கண்பார்வையை இழந்துவிட்டாளா?

– வெளிச்சமிடுதல், என்கிறேன். அவள் முகத்தில் எந்த மாற்றமும் இல்லை.

– அப்படியென்றால் தெளிவுபடுத்துதல். வரைபடம் கிண்ணத்தை வெளிச்சமிட்டும் தெளிவுபடுத்தியும் காண்பிக்கிறது. கிண்ணத்தை நேரில் பார்ப்பதைக் காட்டிலும் தெளிவான பிம்பத்தைப் பார்ப்போருக்கு இந்த வரைபடம் காட்டுகிறது. தெரிகிறதா?

– ஆனால் இதில் என்ன பயன்? என்கிறாள். – உனக்கு இந்தக் கிண்ணம் பிடித்திருக்கிறதா இல்லையா?

– நான் என்னவென்று பதில் சொல்ல. அது நீ எனக்குப் பரிசளித்தது. எனக்குப் பிடித்திருக்கிறதா என்று கேட்கிறாயா?

– அது சரியாகச் செய்யப்படவில்லை என்று நினைக்கிறாயா?

– அது எல்லாப் புள்ளிகளிலும் சமச்சீராக இருக்க வேண்டும் என்ற குறிக்கோளுடன் அதைச் செய்தாயா?

– இல்லை.

– பின் ஏன் கவலைப்படுகிறாய்?

அவள் கிண்ணத்தைக் கையிலெடுத்து இப்படியும் அப்படியும் திருப்பிப் பார்க்கிறாள். கைக்குட்டையைக் கன்னத்திலிருந்து எடுக்கிறேன். இரத்தக் கசிவு நின்றிருக்கிறது. அவள் என்னை நிம்மதியாக வேலை செய்ய விட்டுவிட்டு மீண்டும் தன் ஓவியத்தில் கவனம் செலுத்த மாட்டாளா என்று எதிர்பார்க்கிறேன். அவள் கிண்ணத்தை என் முகத்திற்கு நேரே உயர்த்திப் பிடிக்கிறாள்.

–இந்தப் பளபளப்பான நீல நிறப் படிமம் தெரிகிறதா? எப்படி மினுமினுத்து ஒளியைப் பிரதிபலிக்கிறது பார். அப்புறம், இங்கே வெறும் களிமண் தெரிகிறதா?

அவள் கிண்ணத்தை என் கைகளில் திணித்து, என் விரல்களை எடுத்து அதன் விளிம்பிலிருந்து அடிப்பாகம் வரை தொடச் செய்கிறாள்.

–அதனுடைய இழை நயம் இடத்துக்கு இடம் எப்படி மாறுகிறது பார். கையில் வாங்கிக்கொள். அதன் குளுமையை, அதன் கனத்தை உணர முடிகிறதா? அதுதான் என் குறிக்கோள். புரிகிறதா?

கிண்ணத்தை மீண்டும் வாங்கித் தட்டுமாடத்தின் மீது வைக்கிறாள்.

–காகிதத்தின் மீது ஒன்றை வரைவதன் மூலம் அதன் யதார்த்தத்தை மேம்படுத்துவதாக எப்படி எண்ணிக்கொள்கிறாய்?

கிண்ணம் அதன் இடத்திலிருந்து இரு முழு சென்டிமீட்டர்கள் தள்ளி இருக்கிறது. அதை அப்புறம் சீர்செய்துகொள்ளலாம்.

–நீ மீண்டும் ஓவியத்தில் கவனம் செலுத்தப் போகிறாயா? என்று கேட்கிறேன்.

சலிப்புடன் என்னைப் பார்க்கிறாள். முகத்தை முடிந்தவரை உணர்ச்சியற்றதாக வைத்துக்கொள்ள முயல்கிறேன்.

–ஓவியம் என்பது வேறு, என்கிறாள்.

–நீ சொன்னால் சரிதான்.

–நான் எந்த யதார்த்தத்தையும் தெளிவுபடுத்தவோ, உருவகப்படுத்தவோ கூட, முயற்சிசெய்யவில்லை.

–பின் ஏன் நிஜப் பொருட்களை மாதிரிகளாகப் பயன்படுத்துகிறாய்.

–நான் எல்லா நேரங்களிலும் அப்படிச் செய்வதில்லை.

–ஆனால் சில சமயம் செய்கிறாய்.

அவள் வரைந்த பூச்சியின் படத்தை அவளிடம் திருப்பித் தந்துவிட்டு மீண்டும் காப்புக் கண்ணாடியை அணிந்துகொள்கிறேன். இந்த உரையாடல் எனக்கு எரிச்சலூட்டுகிறது. என்னவோ குழந்தையுடன் பேசுவது போல் இருக்கிறது.

•

8

அதிகார பலம் அதிகம் இல்லாதவர்களே சிறந்த வரைபடவியலாளர்கள் ஆகிறார்கள். நாங்கள் எங்கு இருக்கிறோம், மற்றவர்களுக்கும் எங்களுக்குமான இடைவெளி என்ன என்பதை அறிந்துகொள்வது எங்களுக்கு அவசியம். தங்கள் வீடுகளிலேயே இருக்க அதிகாரம் பெற்றவர்களுக்கும், உலகமே தங்களுடைய வீடு என்று இருப்பவர்களுக்கும் இது தேவைப்படுவதில்லை.

ட்ராம் வண்டியிலிருந்து இறங்கி அலுவலகம் நோக்கி நடந்து செல்கையில் ஒரு கடையின் சன்னல் வழியாகத் தொலைக்காட்சி ஒன்றைப் பார்க்கிறேன். ஒலி இல்லாத நிலையிலும் அதில் தோன்றும் பளீரென்ற நிறங்களை என்னால் புரிந்துகொள்ள முடிகிறது. அதிகாரம் வாய்ந்த செய்தி நிறுவனம் ஒன்று என்னுடைய நாட்டின் வரைபடைத்தைக் காட்டிக் கொண்டிருக்கிறது. எந்தெந்த நகரங்களில் கலவரங்களும் குண்டுவெடிப்புகளும் நிகழ்ந்துகொண்டிருக்கின்றன என்பதைக் காட்ட சிறிய தீப்பிழம்புகளைக் குறியீடுகளாகப் பயன்படுத்துகிறார்கள். ஊர்கள் தப்பும்தவறுமாகக் குறிக்கப்பட்டுள்ளன. நான் பிறந்த ஊர் வேறொரு பெயரால் குறிக்கப்பட்டிருக்கிறது. அது ஏன் என்னை இவ்வளவு பாதிக்கிறது என்று எனக்குப் புரியவில்லை. என்னுடைய அம்மாவை நான் கடைசியாகப் பார்த்தது அந்த ஊரில்தான் என்பதனால் இருக்கலாம்.

கடமைக்காக அவளுடைய பிறந்தநாளன்று அவளைப் பார்க்க ஊருக்குச் சென்றிருந்தேன். போர் தொடங்குவதற்குச் சில மாதங்களுக்கு முன். நான் அப்போது வசித்துவந்த நகரத்திற்கு வடக்கே இருந்தது அந்த ஊர். மலை மேல் இருந்த என் அம்மாவின் சிறிய வீட்டை நோக்கி ஏறுகையில் காற்று வலுவிழப்பதையும், நான் என் எல்லைகளைக் குறுக்கிக்கொண்டு சுருங்கி வருவதையும், அம்மாவிற்கும் அவளுடைய சூழலுக்கும் ஏற்றவளாக என்னை மாற்றிக்கொண்டு வந்ததையும் என்னால் உணர முடிந்தது. அது சிறிய ஊர். அதன் பிரதான நிறம்

சாம்பல்: சாம்பல் நிறச் சாலைகள், சாம்பல் நிற வீடுகள், சாம்பல் நிற வானம். எப்போதும்போல, வயதானவர்கள் தங்கள் வீடுகளின் வாசற்படியில் நின்றுகொண்டு நான் கடந்துபோவதைக் கவனித்தபடி இருந்தார்கள். நான் யார், எங்கு போகிறேன், எதற்காக என்பது அனைத்தும் அவர்களுக்குத் தெரியும். என் சிந்தனைகளிலிருந்து வெளிவந்து இரு வீடுகளுக்கு ஒருமுறை நின்று நலம் விசாரிக்க வேண்டியிருந்தது. வந்தனம் சொல்லி இனிமையாகப் பேச வேண்டியிருந்தது. நல்லவேளையாக, வயதில் மூத்தவர்களை நாங்கள் பெயரிட்டு அழைப்பதில்லை. எங்களுடைய மொழியில் பெரியவர்களை மரியாதையுடன் அழைப்பதற்கான சொற்கள் இருக்கின்றன. எனவே நான் மறந்துவிட்ட அவர்களின் பெயர்களை நினைவுபடுத்திக்கொள்ளத் தேவையிருக்கவில்லை. ஆனால் அவர்கள் என்னைப் பெயர் சொல்லி அழைத்தார்கள்.

பின் அம்மாவுடன் மதிய உணவு. உரையாடல் அதன் வழக்கமான தடத்தில் போய்க்கொண்டிருந்தது, எப்பொழுதும்போல ஒரே விவாதத்தை நோக்கி. எங்களுடைய உரையாடலுக்கென்று நிலையானதொரு வரையறை இருந்தது. அதற்குள்ளாக இயங்கினோம். பயன்படுத்தும் சொற்கள் வேண்டுமானால் மாறலாம். ஆனால் உரையாடலின் கட்டமைப்பு மாறாமல் நிலையானதாக இருந்தது. அதன் கருப்பொருள், அவமானம். தன்னுடைய மகள் திருமணம் செய்துகொள்ளாமல் இருப்பதைக் குறித்து என் அம்மாவுக்கு ஏற்படும் அவமானம். மகள் படித்திருந்தும் – ஒருவேளை அதுவே தடையாகவும் இருக்கலாம் – கணவனைத் தேடிக்கொள்ளவில்லை. அவளுக்குக் குழந்தைகள் இல்லை. எனவே அவள் மகிழ்ச்சியாக இல்லை. தன் மகளைப் பற்றி நல்ல செய்திகளை அக்கம்பக்கத்தாரிடம் சொல்ல முடியவில்லை என்பதால் வரும் அவமானம். அப்படி ஒரு கதை இருந்தால் அதை அவள் தொடர்கதையாக நீட்டிக் கொண்டிருப்பாள். குழந்தைகள் வளர வளர, அவளுக்கு வயதாகிக்கொண்டு போக என்று கதை நீளும். தன் மகளும் தன் குழந்தைகள் பற்றி இந்த அக்கம்பக்கத்தாரிடம் கதையளக்க முடியவில்லை என்ற அவமானம். தன் வாழ்க்கையை மகள் ஆமோதிக்கவில்லை என்ற அவமானம். தற்பெருமை என்பது இனி இருவருக்குமே பிடிபடப் போவதில்லை என்பதில் உள்ள அவமானம்.

பதின்வயதில் அந்த ஊரை விட்டு வெளியேறிய என் சகோதரி அங்கு திரும்பிச் செல்லவில்லை. அவளால் முடியவில்லை. நான் தனியாக வாழ்வது எவ்வளவு கடினமோ அதைவிடக் கடினம் அவள் மற்ற பெண்களுடன் சேர்ந்து வாழ்வது. நாங்கள் இப்பொழுது இருக்கும் இந்த அந்நிய நாட்டைக் காட்டிலும் அந்த ஊரில் நாங்கள் அந்நியர்களாக உணர்ந்தோம். போர் எங்களை நாடுகடத்துவதற்கு வெகுகாலத்திற்கு முன்னரே நாங்கள் நாடுகடத்தப்பட்டவர்களாக உணர்ந்தோம்.

●

9

நான் திரும்பிவரும்போது வீடு வெளிச்சமாயிருக்கிறது. மதியச் சூரியனின் கிரணங்களில் வீடு நங்கூரம் நீக்கி மிதந்துகொண்டிருக்கிறது. புல்வெளியைக் கடந்துசென்று வீட்டின் வெளிச்சுவரில் உள்ள செங்கற்களுக்கு இடையில் விரல்களை வைத்து வீட்டை அழுத்திப் பிடிக்கிறேன். இன்றும் வேலையிலிருந்து சீக்கிரம் திரும்பியிருக்கிறேன். என் சகோதரி இங்கு இருப்பது எனக்கு என் பணியைவிட முக்கியமானதாகப் படுகிறது. அலுவலகத்தில் உடன் பணிபுரிபவர்களுடைய பேச்சுகள் இன்று குறுகிய வட்டத்தில் வலம் வந்தன: கட்டிடச் சீர்திருத்தங்கள், கடை அங்காடிகள், கால்பந்து இப்படி. சொல்வதற்கு எனக்கு எதுவும் இருக்கவில்லை. என்னுடைய அமைதி, அவர்கள் பேசும் விஷயங்கள் எதுவும் எனக்குப் புரியவில்லை என்று அவர்களை எண்ண வைக்கிறது. அது உண்மைதான். எனக்குப் புரியக்கூடிய விஷயங்களின் எண்ணிக்கை நாள்தோறும் குறைந்துகொண்டே வருகிறது.

ஆனால் போருக்கு முந்தைய நாட்களிலிருந்தே நான் இந்த மொழியில் சரளத்தை ஏற்படுத்திக்கொள்ளக் கடுமையாக உழைத்திருக்கிறேன். என்னுடைய துறையில் நடந்துகொண்டிருக்கும் முன்னேற்றங்களைப் பற்றி அறிந்து வைத்திருப்பது எனக்கு அவசியம். சர்வதேச அளவிலான என்னுடைய சகாக்களுடன் உரையாடுவதற்கு அத்தகைய அறிவு தேவை. ஆனால் நான் இங்கு வந்த பிறகு அதையும் தாண்டிச் சென்றிருக்கிறேன் – இந்த மொழியில் நான் அறிந்திருக்கும் சொற்களின் எண்ணிக்கையைப் பெருக்கிக் கொண்டிருக்கிறேன், வாக்கியங்களை அமைப்பதில் தேர்ச்சி பெற்றிருக்கிறேன், உச்சரிப்பில் வேற்றுமொழியின் சாயலை ஏறத்தாழ முற்றிலுமாக நீக்கியிருக்கிறேன். இந்த வேலைக்கான நேர்காணலின் பொழுது ஒன்றைப் புரிந்துகொண்டேன். இந்த நாட்டின் மொழியைப் பேசுவதில் எனக்குத் தடுமாற்றம் ஏற்பட்டால், அது மற்ற துறைகளில் எனக்குள்ள திறன் பற்றிய அறிகுறியாகக் கருதப்படும். சிறு குழந்தைகள்

கூடத் தாய்மொழியின் வினைச்சொல் புணர்ச்சி விதிகளை இயல்பாக அறிந்துகொண்டுவிடுகிறார்கள். அந்த விதிகளைச் சரியாகச் செயல்படுத்த முடியாத ஒருவரை மற்றவர்கள் ஒரு குழந்தைபோலக் காண்கிறார்கள். இது தர்க்கரீதியாகவோ நியாயரீதியாகவோ சரியானதல்ல, ஆனால் அப்படித்தான் நடக்கிறது.

வீட்டின் செங்கற்களைப் பிடித்துக்கொண்டே, அதன் வெளிப்புறத்தைத் தழுவியபடியே, பக்கவாட்டில் நகர்கிறேன். தோட்டத்தில் கிடக்கும் சருகுப் போர்வை மீது காலணிகள் பதிந்து சருகுகள் முறிந்து சரசரக்கின்றன. சன்னல் வழியாக உள்ளே பார்க்கிறேன். அனைத்தும் அதனதன் இடத்தில் இருக்கின்றன. என் சகோதரி அவளுடைய மூலையில் அமர்ந்திருக்கிறாள். ஆனால் ஏதோ வித்தியாசமாகப் படுகிறது. ஏதோ நிலையிழந்திருக்கிறது. நான் குனிந்து சன்னலின் விளிம்பைப் பார்க்கிறேன். அது என் கைகளின் கீழ் உலர்வாகவும் கடினமாகவும் இருக்கிறது. என்னுடைய கைப்பிடியில் வீடு அமைதியடைகிறது.

நான் இப்பொழுது இங்குள்ளவர்களைக் காட்டிலும் இந்த மொழியை ஒரு செயற்கைச் செறிவுடன் பேசுவதாகவும், அந்த நேர்த்தியே என்னைக் காட்டிக்கொடுத்து விடுவதாகவும் சொல்கிறார்கள். பேச்சுவழக்கில் பயன்படும் சொற்றொடர்களையும் பழமொழிகளையும் பயன்படுத்தாமல், பேச்சுவழக்கின் சுருக்கங்கள் இல்லாமல், தளர்வாகவும் நேர்த்தியின்றியும் பேசத் தெரியாமல் நான் இருப்பதே மற்றவர்கள் என்னைச் சந்தேகிக்க வைக்கிறது. இந்த ஊரில் மற்றவர்களுடன் ஒன்றிப்போக எது உதவும் என்று நினைத்திருந்தேனோ அதுவே இன்று அவர்களிடமிருந்து என்னை விலக்கி அந்நியப்படுத்திக் காட்டுகிறது.

சன்னலின் மறுபுறத்தில், வீட்டிற்குள், என் சகோதரியின் கைகள் இருப்பதை நான் நிமிர்ந்து பார்க்கிறேன். அவள் தன் மூலையிலிருந்து எழுந்து வந்து சன்னல் கண்ணாடியின் மறுபுறம் என்னைப் பார்த்தபடி நிற்கிறாள். ஒரு சில நொடிகள் அவளுடைய கண்ணாடிப் பிம்பம் போல அப்படியே உறைந்து நிற்கிறேன். அந்த நிலையிலிருந்து விடுபட எத்தனிக்க வேண்டியிருக்கிறது. என் பாக்கெட்டிலிருந்து சுருள் அளவுகோலை எடுத்து என் பணியைத் தொடங்குகிறேன். அளவுகளைச் சரிபார்த்தல். கையை நீட்டி, அளவுகோலின் உலோகநுனியை வீட்டின் வலதுகோடியில் எட்டாவது செங்கல் வரிசைக்கும் ஒன்பதாவது செங்கல் வரிசைக்கும் இடையே பொருத்துகிறேன். வீட்டிற்குள் 'தொடக்கப்புள்ளி' என்று நான் குறியிட்டிருக்கும் புள்ளிக்கு நேர்கோட்டில் வெளிப்புறத்தில் இருக்கிறது இந்தப் புள்ளி. அவளிடமிருந்து என்னை விலக்கி, பின்னிழுத்துக்கொண்டு, அளவுகோலை சீராக, நேர்கோட்டில், வீட்டின் எதிர்க்கோடிக்கு எடுத்துச் செல்கிறேன். ஏழு புள்ளி மூன்று ஐந்து ஒன்று மீட்டர்கள். அளவுகோலை அலை போல அசைக்கிறேன். அந்த அசைவில் நான் பொருத்திய நுனி அகன்று அளவுகோல்பட்டி சாட்டை போல விசிறி, சுழன்று அடங்குகிறது. நான் முன்னர் அளந்ததை விடவும் இரண்டு மில்லிமீட்டர் அதிகம் இப்பொழுது. வீட்டை ஒருமுறை நிமிர்ந்து பார்க்கிறேன். இப்போது எடுத்த அளவு தவறானதாக இருக்கட்டுமே என்று சொல்லிக்கொள்கிறேன்.

இழப்பின் வரைபடம்

வீட்டிற்குள் சென்றதும் என் சகோதரி மெல்ல மெல்ல தன் எல்லையை விரித்துக்கொண்டிருப்பது தெரிகிறது. அவள் மீண்டும் தன் மூலையில் சென்று அமர்ந்திருக்கிறாள். ஆனால் அவளுடைய பை விரிப்பின் எல்லையிலிருந்து சற்றுச் சரிந்து கிடக்கிறது. அவளுடைய கரித்துண்டு ஒன்றும் முற்றிலுமாகத் தன் எல்லையைக் கடந்து, மூன்றரை சென்டிமீட்டர் தன் எல்லைக்கு வெளியிலும், விரிப்பின் குறுக்குக் கோட்டிலிருந்து சுமார் 50 டிகிரி சரிவிலும் வெளியில் கிடக்கிறது. ஆனால் அவற்றை அளவெடுக்க வேண்டாம் என்று முடிவு செய்கிறேன். நான் அப்படிச் செய்யாமலேயே அவள் அந்தக் கரித்துண்டைப் பார்ப்பாள், அதனைக் கையிலெடுப்பாள், மீண்டும் விரிப்பின் மீது வைத்துக்கொள்வாள். இது ஒரு தற்காலிக நிலைதான். இந்த எல்லைமீறல் நீடிக்காது.

ஒவ்வொரு அறையாகச் சென்று விளக்குகளை அணைக்கிறேன். உட்புறச் சுவர்களின் அளவுகளை ஒருமுறை எடுக்கிறேன். பணியின் தொடக்கத்தில் இவற்றின் அளவீடுகளைக் குறித்தபிறகு இதை நான் செய்திருக்கவில்லை. இப்போது எடுக்கும் அளவுகள் எதுவும் முந்தைய அளவுகளுடன் ஒத்துப்போகவில்லை. சில மில்லிமீட்டர் வித்தியாசங்கள், குறைவாகவோ கூடுதலாகவோ இருப்பது கவலையளிக்கிறது. நான்கு முறை மீண்டும் மீண்டும் அளவுகளைச் சரி பார்க்கிறேன். மாற்றம் ஏதும் இல்லை. தொடக்கத்தில் நான் கவனக் குறைவாய் இருந்திருக்கிறேன் என்று எண்ணிக்கொள்ள வேண்டியதுதான். ஆனால் வேறொரு சாத்தியமும் உண்டு; அதிக சாத்தியமும் கூட. வீடு மாற்றமடைந்திருக்கிறது. இந்த வாதத்திற்கு இடமளிப்பது என் சகோதரி மீது பழி சொல்வதாகும். அவள் இடம் பெயர்ந்திருப்பதுதான் காரணம். ஆர்க்கிமீடிஸ் சொன்னது போல இருக்கிறது அவளுடைய செயல்பாடு. அவள் எடுத்துக்கொள்ளும் இடத்தின் அளவுக்கு, ஏதோவொன்று வெளியில் தள்ளப்படுகிறது.

நான் எழுந்து நின்று அளவுகோலை மீண்டும் சுருட்டி உள்ளடங்கச் செய்கிறேன். ஒருவேளை. இவை ஈரக்காற்றால் ஏற்பட்ட மாற்றங்களாய்க்கூட இருக்கலாம்.

பின்னர், மைக்ரோவேவ் அடுப்பில் என் உணவைச் சூடாக்குகிறேன். பல் துலக்கியவாறு என் சகோதரி சமையலறைக்குள் வருகிறாள்.

–உன்னால் அதை எப்படிச் சாப்பிட முடிகிறது? என்று கேட்கிறாள் பற்பசையினூடாக. அலமாரியிலிருந்து ஒரு கண்ணாடிக் கோப்பையை எடுத்து அதைக் குழாயின் கீழ் பிடித்தபடி.

உணவு இருந்த அட்டைப்பெட்டியை அவளிடம் காண்பிக்கிறேன்.

–எனக்கு ஒரு நாளைக்குத் தேவையான அனைத்தும் இதில் இருக்கின்றன, என்கிறேன்.

பல்துலக்கியை வாயில் இடுக்கிக்கொண்டு குழாயை “டங்” என்ற ஓசையுடன் மூடியபடி புன்னகைக்கிறாள்.

–அது மட்டும் உண்மையாக இருந்தால் நன்றாக இருக்கும் என்கிறாள்.

நான் என்னையும் மீறி சிரிக்கிறேன்.

அவள் என்னுடன் இருப்பது எனக்குப் பிடிக்காமல் இல்லை. இட ரீதியாகவோ கால ரீதியாகவோ அவளுடைய இருப்பை ஒரு வரையறைக்குள் அடக்கி வைக்க இயலாது என்பதுதான் பிரச்சனை. அவள் என்னைச் சட்டென்று பின்னோக்கி இட்டுச் செல்கிறாள். கடந்தகாலத்தின் சப்தமும் வெப்பமும் வெளிச்சமும் என் வீட்டின் அமைதியில் விரிசலை ஏற்படுத்துகின்றன. வரைபட அறையில், வரைபட மேசையின் முன்னால் நின்றுகொண்டிருக்கிறேன், ஆனால் என்னால் பார்க்க முடிவதெல்லாம் அவள் என்னை நீங்கிச் சென்ற விடுதி அறையைத்தான். அவள் இல்லாத அந்த முதல் மாலைப்பொழுது, அறையின் புழுக்கம், அருகில் உள்ள சாலைச் சந்திப்பில் நிற்கும் லாரிகளின் ஒலிகள். படுக்கை விரிப்பை இழுத்துச் சுற்றி என் காதுகளையும் கண்களையும் மூடிக்கொண்டிருந்தேன். ஆனாலும் அந்த ஓசைகளை என்னால் தடுக்க இயலவில்லை. அன்று நான் அந்த விடுதி அறையின் படுக்கையிலிருந்து எழுந்ததும், வெளியே சென்றதும், அந்த நாளின் வெப்பமும் வெளிச்சமும் வண்ணமும் எனக்கு முன்னரே பரிச்சயமாகியிருந்த அளவைக் காட்டிலும் மிகையாக இருந்ததை உணர்ந்ததும் எனக்கு நினைவிருக்கின்றன. ஒரு ஓவியம் போல. போலியான ஓவியம் ஒன்றைப் போல.

சாலைப் போக்குவரத்து நிறுத்தத்தில் அசையாமல் நின்றேன். மிகப்பெரிய லாரிகள் என்னைக் கடந்து சென்றன. அவற்றின் சக்கரங்கள் என் கண்கள் மட்டத்துக்கு உயரமாக இருந்தன. மாசு நிறைந்த, ஆறு பாகங்கள் கொண்ட இந்த நெடுஞ்சாலைகளுள் எதன்வழியே போயிருப்பாள் அவள் என்று யோசிக்கிறேன். நான்கு திசைகளிலிருந்தும் வரும் இந்தச் சாலைகள் அனைத்தும் ஒரே மாதிரியாக இருக்கின்றன. எங்கள் ஊரில் இப்படி இருக்காது. அங்கே சாலைகள் திட்டமிட்டுப் போடப்படுவதில்லை. வாகனங்கள் சென்று சென்றே சாலைகள் உருவாகிவிடும் அங்கு. நான் நின்றிருந்த அந்த இடத்தின் எந்த விஷயமும் எனக்குப் பரிச்சயமானதாக இருக்கவில்லை. சாலைப் பெயர்ப்பலகைகளில் இருந்த பெயர்களோ, கார்களின் வடிவங்களோ, அந்த வாகனங்களின் போக்கைத் தீர்மானித்த சாலைவிதிகளோ எதுவுமே எனக்குப் பரிச்சயமானவையாக இருக்கவில்லை. அந்தச் சாலைகள் எங்கு சென்றன, எங்கிருந்து வந்தன, எதுவும் எனக்கு அறவே தெரிந்திருக்கவில்லை. நான் அங்கு நின்றிருந்த அந்தச் சமயத்தில் நீங்கள் என்னிடம் ஒரு வரைபடத்தைக் காட்டியிருந்தால், அதில் அந்த விடுதி இருக்கும் இடத்தைக் கூட, நான் நின்றுகொண்டிருந்த இடத்தைக் கூட என்னால் சுட்டிக்காட்ட முடிந்திருந்திருக்காது. அந்த நிலையில் என்னால் எப்படித் தப்பிப் போயிருக்க முடியும்? அச்சில் ஒரே மாதிரியாக இருந்த, வாகனப் புகை மண்டியிருந்த சாலைகளில் எந்த ஒன்றை நான் தேர்ந்தெடுக்க வேண்டும் என்று எனக்கு எப்படித் தெரிந்திருக்கக் கூடும்? அவளுக்கு எப்படித் தெரிந்திருந்தது?

அவள் உறங்கச் சென்றதும், சற்று ஆசுவாசமாக உணர்கிறேன். சூழல் அமைதியும் தெளிவும் அடைகிறது. என்னால் மீண்டும் சுவாசிக்க முடிகிறது. சமையலறை விளக்கை அணைத்ததும் கவியும் தூய இருட்டில் சற்று ஆசுவாசமடைகிறேன். அவள் கூறியது தவறு. நம் கண்கள் இருட்டிற்குப் பழகிவிடுவதில்லை. இருளுக்குள் இருக்கும் ஒளியைக் கண்டடைய நம்

கண்கள் விரிகின்றன. அதை நம்மால் நிறுத்த இயலாது. தெருவிளக்கின் மங்கிய மஞ்சள் ஒளி திரைப்பட்டைகளின் வழியே உள்ளே கசிந்து, பார்வையின் துல்லியத்தைக் குலைக்கின்றது. ஆனால் கண்களைக் கட்டினால் கூட என் வரைபட மேசையை அடைய எந்தக் கோணத்தில் எத்தனை அடி எடுத்துவைக்க வேண்டும் என்று எனக்குத் தெரியும்.

வரைபடம் விரிந்து கிடக்கிறது. மரப்பலகையில் நான் கைகளை அகலமாக விரித்து எல்லைகளைப் பிடித்துக்கொள்கிறேன். என் மூச்சுக்காற்றில் காகிதம் படபடக்கிறது. அந்தக் குறைந்த வெளிச்சத்தில் வரைபடத்தின் உள்ளீடு தெளிவாகத் தெரியவில்லை. ஆனால் அது ஒரு வேற்று மொழியைப் போன்றது. அதன் வாக்கியங்களின் எழுவாயும் பயனிலையும் எவையெவை என்பதை உணர்ந்துகொள்ள இயலும். இந்த வரைபடத்தின் துல்லியமின்மை, விடுபடல்கள் அனைத்தையும் கடந்து அதிலுள்ள குறிப்புகளில் ஒரு ஒழுங்கும், ஒரு குறிப்பிட்ட வேகமும் கதியும் இருக்கின்றன; அவை என் கைகளின் வழியே ஒலிப்பதை என்னால் உணர முடிகிறது. வலது கையை வரைபட மேசையின் அடியில் நுழைத்து, நெற்றிவிளக்கை வெளியே எடுத்து முடுக்குகிறேன். வரைபடம் விரிந்து கிடக்கிறது. அது என்னை உள்ளிழுத்துக் கொள்கிறது.

•

லாரா ஃபெர்கஸ்

10

நான் விழித்தெழும்போது வீடு தனது இடத்தில் அமைதியாக அடங்குகிறது. தலையணை மீது என் தலையைத் திருப்புகிறேன். சுவரில் ஒட்டிய காகிதம் சரசரத்து, தன் இடத்தில் சீராக நிலைப்படுவதையும், மர உத்தரங்கள் தங்கள் இணைப்புகளை நெரித்து சரிசெய்துகொள்வதையும் என்னால் கேட்க முடிகிறது. என் சைனஸ் சுரப்பிகளில் வலி எடுக்கிறது. வலியினூடாக, என் கட்டிலுக்கு மேலே உள்ள மூலையைப் பார்க்கிறேன். தன்னை நிர்மாணிக்கும் மூன்று சமதளங்களையும் நெருக்கி, ஒரு குறிப்பிட்ட கோணத்தில் அவற்றை நிறுத்துகிறது மூலை. என் சகோதரி தன் விலாக்கூட்டிற்குள் சுவாசிப்பது எனக்குக் கேட்கிறது. அறையில் உள்ள காற்றை அவள் உறிஞ்சி எடுத்துக்கொள்கிறாள். மருத்துவமனைக் கட்டில்களில் போல, என் போர்வையின் அடிப்பகுதி கட்டிலின் ஓரங்களில் செருகப்பட்டிருக்கிறது—என் பாதங்களை அழுத்திப் பிடித்தபடி. கால்களை நெளித்தும் உதைத்தும் போர்வையைத் தள்ளி, படுக்கையிலிருந்து சரிந்து எழுந்து படுக்கையறைக் கதவைத் திறக்கிறேன். நடைக்கூடத்தின் வழியாகப் பிராணவாயு என்னை வந்தடைகிறது. சில்லென்ற, இருண்ட பிராணவாயு.

பணியிடத்திலிருந்து நாங்கள் எல்லோரும் நீக்கப்பட்டு, பின்னர் அவ்விடத்தில் குண்டு வீசப்பட்ட தினத்திலிருந்து இரண்டு நாட்கள் கழித்து, அம்மாவை அழைத்துவரச் சென்றேன். வடபகுதியில் அப்போது எங்களைப் போன்ற பெயர்கள் கொண்டவர்கள், எங்களைப் போன்ற முகங்கள் உடையவர்கள் அனைவரையும் கொல்கிறார்கள் என்று வானொலியின் முதல் அறிக்கைகள் சொல்லிக்கொண்டே இருந்தன. முதலில் என் சகோதரியைத் தொலைபேசியில் அழைத்தேன். எனக்குப் பரிச்சயமில்லாத பெண் ஒருத்தி தொலைபேசியை எடுத்துப் பேசினாள். அவள் என்னை நம்பவில்லை. என் சகோதரி அங்கு இருக்கிறாளா என்ற தகவலைத் தர மறுத்தாள். என்னிடமிருந்து செய்தி ஒன்றை மட்டும் பெற்றுக்கொள்ள சம்மதித்தாள்: என் சகோதரி என்

இழப்பின் வரைபடம்

வீட்டிற்கு வர வேண்டும்; நான் அம்மாவை அழைத்து வருவேன்; பின்னர் அவசியம் நேரிட்டால் நாங்கள் ஒன்றாக வெளியேறலாம்.

அதிகச் செலவாகும் பயண முறையைத் தேர்வு செய்தேன்: விமானம். தரை வழியாகப் பயணிக்கும்போது எதிர்கொள்ள வேண்டிவரும் சோதனைச் சாவடிகள் அனைத்தையும் தவிர்க்க விரும்பினேன். அவர்கள் என்னை விமான நிலையத்தில் கைது செய்யமாட்டார்கள் என்று கணித்திருந்தேன். சாலையோரச் சோதனை நிறுத்தங்களைக் காட்டிலும் விமான நிலையங்களில் சட்டமும் ஒழுங்கும் அதிகம் மதிக்கப்படும் என்று எண்ணினேன். யாராவது ஆவணங்களைப் பரிசோதித்து என் பெயரை மட்டும் கொண்டு என்னைத் தடுத்தாலொழிய, என்னால் கடந்து சென்றுவிட முடியும் என்று நம்பினேன். ஏனெனில், என்னுடைய நிறமும் முக வாகும் இனத் தெளிவின்றி இருப்பவை. என்னைக் காட்டிக்கொடுக்காத விதத்தில். மத்திய வர்க்கத்திற்கேற்ற உடைகளும், படித்தவர்களுக்குரிய பேச்சுவழக்கும் எனக்கிருந்தன. எனவே, வேறெவரைப் போலவோ, வேறொரு இடத்தைச் சேர்ந்தவர் போலவோ என்னால் இருந்துவிட முடியும்.

விமானம் தரையிறங்கத் தொடங்கியதும் உதட்டுச் சாயத்தையும், நகைகளையும், முகத்தில் சுமுகமான பாவனையையும் அணிந்து கொண்டேன். இரண்டு மணி நேரம் என்னைச் சோதனையில் காத்திருக்கச் செய்தார்கள். ஆனால் சித்திரவதை ஏதும் செய்யவில்லை. என்னைக் கேள்விகள் கேட்டபோது, என் மடிமீது கைகளை வைத்துக்கொண்டு நேர்த்தியாக அமர்ந்திருந்தேன். உண்மையைச் சொன்னேன். அம்மாவை உடன் அழைத்துக்கொண்டு வெளியேறுவதே என் திட்டம் என்று கூறினேன். அந்தக் கட்டத்தில் என் பதில் அவர்களுக்கு ஏற்புடையதாக இருக்கும் என்று நம்பினேன். நாங்கள் அங்கிருந்து வேறெங்காவது போய்விட வேண்டும் என்பதுதானே அவர்களது விருப்பமும்.

அம்மா எங்கு வசிக்கிறாள் என்பதை நான் கூறியதும் அவர்கள் சிரித்துவிட்டு என்னைப் போக அனுமதித்தார்கள்.

இங்கு நான் கீழ்நிலை அதிகாரியாக இருந்தாலும், உலகளாவிய வரைபடத் திட்டத்தில் ஏற்பட்டு வரும் முன்னேற்றத்தை இங்கிருந்தபடியே கவனித்து வருகிறேன். மேற்படி முன்னேற்றத்தில் இனி எந்தப் பங்கும் எனக்கு இல்லை என்பது உண்மைதான். ஆனால் நான் என்னுடைய நாட்டில் இருந்தபோது அந்தத் திட்டத்தில் ஆற்றிய பங்கினாலும், அதைக் குறித்து ஆதாரப்பூர்வமாகப் பேச முடிந்ததாலுமே எனக்கு இந்த வேலை கிடைத்தது. இன்று நான் ஒரு சந்திப்பு முடிந்து வெளியேறிக் கொண்டிருக்கும்பொழுது இந்த நாட்டில் மேற்சொன்ன வரைபடத் திட்டத்தின் மேலாளராக இருப்பவரைச் சந்திக்க நேர்கிறது. அவர் பெருமூச்சு விடுகிறார். பல்வேறு காலங்களில், பல்வேறு வழிமுறைகளைக் கொண்டு வரையறுக்கப்பட்ட தகவல் தொகுப்புகளைச் சேகரிப்பதில் உள்ள சிக்கல்களைப் பற்றிக் கூறுகிறார். பரந்துவிரிந்த நாட்டின் பல்வேறு நுணுக்கமான வரைபடங்களுக்கு இடையே உள்ள வேறுபாடுகளைப் பற்றி அங்கலாய்த்துக் கொண்டார்.

நான் என்னால் முடிந்த உதவியைச் செய்கிறேன். அவற்றை நேரடி ஆலோசனைகளாக வழங்காமல், மறைமுகமாகச் சொல்கிறேன். அவருடைய அகந்தைக்கு பங்கம் விளைவிக்காத வகையில். எனக்குப் பணி உயர்வு தேவை.

இத்தகைய எதிர்பாராத உரையாடல்கள் எப்போதும் ஒரேவிதமாக முடிவடைகின்றன, ஒரு சடங்கு போல. அவர் அனுதாபத்தால் தலையசைத்தபடி என் பணியை ஒட்டுமொத்தமாக இழந்துவிட்டது எனக்கு எத்தனை கடினமாக இருந்திருக்க வேண்டும் என்று கூறுகிறார். நான் என் மனத்தில் தோன்றுவதைச் சொல்லவில்லை: நான் இழந்தவற்றில் ஆக முக்கியமானது, என் பணி அல்ல. ஆனால் நான் அப்படிச் சொல்வது அவரை வெட்க வைக்கும். அவர் நட்பாகப் பழக முயற்சி செய்கிறார் என்பது புரிகிறது. திறன்களையும் சாதனங்களையும் பகிர்ந்துகொள்வதற்கு சர்வதேச இயக்கக் குழு செய்த அத்தனை முயற்சிகளை மீறியும் உலகளாவிய வரைபடத் திட்டத்தில் நேரிட்ட சிக்கல்களைப் பற்றி உரையாடினோம்.

அந்த இடைவெளிகள் வெளிப்படுத்துவது போரையோ, வறுமையையோ அல்லது இரண்டையுமேவோ. ஆனால் உரையாடல் எப்படியோ மீண்டும் என்னுடைய நாட்டின் வரைபடம் பற்றித் திரும்புகிறது. எங்கள் வரைபடத் திட்டம் நிறைவேறும் தறுவாய்க்கு மிக அருகில் நெருங்கியிருந்தோம் என்பதே இதற்குக் காரணம். அந்தப் பணியின் கோப்புகள் அடங்கிய ‘மெமரி ஸ்டிக்’ என் ஆடைகளுக்கு அடியில் என் சருமத்தை உரசியபடி இருக்கிறது.

என் வரைபடவியல் அறிவைப் பகிர்ந்துகொள்ள விருப்பமில்லாதவளாகி விட்டேன் என்று இதற்குப் பொருளல்ல. அதைச் செய்வதற்கான நேரம் இதுவல்ல என்ற உணர்வு இருந்துகொண்டே இருக்கிறது. என்னிடமுள்ள தகவல்களை இப்போது பகிர்ந்துகொண்டால் அவை தவறாகப் பயன்படுத்தப் படலாம், என்னிடமிருந்து முழுவதுமாக எடுத்துக்கொள்ளவும் படலாம், அவற்றை நான் முற்றிலும் இழக்க நேரிடலாம். ஆனால் நான் எதற்காகக் காத்திருக்கிறேன் என்பதும் எனக்குத் தெரியவில்லை. கைவிடாமல் பிடிவாதமாக எதைப் பிடித்துக் கொண்டிருக்கிறேன் என்பது கூட உறுதியாகத் தெரியவில்லை.

ஒருவேளை, அது எனக்கு ஒருவித சக்தியைத் தருகிறதோ …

வீடு திரும்பியதும், பெரிய வரைபடத்திற்குள் அடங்கும் சிறிய வரைபடமான அந்தக் கிண்ணத்தின் வரைபடத்திற்கான அளவுகளை மேற்கொள்கிறேன். நெருப்பிடத்திற்கு மேல் அந்தக் கிண்ணத்தின் பிரசன்னம் வரைபடத்தில் துல்லியமாகத் தெரிய வேண்டும். நான் தோல்வியடைந்து கொண்டிருப்பதாக ஒரு உள்ளுணர்வு உடன் இருந்துகொண்டே இருக்கிறது. நான் குறிக்கும் அளவுகள் எல்லாம் என் சகோதரியின் வரவுக்குப் பிறகு வெறும் அனுமானங்களாகிவிட்டிருக்கின்றன. ஆனால் இந்தச் சரிவுகளையும் தாண்டி நான் எப்படியாவது பணியைத் தொடர்ந்தாக வேண்டும். ஏனெனில், அர்த்தமுள்ள ஒன்றை நான் உருவாக்கியாக

வேண்டும். இந்த இடத்தைப் புரிந்துகொள்ள வழிசெய்யும் ஒன்றை நான் உருவாக்கிவிட வேண்டும். இங்குள்ள பல விஷயங்களை நான் இன்னும் கணக்கில் எடுத்துக்கொள்ளவில்லை. கண்களால் பார்க்க முடிந்த எல்லாவற்றையும் வரைபடத்திற்குள் அடக்கிவிடவில்லை இன்னும். அப்படியிருக்க, என் கண்களுக்குப் புலப்படாத முடிவற்ற நுணுக்கங்களைப் பற்றிப் பேசத் தேவையேயில்லை. ஆனால் கண்டிப்பாக ஏதோ ஒரு திசையில் முன்னேறிக் கொண்டிருக்கிறேன். நிச்சயம் அப்படித்தான் இருக்க வேண்டும். ஏனென்றால், நான் முன்னோக்கி நகர்கிறேன். ஏனென்றால், நான் எதிர்கொள்ளும் ஒவ்வொரு நாளும் வரைபடத்திற்குள் புதிதாக உள்ளேறுகிறது.

•

11

அம்மாவை என்னுடன் அழைத்துவருவதற்காக விமானமேறக் காத்திருந்த அதேசமயத்தில், முன்பு நான் வளர்ந்ததும், என் அம்மா அப்போதும் வசித்து வந்ததுமான ஊரில் குண்டு வீசப்பட்டிருந்தது. அதனால்தான் விமான நிலையச் சிப்பந்திகள் சிரித்திருக்கிறார்கள். ஊரையும் வீடுகளையும் விட்டு ஓடும் அகதிகள் எந்தச் சாலைகள் வழியாக வருவார்கள் என்று அறிந்திருந்த, தேர்ந்த துப்பாக்கி வீரர்கள் அவர்களைச் சுட்டு வீழ்த்தினர். இந்தப் படுகொலைக்கு சர்வதேச அளவில் கண்டனம் தெரிவிக்கப்பட்டது. ஆனால், அன்றைய தினம் ஒளிபரப்பான காலைச் செய்திகளைப் பார்த்திருக்கவில்லையெனில் உங்களுக்கு அது தெரிந்திருக்காது. அன்று மாலைக்குள் கண்டனத்திற்குரிய இன்னும் பல காரியங்கள் நடந்தேறின.

விமான நிலையத்திலிருந்த வீரர்கள் என்னைப் போக அனுமதித்த பின், வெளியே நான் பேருந்துக்காகக் காத்திருந்த போது, எனக்கு அருகே நின்றுகொண்டிருந்த இரண்டு ஆண்கள் இவற்றையெல்லாம் பற்றி விவாதித்துக் கொண்டிருந்தனர். இனி இல்லாது போய்விட்ட ஊருக்குச் செல்லவேண்டி, பேருந்துக்காக நான் காத்திருக்கிறேன்: அது எனக்குத் தெரிந்திருக்கவில்லை. ஆனால் அவர்கள் அறிந்திருக்கிறார்கள். அவர்கள் பேசுவதைக் கேட்டுக்கொண்டிருக்கிறேன். அவை சிறு தகவல் துண்டுகளாக, முதுகெலும்பில் அழுந்தும் பனிக்கட்டிகளைப் போல என்னை வந்தடைகின்றன. நான் குறுக்கிடுகிறேன். அந்த விஷயங்களை என்னுடன் பகிர்ந்து கொள்வதில் அவர்களுக்கு ஏதோ இன்பம் கிடைப்பது போல எனக்குத் தோன்றுகிறது. ஒரு வேளை, அந்தப் பேருந்து ரத்து செய்யப்பட்டிருப்பதையும் அந்த ஊரைப் பற்றி அவர்கள் கேள்விப்பட்டவற்றையும் தொடர்புபடுத்தியதால் ஏற்பட்ட தெளிவின் காரணமாக எனக்கு அப்படித் தோன்றியிருக்கலாம். அல்லது, அறிந்தது எதையும் நம்ப முடியாததால் ஏற்பட்ட அதிர்ச்சி அவர்களை அப்படிச் சிரிக்க வைத்திருக்கலாம். எதுவென்று உறுதியாகத் தெரியவில்லை. அங்கு போவதற்குப்

பயணம் மேற்கொள்வது பாதுகாப்பானதல்ல என்று சொன்னார்கள். இருவரில் உயரமானவன் என்னைக் கூர்ந்து பார்த்துவிட்டுச் சொன்னான் – உன்னைப் போன்றவர்களுக்குப் பாதுகாப்பானதல்ல, என்று.

நான் அதைப் பொருட்படுத்தவில்லை. இரண்டு நாட்கள் என்னாலான முயற்சிகளை மேற்கொண்டேன். நடந்தும், போகும் வாகனங்களில் இடம் கேட்டும் போய்க்கொண்டே இருந்தேன். அந்நியர்களின் அனுதாபத்தைச் சார்ந்தோ, அவர்களின் அக்கறையின்மையை நம்பியோ, முடிந்தவரை பயணம் செய்தேன். போர் வீரர்களின் கண்ணில் படாமல், குண்டு வீசப்பட்ட ஊருக்கு எவ்வளவு அருகில் செல்ல முடியுமோ சென்றேன். உயிர் பிழைத்தவர்கள் என்ன ஆனார்கள் என்ற தகவல் எனக்குத் தேவைப்பட்டது. அதிகம்பேர் உயிர் பிழைத்திருக்க முடியாது, அப்படித் தவறிப் பிழைத்தவர்கள் எங்கு வேண்டுமானாலும் இருக்கக்கூடும், தங்கள் உறவினர்களையோ நண்பர்களையோ தேடி அவர்கள் போயிருக்கலாம், அல்லது சுற்றுவட்டாரத்தில் எங்காவது பதுங்கியிருக்க வாய்ப்புண்டு. இப்படியாக இருந்தது பொதுவாக எல்லோருடைய கருத்தும். ஆனால் அவர்களைக் கண்டுபிடிக்க முடியப்போவதில்லை.

இறுதியில், மீண்டும் தெற்கு நோக்கி விமானத்தில் திரும்பினேன். ஒரு வேளை அம்மா என்னை அழைக்கவோ என்னிடம் வந்து சேரவோ முயற்சி செய்துகொண்டிருக்கலாம் என்று எண்ணினேன். பின்னர் என் வீட்டில் தொலைக்காட்சியைப் பார்த்துக் கொண்டிருந்தபோதுதான் நான் எவ்வளவு அதிர்ஷ்டசாலி என்பதும் எவ்வளவு பெரிய முட்டாள் என்பதும் எனக்குப் புரிந்தது.

கொல்லப்பட்ட மக்களின் இனத்தைச் சேர்ந்தவளாக இருந்தும் நான் பாதுகாப்பாக இருந்தேன். அது சில வாரங்களுக்கு என்னை உறுத்திக் கொண்டே இருந்தது. ஆனால் அதற்குள் நிலைமை மோசமாகி, அங்கு இருக்க முடியாமல் போனது. என் சகோதரி வந்தாள், பின்னர் நாங்கள் அங்கிருந்து வெளியேறினோம். ஆனால் அதுவரை நான் அங்கு பாதுகாப்பாக இருந்தேன். அந்த அடுக்குமாடிக் கட்டிடத்தில் இருந்த என்னுடைய வீட்டில், அங்கிருந்த சாதன வசதிகளுக்கு நடுவில், தெற்கில் இருந்த அந்த நகரத்தில், என் நடுத்தர-வர்க்கப் பணியில், எனக்கு வாய்த்த பாதுகாப்புகள் கிடைக்கப்பெறாதவர்களுக்கு நடந்தவற்றை தொலைக்காட்சியில் பார்த்துக் கொண்டிருந்தேன். இருந்திருக்க வேண்டிய இடத்தில் இல்லாததால், அதாவது, சரியான நேரத்தில் தவறான இடத்தில் நான் இல்லாததால், என் இனத்தவர்களின் தோற்றம் குறித்த எதிர்பார்ப்புகளை மீறியிருந்ததால், நான் யார் என்பது தெளிவாக மற்றவர்களுக்குத் தெரியாததால் அந்தக் குறுகிய காலத்திற்காவது நான் பாதுகாப்பாக இருந்தேன். அதன்பின் பல வாரங்களுக்கு, வயது முதிர்ந்தோருக்கு நிகழ்ந்தவை பற்றிய பிம்பங்களை என் மனதிலிருந்து நீக்க இயலவில்லை. நிற்காது ஓடும் காட்சித் தொடர் போல அந்தப் பிம்பங்கள் என் கண்முன் ஓடியபடி இருந்தன – முதியோர் பலர் ஊரை விட்டு வெளியேற முயன்று மலைச் சரிவில் உருண்டு விழுந்தபடி, வலியில் கனக்கும் அவர்களுடைய முழங்கால்கள் அவர்களுடைய வேகத்தைக் குறைத்தபடி. தாங்கள் இன்னார் என்பதால் மட்டுமல்லாமல், எங்கு வசித்தார்கள் என்ற காரணத்தினாலும் அவர்கள் தாக்குதலுக்கு

உள்ளானார்கள். அவர்களுடைய குற்றம் வரைபடவியல் சார்ந்தது. அதில் எனக்கும் பங்குண்டு என்ற எண்ணத்தை என்னால் தவிர்க்க முடியவில்லை.

இவற்றையும் மீறி, அம்மா என்னை அழைப்பாள் என்ற எதிர்பார்ப்பை நான் கைவிடவில்லை. யாராவது நண்பர்களிடம், இதைவிடப் பாதுகாப்பான ஊரில் உள்ள நண்பர்களிடம், அவள் சென்றிருப்பாள் என்றும், ஏதோ காரணத்தால் இதுவரை தொலைபேசியை எட்ட அவளுக்கு இயலவில்லை என்றும் எண்ணிக் கொண்டிருந்தேன். ஆனால் நாட்கள் செல்லச் செல்ல நான் எனக்குள் சொல்லிக்கொண்டிருந்த இந்தக் கதையில் மாற்றங் களை மேற்கொள்ள வேண்டியிருந்தது. மேற்படிக் கதையின் பிரகாரம் நிகழ்ந்திருப்பதற்கான சாத்தியங்கள் குறைந்துகொண்டே வந்தன. இறுதியில், அவள் பாதுகாப்பாக இருப்பாள் என்பதை என்னாலேயே ஏற்றுக்கொள்ள இயலவில்லை.

உயிர்பிழைத்தோர் தங்களுடைய உறவினர்களையும் நண்பர்களையும் கண்டடைய மனிதாபிமான அமைப்புகள் தகவல் தொகுப்புகளை நிறுவுகிறார்கள். இந்தப் பணியில் ஒருவித நம்பிக்கை தெரிகிறது. புதிய நாடுகள், ஊர்கள், நீண்ட தூரங்கள் இவற்றையெல்லாம் மீறிய நம்பிக்கை ஒன்று தெரிகிறது. நான் விரும்பினால், அந்தத் தகவல் பட்டியல்களில் இருக்கும் நபர்கள் சிலரை மீண்டும் காண முடியலாம். இறந்தவர்கள் குறித்த பட்டியல்களிலாவது குறைந்தது ஒருவித இறுதித் தன்மை இருக்கிறது. அவர்களின் இறப்புக்கு இரங்குவதற்காவது அது வழிசெய்கிறது. துயரத்தின் வலியையும் அதன் வீரியத்தையும் தாண்டி, இரங்கல் ஒருவித அடித்தளத்தைத் தருகிறது; அதன் மீது எதையாவது மீண்டும் உருவாக்கலாம்.

ஆனால் காணாமல் போனவர்களின் பட்டியலுக்கு அத்தகைய தன்மை எதுவும் இல்லை. அதில் இருக்கும் பெயர்கள் கொண்ட நபர்களின் இன்மையே அதன் தன்மை. அது தகவல் களஞ்சியமல்ல. தகவல் இல்லாமையின் களஞ்சியம். சில மாதங்கள் கழித்து, அந்தப் பட்டியலில் என்னுடைய அம்மாவை சேர்த்தபோது, அவளை ஏதோ ஒரு மனநலமிழந்தோர் இல்லத்தில் அடைத்து வைப்பது போலவும், தேசமற்று, 'ஷ்ரோடிஞ்சரின் பூனை' போல உயிருடன் இல்லாமலும் அதே சமயம் இறக்காமலும் வாழ அவளை எங்கோ அடைத்து வைப்பது போன்றும் ஓர் உணர்வு ஏற்பட்டது. இன்றுவரை, ஒருவித அயர்வளிக்கும் அந்தர நிலையை நாங்கள் ஏற்றுக்கொள்ள வேண்டியிருக்கிறது. ஒரு நிலையை விடாமல் பற்றிக்கொண்டிருப்பது போல், ஒரு சூழ்நிலை குறித்த எங்களுடைய கருத்துக்கள் அனைத்தையும்; எங்களுடைய விவாதங்கள், என்ன நடந்திருக்கக் கூடும் என்ற அனுமானங்கள், மற்றும் எங்களுடைய உணர்ச்சிகள் ஆகிய அனைத்தையும் ஏதோ ஒரு சிக்கலான அமைப்பில், எந்த நேரமும் அது கட்டவிழ்ந்து நிலைகுலையக்கூடிய ஒரு அமைப்பில், எப்பொழுதும் துயரத்தின் விளிம்புநுனியில், அல்லது – இதற்கான சாத்தியம் குறைவு – ஆனந்தத்தின் விளிம்பில் வைத்துக்கொண்டிருக்க வேண்டியிருக்கிறது. இப்போதெல்லாம், எது அப்படி விழுகிறது என்பது பற்றி நான் கவலைப்படுவதில்லை. விழுந்தால் சரி.

•

12

வீட்டின் சுவரிலிருந்து ஆறு மீட்டர் தூரத்தில் நிற்கிறேன். அங்கிருந்து பார்க்கும்போது வீட்டிற்குள் வெளிச்சமாக இருக்கிறது. இன்னும் ஒரே அடி எடுத்துவைத்தால் வீட்டிற்குள் இருப்போம் என்று தோன்றலாம். ஆனால் அது மாயை. என் தலைக்கச்சு விளக்கொளியை சன்னல் கண்ணாடி பிரதிபலிக் கிறது. அளவுகோலை வெளிச் சுவருக்குச் செங்குத்தாக வைத்துவிட்டு, 'சீனோ முரண்பாடு' என்ற கணித விதியை உடல்ரீதியாகப் புரிந்துகொள்ள முயல்கிறேன். நான் இங்கிருந்து மூன்று மீட்டர்கள் முன் நகர்ந்தால் மூன்று மீட்டர்கள் எஞ்சியிருக்கும். அதற்குப்பின் அதில் பாதி தூரத்தைக் கடக்க வேண்டும் – 1.5 மீட்டர். அப்போது 1.5 மீட்டர் எஞ்சியிருக்கும். பின் அதிலும் பாதி – 0.75 மீட்டர். இப்படியே போய்க்கொண்டிருக்கும். 'சீனோ' என்ன சொல்கிறது? கடக்கும் தொலைவில் சரி பாதி எப்பொழுதும் மிஞ்சும். எனில் நான் எப்படி வீட்டைச் சென்றடைவேன்?

ஆனால், நிஜத்திலோ, வீட்டுச் சுவரில் மூக்கு நுனியும் கால்விரல் நுனிகளும் படும்படி வந்து நிற்கிறேன். என் உடலின் அளவுகள் சிறியவை. வேறொரு கண்ணோட்டத்திலிருந்து பார்த்தால் அது பிரம்மாண்டமானது. நெற்றியை சுவரில் பதித்து, என் கால்களால் அளக்க முடியாத சில நுட்பமான தூரங்களை அளவெடுக்கிறேன். என் சகோதரி உள்ளேயிருந்து எட்டிப் பார்க்கும்போது நான் என்ன செய்துகொண்டிருக்கிறேன் என்பதை விளக்குகிறேன். வரையறுக்கவியலாதவாறு சிறியவளாய் இருக்க நான் ஏன் விரும்புகிறேன் என்று கேட்கிறாள். அவளால் யோசிக்க முடிந்தது அவ்வளவுதான். நான் செங்கற் சுவரில் சாய்ந்தவாறே தலையைத் திருப்பி அவளைப் பார்க்கிறேன்.

– அது சரியான கேள்வியல்ல, என்கிறேன்.

அவள் இளிக்கிறாள்.

– சரியான கேள்வியாக இல்லாமல் இருக்கலாம். ஆனால், மனித இனத்தின் பிரும்மாண்ட இருப்பு யோசிக்கத்தக்க ஒன்று, என்கிறாள்.

நக்கலாகப் பேசுகிறாளோ என்று அவள் முகத்தைப் பார்க்கிறேன். ஏனோ சந்தோஷமாக இருக்கிறாள், ஆனால் அது மனித இனத்தைப் பற்றிய சந்தோஷம் அல்ல என்று எனக்குத் தோன்றுகிறது. வீட்டிற்குள் வருகிறேன்.

'சீனோ' பிரச்சினையை வேறுவிதமாகவும் யோசிக்கலாம். வரையறுக்கப் பட்ட அளவுகளில் தொடர்ந்து குறைந்துகொண்டு வரும் முடிவில்லாத தொலைவுகளின் கூட்டுத்தொகை வரையறுக்கப்பட்ட ஒன்றாக, எல்லைகளும் முடிவும் கொண்டதாக இருப்பது சாத்தியமே. இது உண்மையானால், முடிவற்ற தகவல்களை உள்ளடக்கியதான ஒரு வரைபடத்தை, என்னுடைய வீட்டின் வரைபடத்தை என்னால் கண்டிப்பாக வரையறுக்கப்பட்ட காலத்திற்குள் வரைந்து முடிக்க முடியும். அது சரியா என்று உறுதிசெய்யும் அளவிற்கு எனக்கு நுண்கணிதத்தில் தேர்ச்சி கிடையாது. கணிதவியலாளர் யாருடனாவது பேச வேண்டியிருக்கும்.

மறுநாள் நான் வேலைக்குப் போய்க் கொண்டிருக்கும்போது, கடைக் கண்ணாடியில் ஓடிக்கொண்டிருக்கும் தொலைக்காட்சியை மீண்டும் பார்க்கிறேன். இப்போதும் என்னுடைய நாட்டின் பெயரைக் குறிப்பிட்டு, தப்பும் தவறுமான வரைபடத்தைக் காட்டிக்கொண்டிருந்தார்கள். சரியான வரைபடத்தை அவர்கள் பயன்படுத்தவில்லை என்பதுகூட என்னுடைய எரிச்சலுக்குக் காரணமில்லை – அவர்கள் காண்பித்துக் கொண்டிருக்கும் வரைபடம் சரியானதாக இருக்கலாம் ஒருவேளை; நான் தவறாக இருக்கலாம், என்ற சாத்தியமே என்னை பாதித்தது. அவர்கள் மிகுந்த நம்பிக்கையுடனும், பலவிதமான தொழில்நுட்ப சாதனங்களுடனும், சகல இடங்களிலும் வியாபித்திருக்கும்படி செய்திகளை ஒளிபரப்புவதே என்னை இப்படிச் சந்தேகிக்க வைக்கிறது. இந்த மேலோட்டமான ஜாலங்களைப் பார்த்து என்னுடைய அறிவையே நான் சந்தேகிக்கக் கூடாது என்பது எனக்குப் புரிகிறது. ஆனாலும், நான் அந்த நாட்டில் வசித்த வீடு இனி அதன் இடத்தில் இல்லாமல் இருக்கலாம் என்ற சாத்தியத்தைக் கருத வைக்கிறது. கடைச் சன்னலிலிருந்து விலகிச் செல்கிறேன். வேண்டுமென்றேவோ, அலட்சியம் காரணமாகவோ அவர்களால் அப்படிச் செய்ய முடிகிறது: ஒரு பொருளைப் பற்றிய அறிவை அதன் இடத்திலிருந்து நீக்குவது. அறிவைப் புலம்பெயர்த்தல்.

ஆனால் என்னுடைய நாட்டின் வரைபடவியல் நுட்பங்களை இவர்களைக் காட்டிலும் நன்கறிந்தவள் நான். ஏன், என்னைவிட நன்கு அறிந்தவர்கள் யாரும் இனி உயிருடன் இல்லை என்றே சொல்லலாம். என் நாட்டில் எனக்கென்று ஒரு பெயரும் மதிப்பும் இருந்தது. போர்க்காலத்தில் அரசுக் கட்டிடங்கள் அனைத்தும் மூடியிருந்தபோதும், என்னைத் தேசிய வரைபட வைப்பகத்திற்குள் செல்ல அனுமதித்தார்கள். நாட்டின் வட பகுதியில் அரசியல் நிலைமை மோசமாகிக் கொண்டு வந்தது.

எல்லோரும் தெற்கு நோக்கியோ அல்லது நேரடியாகக் கடற்கரைகளுக்கோ போய்க்கொண்டிருந்தார்கள். நான் என் சகோதரியை எதிர்பார்த்தபடி, இன்னும் நகரத்தில் இருந்தேன். அவள் இருந்த பகுதியில் தொலைபேசி இணைப்புகள் துண்டிக்கப்பட்டிருந்தாலும் எப்படியோ என்னுடைய செய்தி அவளுக்கு கிடைத்திருக்க வேண்டும். தான் வந்துசேரக்கூடிய தேதியைக் குறிப்பிட்டு தகவல் அனுப்பியிருந்தாள். கூட இன்னொரு பெண்ணையும் ஒரு குழந்தையையும் கூட்டிக்கொண்டு வருவதாகத் தகவல் அனுப்பியிருந்தாள். என் அம்மா வந்து சேர்வாள் என்ற நம்பிக்கையை நான் இழந்திருந்தேன், ஆனால் அதை நான் முழுமையாக ஏற்றுக்கொள்ளவில்லை.

வரைபடக் காப்பகத்தில் எஞ்சியிருந்த ஒரே பணியாளர் நான் தேடிவந்தவை அனைத்தையும் தந்துவிட்டார். அவரைப் பல வருடங்களாக அறிந்திருந்தேன். எனக்குப் பிடித்த மேசையின் மீது நான் கேட்ட வரைபடங் களைக் கொண்டுவந்து விரித்தார். அரிய வரைபடங்கள் எல்லாம் ஏற்கனவே நகரத்தைவிட்டு வேறெங்கோ அனுப்பப்பட்டுவிட்டன என்றும், மீதமிருப்பவற்றை எப்படியாவது பாதுகாக்க முயன்றுகொண்டிருப்பதாகவும் கூறினார். என்னுடைய வகுப்பியையும் பென்சிலையும் கையிலெடுத்தேன். நாட்டின் எல்லைகள் மாற்றியமைக்கப்பட்டுவிட்டன. அரசு அங்கீகாரமுள்ள வரைபடங்களையோ, இணையத்தில் இருக்கும் வரைபடங்களையோ என்னால் பெற முடியாது என்பதால் இவற்றில் நானே மாற்றங்களைச் செய்துகொள்ள வேண்டியிருக்கும். ஆனால் அவர் என்னைச் செய்யவிடவில்லை. அவருக்கு என்னுடைய தேவை புரிந்தது. இருந்தாலும் அவர் அனுமதிக்கவில்லை.

எனவே நான் அங்கிருந்து வெளியேறினேன். நூலகத்தின் அமைதியையும் ஒழுங்கையும் விட்டு வெளியேறி, எனக்குப் பழக்கமானவை என்று இனி நம்பவேமுடியாத அந்தத் தெருக்களுக்கு வந்தேன். துப்பாக்கிக் குண்டுகள் துளைத்த கட்டிடங்கள், உடைத்துச் சூறையாடப்பட்ட கடைகள். பேருந்து நிறுத்தங்களில் விம்மியபடி மக்கள், இருப்பதைவைத்து வாழ்க்கையை ஓட்ட முயன்று கொண்டிருந்தார்கள். சீருடை அணிந்த ஆள் ஒருவன் எதிர்த்திசையில் தெருமுனையில் திரும்பி வருகிறான். அவனைக் கண்டதும் நான் போகும் திசையை மாற்றிக்கொண்டு, எதேச்சையாகத் திரும்புவதுபோல் வேறொரு தெருவிற்குள் நுழைந்து செல்கிறேன். ஒரு குறிப்பிட்ட தினத்தில் அரசியல் நிலைமை எப்படி இருக்கிறது என்பதைப் பொறுத்தே எல்லாம் அமையும்: நீங்கள் யார், நீங்கள் சந்திக்கும் நபர் யார், கடந்த காலத்தில் உங்கள் உறவு எப்படி இருந்திருக்கக் கூடும் என்பது போன்ற கேள்விகளைப் பொறுத்து அமையும். என்னை அதிகம் அச்சுறுத்தியது யார் என்று என்னால் சொல்ல முடியாது: எங்கள் பாதுகாப்பில் ஆர்வமுள்ள சர்வதேசப் படையினரா, அல்லது எங்களுடைய நாட்டின் பாதுகாப்பில் ஆர்வமுள்ள தேசியப் படையினரா.

எந்தப் புள்ளியில் போர் உங்களுக்கு நேரடி அபாயமாக மாறுகிறது என்பதைத் தெரிந்துகொள்வதுதான் கடினம். எப்பொழுது வாழ்வதை நிறுத்திவிட்டு அதைத் தக்கவைத்துக்கொள்ள ஓட வேண்டும் என்பதைத்

தெரிந்துகொள்வது கடினம். அந்தக் கோட்டை எப்போது தாண்டினேன் என்று எனக்கு அப்போது தெரிந்திருக்கவில்லை. இப்போதுகூடத் தெளிவாகச் சொல்ல முடியாது. என் சகோதரி வந்துசேரும்வரை கிளம்பப் போவதில்லை என்பது மட்டும் தெரிந்திருந்தது.

ஆனால் அந்தக் கோட்டைத் தாண்டிவிட்டிருந்தேன் என்று மட்டும் சொல்லமுடியும். அதே இரவு, தூக்கத்திலிருந்து எடுத்து வீசப்பட்டவளாய் படுக்கையில் இருட்டில் எழுந்து அமர்ந்தேன். கதவை யாரோ தட்டும் ஓசையைக் கேட்டதும், என்னால் தொண்டை வழியாக மட்டுமே சுவாசிக்க முடிந்தது.

வந்திருப்பது அவளாக இருக்கும் என்று நினைத்தேன்.

●

பாகம் இரண்டு
இசையின் படிநிலைகள்

12.5

சகோதரி. அந்த இன்னொரு நாட்டில், கடந்த காலம், அறைகள் நிறைந்த அந்த வீட்டிற்கு வெளியில். காய்கறிகள் வளரும் அந்தத் துண்டு நிலத்தின் விளிம்பில் நிற்கிறாள். அடுத்துள்ள நிலத்தை நீளவாக்கில் ஒட்டியவாறு அமைக்கப் பட்டிருக்கிறது காய்கறிகளுக்கான இந்தப் பகுதி. குளிர்கால வானத்தின் கீழ் உழப்பட்டு, வெறுமையாய், வசந்த காலத்தை எதிர்நோக்கியிருக்கிறது. போர்க்காலம் என்பதால் நடுவதா வேண்டாமா என்று அந்தப் பெண்களால் முடிவு செய்ய இயலவில்லை. ஒருவேளை அவர்கள் அங்கிருந்து வெளியேற வேண்டியிருக்கலாம்.

அவள் ஓடத் தொடங்குகிறாள். உலர்ந்த மண் கட்டிகள் அவளுடைய காலணிகளால் மிதிபட்டு உடைகின்றன. ஓட்டத்தின் இறுதியில் வரும் தாண்டலை மட்டுமே எண்ணியவாறு அவள் ஓடுகிறாள். தங்களுடைய பாக்கெட்டு களில் விதைகளை நிரப்பிக்கொண்டு நிற்கும் பெண்கள் அவளைப் பார்த்துக்கொண்டிருக்கிறார்கள். காய்கறிகளுக்கான சிறுநிலத்திற்கு அப்பால் ஒரு ஓடை. அதை அடைந்தவுடன் அவள் பறக்கத் தொடங்குகிறாள். அவள் எதிர்பார்த்ததைவிடக் குறைந்த நேரமே காற்றில் இருக்கிறாள். ஓடையின் மறுபுறம் நீர் எகிறித் தெளிக்கும்படி அவள் வலது கால் முதலில் படுமாறு தரையிறங்குகிறாள். பெண்கள் சிரித்தபடி கரவொலி எழுப்புகிறார்கள்.

கோடைகாலத்தில் யார் இங்கு வசிக்க நேர்ந்தாலும் காய்கறிகள் தேவைப்படும் என்பதால் விதைகளை விதைப்பதா வேண்டாமா என்று பேசியபடி வீடு நோக்கி நடக்கின்றனர். தோட்டவேலையைக் கவனிக்கும் பெண்ணுக்கே அதை முடிவுசெய்யும் உரிமை உண்டு. அவள் இத்தனை ஆண்டுகள் உழைத்து, காய்க்கும் மரங்களையும், நிழல்தரும் மரங்களையும், மூலிகைச் செடிகளையும் வளர்த்திருக்கிறாள். அந்த வேலையைச் செய்யும்போதே, இது நமக்காக அல்ல, வருங்காலத்திற்காக என்றும், நாம் இவற்றை நட்டிருப்பதால் அந்த எதிர்காலம்

இப்பொழுதை விடவும் சிறந்ததாக இருக்கும் என்றும் சொல்வாள். ஆனால் இப்போது அமைதியாக இருக்கிறாள்; ஏதோ தத்துவார்த்த மனநிலையில், இழப்பதற்கு என்ன இருக்கிறது என்பதை யோசித்தபடி இருக்கிறாள். விதைக்கப் போகிறோமா இல்லையா என்பது, நம்பிக்கை என்பதைப் பற்றிய நம் மனநிலையையே குறிக்கும் என்று சொல்கிறாள்.

– நாம் இங்கு தொடர்வோம் என்ற நம்பிக்கையா, அல்லது இந்த இடத்தில் ஏதோ ஒன்று நிச்சயம் தொடரும் என்ற நம்பிக்கையா? என்று ஒருத்தி கேட்கிறாள்.

– ஏதோ ஒன்று, என்று பதிலளிக்கிறாள் சகோதரியின் காதலி. – ஆனால் வெறும் ஏதோ ஒன்றல்ல.

இவள் சகோதரியின் காதலி. அவளுக்கு எது எது எங்கெங்கு இருக்கிறது என்பதும், அடுத்து என்ன செய்ய வேண்டும் என்பதும், எதை முன்கூட்டியே தயார் செய்ய வேண்டும் என்பதும் தெரிந்திருக்கிறது. நிகழ்காலம், அதைத் தொடர்ந்து உடனே வரும் எதிர்காலம், பின் அதனைத் தொடர்ந்து நாளை என்று ஒரே சமயத்தில் பல கால மண்டலங்களில் வாழ்ந்து வருகிறாள். அதற்குக் காரணம், அவளுக்கு ஒரு குழந்தையும், வேலையும், அர்ப்பணித்துக் கொள்ள ஒரு பணியும் இருக்கின்றன. இன்னும் அவள் தோல்வியடைந்து விடாத, ஆனால் தோற்றுக்கொண்டிருக்கின்ற பணி. ஆபத்தானவர்களாகவும், தேசத் துரோகிகளாகவும் இன்று அடையாளம் காணப்படும் அமைப்பு ஒன்றில் அவள் உறுப்பினர்.

அவள் இப்போது இன்னொரு பெண்ணுடன் சேர்ந்து பாத்திரங்களைக் கழுவிக்கொண்டிருக்கிறாள். அந்தப் பெண் இத்தனை நாட்கள் இல்லாது இப்போது குவிந்திருக்கும் சந்தேகத்தின், வன்முறையின் காரணத்தால் – கேட்கிறாள்: உனக்கு ஒரு மகன் இருக்கிறான். நீ எப்படித் துணிந்தாய்? அதற்குச் சகோதரியின் காதலி பதிலளிக்கிறாள் – அவனுக்காக இதைச் செய்யாமல் எப்படி இருக்க முடியும்? பின் The Count of Monte Cristo நாவலிலிருந்து மேற்கோள் காட்டுகிறாள்: துரோகம் என்பதைப் பொறுத்தவரை, எப்பொழுது என்பதே கேள்வி.

'வெறும் ஏதோ ஒன்றல்ல' – அவள் சொன்னது சகோதரியின் மனதில் ஓடுகிறது. உயரமான அடிக்கூரை கொண்ட அறையில் நின்றபடி ஓவியம் தீட்டிக் கொண்டிருக்கிறாள். காலணிக்குள் அவளுடைய வலது பாதம் குளிர்ந்தும் ஈரமாகவும் இருக்கிறது. கையில் தூரிகையை எடுத்துக்கொண்டு வில் போன்ற வடிவம் ஒன்றை மனதில் உருவகிக்கிறாள். அவள் வரைய விரும்பும் வடிவம். ஆனால் அது தன்னால் இயலாது போகும் என்று அஞ்சுகிறாள். குறி சொல்பவள் போல, கேன்வாஸை உற்று நோக்குகிறாள். தூரிகைகள் நகரும் விதத்தையோ, ஒட்டிக் கொண்டிருக்கும் தூரிகை நுனியையோ, கேன்வாஸின் இடுக்குகளில் தெரியும் வெள்ளை நூல்களையோ அவள் பார்க்கவில்லை. மாறாக, அதில் இருக்கும் சாத்தியங்களை மட்டுமே, அதில் எதையோ கண்டெடுக்க முடியும் என்பதிலும், அது தன்னிடம் எதையோ சொல்லக்கூடும் என்பதிலும் மட்டுமே கவனம் செலுத்துகிறாள். பெற்றுக் கொண்டதற்கு ஏற்பத் திரும்பத் தர வேண்டும் என்ற இயற்கை விதியை கேன்வாஸ் அறிந்திருக்கவில்லை.

நம்மால் எல்லாவற்றையும் வடிவத்தில் கொண்டுவந்துவிட முடியாது. முழுமையற்றதையும், கச்சிதமற்றதையும் கொண்டு திருப்தியடையப் பழகிக் கொள்ளவேண்டும் என்று பானைகள் வனையும் பெண் அவளிடம் முன்னமே சொல்லியிருந்தாள். குழைத்த மண்ணை எப்படிக் கையில் எடுக்க வேண்டும், கோப்பை போல எப்படி வடிவமைக்க வேண்டும் என்று அவளுக்குக் கற்றுத் தந்தாள். உன்னால் என்ன கொண்டுவர முடிகிறதோ, பார் – என்று சொன்னாள். உன்னால் எதை வடிவத்திற்குக் கொண்டுவர முடிகிறது என்று பார்.

அவளைச் சுற்றியும் கீழும் உள்ள அறைகளில் பெண்கள் தங்கள் பொருட்களை மூட்டைகட்டத் தொடங்கிவிட்டார்கள்.

●

13

நான் கண்ணைத் திறக்கும்போது வீடு வெளிச்சமாய் இருக்கிறது. ஆனால் ஐஸ் போன்ற குளிர்காற்றை அந்தச் சூரிய ஒளி கொஞ்சமும் வெம்மையாக்கவில்லை. வெளியுலகின் தட்பவெப்ப சூழ்நிலைகளிலிருந்து வீடு சரியாகப் பாதுகாக்கப் படவில்லை. தரை வழியாகவும் சுவர்களின் வழியாகவும் எல்லா வெப்பமும் கசிந்து போய்விடுகிறது. நான் எழுந்து உட்கார்ந்து போர்வையைத் தோள்களைச் சுற்றி இழுத்துக் கொள்கிறேன். தூங்கும்போது என் சகோதரியின் சுவாசம் சீரற்றதாக இருக்கிறது. பயணங்களின்போது வெட்டவெளியில் உறங்குவதற்குப் பயன்படும் துயிற்பையின் மீது சுருண்டு படுத்திருக்கிறாள், அதன் தலைப்பாகத்தை இழுத்துத் தன் தலை மீது கவிழ்த்துக்கொண்டு.

பணியிடத்தை வந்தடைந்தவுடன், கணிதவியலாளராக இருக்கும் என் தோழியைப் பார்க்கச் செல்கிறேன். அவளிடம் 'சீனோ முரண்பாடு' பற்றிக் கேட்க வேண்டும். அவள் தன் கணினித் திரையை உற்றுநோக்கியவாறு, முகத்தைச் சுளித்தபடி அமர்ந்திருக்கிறாள். உடனடியாக என்னை நிமிர்ந்து பார்க்கவில்லை.

–ஒரு நொடி பொறு, என்கிறாள். ஏதோ மின்னஞ்சலை வாசித்துவிட்டு "ப்ச்" என்று நாக்கால் ஓசை எழுப்புகிறாள். அதற்கு உடனடியாக பதில் எழுதி, "அனுப்பு" பொத்தானை அழுத்திவிட்டு, இருக்கையை என்னை நோக்கிச் சுழற்றிக் கொள்கிறாள். கண்களை அகற்றாமல் என்னைத் தேவைக்கு மீறி உற்று நோக்குகிறாள். இந்த நாட்டில் அப்படிப் பார்ப்பது சகஜமாக இருக்கிறது.

என் பார்வையை அவள் மீதிருந்து அகற்றி அறையைச் சுற்றிப் பார்க்கிறேன். அங்கிருக்கும் காகிதங்கள்; அவளுடைய மேசையில் இருக்கும் நூல்கள்; சுவரில் இருக்கும் நாள்காட்டி; அறையின் மூலையில் இருக்கிற, சரியாக நீர் வார்க்கப்படாத, தொட்டிச் செடி.

– அது உண்மையாகவே அற்புதமானது, என்கிறாள். – சீனோவைச் சொல்கிறேன். அதைப்போய் ஏனோ முரண்பாடு என்கிறார்கள்.

நான் மீண்டும் அவளைப் பார்க்கும்வரை தொடர்ந்து பேசாமல் இருக்கிறாள்.

– அதற்கென்று ஒரு விதிமுறை இருக்கிறது, என்று தொடர்கிறாள். – பார்.

மேசை மீது பேனாவைத் தேடுகிறாள். நான் குனிந்து அவள் எழுதுவதைப் பார்க்கிறேன். இடது கைப் பழக்கம் உள்ளவள்.

– நீ முதலில் ஒரு மீட்டர் தூரத்தைக் கடக்கிறாய் என்று வைத்துக் கொள், என்கிறாள். – அடுத்த தொலைவு அரை மீட்டர், பின்னர் கால் மீட்டர் என்று போய்க்கொண்டிருக்கும்.

1+1/2+1/4 என்று எழுதி மூன்று புள்ளிகளை வைக்கிறாள். இதெல்லாம் எனக்குத் தெரிந்திருக்கும் என்ற நம்பிக்கையுடன் என்னைப் பார்க்கிறாள். நானும் தலையாட்டுகிறேன்.

– இதை எளிதாக ஒரு இயற்கணித விதிமுறையாக எழுதிவிடலாம், என்கிறாள்.

– அப்படி யாரோ எழுதியும் இருக்கிறார்கள். இவற்றினுடைய கூட்டுத் தொகை ஒரு வரையறுக்கப்பட்ட எண்.

அதன் முக்கியத்துவத்தை உணர்த்துவதற்காக அவள் பேனாவைக் காகிதத்தின் மீது குத்தியபடி என்னைப் பார்க்கிறாள். நான் புரியாமல் முழிக்கிறேன்.

– அது எந்த எண்? என்று கேட்கிறேன்.

– இரண்டு.

– இரண்டா?

– ஆமாம். நாம் இப்போது பார்த்துக் கொண்டிருக்கும் கணக்குப்படி. நாம் ஒரு மீட்டர் என்பதில் தொடங்கினோமில்லையா? அதுவே மொத்தத்தில் பாதி.

– அப்படியென்றால் மொத்த தூரத்தை ஒரு குறிப்பிட்ட, வரையறுக்கப் பட்ட கால அளவிற்குள் கடந்துவிட முடியும் என்கிறாயா?

– ஆமாம்.

– அதற்குள் ஒரு முடிவிலி அடங்கியிருக்கிறது என்ற போதிலுமா?

– ஆமாம். அழகு, இல்லையா? புன்னகைக்கிறாள். நான் மேசை மீது கையை ஊன்றிக்கொண்டு நிமிர்ந்து நிற்கிறேன்.

– ஆனால் அது எப்படி சாத்தியம்? என்கிறேன்.

– ஏன்? ஏனெனில் அது சாத்தியம் என்று கணிதம் நமக்குக் காட்டுகிறது. ஏனெனில் நாம் இந்த விதிமுறையை அடிக்கடி பயன்படுத்துகிறோம்.

அவள் தன்னுடைய நாற்காலியைப் பின்னோக்கி நகர்த்துகிறாள். அது சுவர் வரை விரைந்து செல்கிறது. சுவரைத் தன் கையால் ஓங்கித் தட்டுகிறாள், ஏதோ பந்தயத்தில் வென்றவள் போலச் சிரித்தபடி.

— ஆக,... முடிவிலி என்பது எதற்கும் தடையாக இருப்பதில்லையா? என்று கேட்கிறேன்.

ஒரு புருவத்தை உயர்த்தித் தலையை ஒருபுறம் சாய்த்துக் கொள்கிறாள்.
— அற்புதமான கேள்வி. ஆனால் இந்தக் குறிப்பிட்ட கணக்கிற்கு அது பொருந்தாது. சீனோ விதிமுறையில் உண்மையில் முரண்பாடு எதுவுமில்லை. அதாவது, நாம் முரண்பாடு என்று புரிந்துகொள்கிறமாதிரி அதில் ஒன்றுமில்லை.

அவளுடைய மேசையின் விளிம்பை என் கட்டை விரலுக்கும் ஆள்காட்டி விரலுக்கும் இடையில் பிடித்துக்கொண்டு நிற்கிறேன். அதனுடைய தடிமன் ஒன்றேமுக்கால் சென்டிமீட்டர் என்று கவனிக்கிறேன். அவள் மேசையின் மறுபுறத்தைப் பிடித்துத் தன் நாற்காலியை உள்ளிழுத்துக் கொள்கிறாள்.

— ஆனால் இதையெல்லாம் பற்றிக் கேட்பதற்குக் காரணம்? என்கிறாள்.

இந்த ஊரில், இவர்களுடைய பண்பாட்டில், இப்படித் தயக்கமின்றி நேரடியாகக் கேள்விகள் கேட்பது சகஜமாக இருக்கிறது. நான் மேசை மீதிருந்து கைகளை அகற்றுகிறேன்.

— ஒரு காரணமும் இல்லை, என்கிறேன்.

அவள் ஆர்வம் கலந்த சந்தேகப் பார்வை பார்க்கிறாள். என் சகோதரியின் வீட்டில் இருந்த பெண்கள் என்னைப் பார்த்தது போலவே.

என் அலுவலகத்திற்கு வந்தவுடன், அந்த அஞ்சலுறையின் பின்புறத்தில் எழுதியிருக்கும் கணக்குக் கிறுக்கலைப் பார்க்கிறேன். முடிவு வரையறுக்கப் படாத இடைவெளிகளின் கூட்டுத்தொகையாக ஒரு வரையறுக்கப்பட்ட தூரம். முதலில் வரைபட மேசையிலிருந்து வெளிப்புறச் சுவர் வரை ஒரு நேர்கோட்டை வரைய முடியும். பின் மீண்டும் மீண்டும் ஆரம் போல நகர்ந்து அதே மாதிரியாக வீடு முழுவதும் செய்துவிடலாம். கடிகாரத்தின் கைகள் செய்வது போல.

•

லாரா ஃபெர்கஸ்

14

நான் திரும்பி வரும்பொழுது என்னுடன் சண்டைபோடத் தயாராக இருப்பது போலத் தோற்றமளிக்கிறது வீடு. மேகமூட்டத்துடன் காணப்படும் வானத்தின் கீழ் பதுங்கி எனக்காகக் காத்திருக்கிறது. நான் தயக்கமின்றி அதை நோக்கி நடந்து, சாவியை நுழைத்துத் திறக்கிறேன். எனக்கென்று ஒரு திட்டமிருக்கிறது. இனி இந்த வீட்டால் என்னை ஆச்சரியப்படுத்த முடியாது.

நான் ஒவ்வொரு அறையாகச் சென்று விளக்குகளை அணைக்கிறேன். என் சகோதரி வீட்டில் இல்லை. எல்லாம் அமைதியாக இருக்கிறது. கடந்தகாலமற்ற ஒரு இருப்பு இது. சமையலறையில் ஒரு குவளை தண்ணீர் குடிக்கிறேன். பின்னர் குவளையைக் கழுவி, உலர்த்தி, அதற்குரிய இடத்தில் சேர்க்கிறேன். நான் மேற்கொள்ளும் ஒவ்வொரு அசைவின் கதிக்கும் ஏற்ப என் இதயம் துடிக்கிறது. மேசை இழுப்பறையிலிருந்து ஒரு சுத்தியலையும் கம்பிச் சுருள் பந்து ஒன்றையும் எடுக்கிறேன். வரைபட அறையில் வந்து நிற்கும் எனக்கு லேசாய்த் தலைசுற்றுவது போல இருக்கிறது. இப்போது நான் எதிர்கொள்ள வேண்டியது முடிவிலியை. Infinity. அநிச்சயங்களை எப்படியாவது கைப்பற்றிவிடுவேன். என் வரைபடம் சில புதிய சாத்தியங்களை உருவாக்கும்.

தொடக்கப் புள்ளியின் மீது ஒரு ஆணியை நுழைக்கிறேன். ஆணியின் தலை முழுக்க உள்ளே சென்றுவிடாமல், ஒரு சென்டிமீட்டர் வெளியில் நீட்டிக் கொண்டிருக்கும்படி விடுகிறேன். வரைபடத்தில் வெறுமையாய் இருக்கும் செவ்வகத்தின் நடுவில் உள்ள ஓட்டை விரிவடைகிறது. அங்கு பொருத்தப்பட்டிருந்த செப்புக் கம்பி உடைந்து மறுபுறம் விழுகிறது, 'டிங்' என்று ஓசை எழுப்பியபடி. ஏற்கனவே அங்கிருந்த வரைபடம் இந்தத் தாக்குதல் காரணமாகச் சற்று அதிர்ந்து உள்ளொடுங்குகிறது. என் உள்ளங்கைகளை அதன் மீது வைத்து நீவுகிறேன். ஆணியிலிருந்து ஓரங்கள் வரை.

வரைபடத்தை மெதுவாக மீண்டும் அதன் இடத்தில் அழுத்தியபடி. என் தலைக்கச்சின் விளக்கொளியில் வரைபடம் ஒளிர்கிறது.

நியாயமாகப் பார்த்தால், நான் அதை முழுதாக வெளியில் எடுத்து வீசிவிட்டு, வேறொரு காகிதத்தைப் பொருத்தி, மீண்டும் தொடங்க வேண்டும். அது இன்னும் துல்லியமான, பொருத்தமான முடிவுகளைத் தரும். ஆனால் ஒருவித நேர்மையை சமரசம் செய்து கொள்ளாமல் அவ்வாறு செய்ய இயலாது என்பது என்னை உறுத்துகிறது: செய்த பணி ஒன்றைக் கைவிடாமல், நிராகரிக்காமல் அதைச் செய்ய இயலாது. எனவே அப்படிச் செய்யாமல், இருக்கும் வரைபடத்தின் மீதே 'சீனோ' அளவீடுகளைக் குறிக்க முடிவு செய்கிறேன். வேறு நிறப் பென்சிலைப் பயன்படுத்தலாம். முன்பு பயன்படுத்திய சாம்பல் நிறப் பென்சிலைப் பயன்படுத்தாமல் இதற்கு ஊதா நிறத்தை உபயோகிக்கலாம். நான் கச்சிதங்களை அதிகம் எதிர்பார்ப்பவள். அது என் பணியில் தாமதங்களை ஏற்படுத்தாமல் இருக்க வேண்டும்.

கம்பியின் ஒரு நுனியை ஆணியின் தலைக்குக் கீழ் கட்டி, அதைக் கீழே காகிதத்தை நோக்கி அழுத்துகிறேன். அங்கிருக்கும் தொடக்கப் புள்ளியிலிருந்து கம்பி தொடங்க வேண்டும். திசைகாட்டியைக் கையில் வைத்துக்கொண்டு கம்பிப் பந்தை உருட்டியபடியே சன்னல் வரை செல்கிறேன். இழுத்து வந்த கம்பி தரைக்குக் கிடைமட்டமாக இருக்கிறதா என்பதை உறுதிசெய்த பிறகு சன்னலுக்கு அருகில் ஒரு ஆணியைப் பொருத்துகிறேன். தரையிலிருந்து தொடக்கப் புள்ளி எவ்வளவு உயரத்தில் இருக்கிறதோ அதே உயரத்தில் ஜன்னலுக்கு அருகில் சுவரில் இந்த ஆணி. கம்பிப் பந்தை அதன் மீது சுழற்றி, கம்பி இறுக்கமாய் அமைத்துப் பின் கீழ் நோக்கி முடிச்சிடுகிறேன். அது வரைபடப் பலகைக்குச் செங்குத்தான திசையில் அமைகிறது.

என் விரலின் அழுத்தத்தில் குறுவட்டின் தட்டு வெளியே நீள்கிறது. நடுநிலைக் கதியில் அமைந்த 'பரோக்' (baroque) இசையை நிற்காமல் திரும்பத் திரும்ப இசைக்குமாறு செய்கிறேன். அது எனக்குச் சரியான வேகத்தையும் லயத்தையும் கொடுக்கும். விளக்குகளை அணைத்து, தலைக்கச்சு விளக்கைப் போட்டுக்கொண்டு, அளவுகோல் நாடாவை பாக்கெட்டில் வைத்துக்கொண்டு, தேவையான கருவிகளை மணிக்கட்டில் பொருத்திக் கொண்டு தயாராகிறேன். துல்லியமான விஷயங்களுக்கு வரும்போது பயன்படுத்த, காப்புக் கண்ணாடி வரைவு மேசை மீது தயாராக உள்ளது.

தொடக்கப்புள்ளிக்குப் பக்கவாட்டில் நின்றுகொண்டு இசையின் கால அளவுகளைக் கணக்கிடுகிறேன். நான் மேற்கொள்ள வேண்டிய ஒவ்வொரு செயல்பாட்டிற்கும் ஏற்ற இசைப் பகுதியையும் அதன் கால அளவையும் நிர்ணயித்தபடி நிற்கிறேன். கம்பியின் மீது அளவுநாடாவை நீட்டிப் பிடிப்பதற்கு அரை கால அளவு. அதன் நடுப்புள்ளியைக் கண்டுபிடித்துக் குறிப்பதற்கு இன்னொரு அரை. சமன்படுத்தும் தடியை அந்தப் புள்ளிவரை கொண்டுவருவதற்கு ஒரு அரை அளவு. தூக்குநூலை அதற்குச் செங்குத்தாக நிறுவுவதற்கு இன்னொரு அரைக் காலம். ஆழத்தை அளப்பதற்கு மேலும்

லாரா ஃபெர்கஸ்

ஒரு அரைக் கால அளவு. உயரத்தைக் கணக்கெடுத்து அதை வரைபடத்தில் குறிப்பதற்கு ஒரு முழு இசை வாக்கியம் தேவைப்படும். இருந்தாலும் ஒரு அரை வாக்கியம் மிஞ்சுகிறது ஷ இவற்றின் பலன்களை ரசித்து அனுபவிக்க. இசையின் இன்னொரு தொடர் ஆரம்பிக்கக் காத்திருந்து வரைபடப் பணியைத் தொடங்குகிறேன். ஆராய்ச்சி முறையின் வடிவமைக்கப்பட்ட நடனம் இது. கால அளவைக் குறிக்கும் ''மெட்ரோனோம்' கருவியின் அசைவைப் போல அவசரமில்லாதது, ஆனால் தவிர்க்க இயலாதது.

கவனம் குறையாமலிருக்க நான் கம்பியிலிருந்து என் தலையை உயர்த்தாமல் வேலை செய்கிறேன். அளவுகோலையோ கணிப்பானையோ பார்ப்பதற்குக் கூடத் தலையை நிமிர்த்துவதில்லை. இந்தக் கவனத்தில் வீடு கூட மறைந்துவிடுகிறது. வீட்டை அளவிடுதல் மட்டுமே மிஞ்சியிருக்கிறது. அளவிடுதலும் அதற்கு லயம் சேர்க்கும் இசையும். நான் கம்பியின் நீளத்தோடு சேர்ந்து நடக்கிறேன். திடமான திரவம் ஒன்று நகர்வது போலக் காற்று எனக்கு நகர்ந்து வழிவிடுகிறது. பணியில் முன்நகர்வதற்கான வழி இதுவே. இதைச் செய்துமுடிக்கப் பல ஆண்டுகள் ஆகலாம். பல பத்தாண்டுகள் கூட ஆகலாம். ஆனால் அது கண்டிப்பாக சாத்தியம் என்பதே நான் மனதில் கொள்ள வேண்டியது. சாத்தியம் எனில் அதற்கு ஒரு முற்றுப்புள்ளி இருக்கிறது என்று பொருள். முற்றுப்புள்ளி இருக்கிறதெனில் நான் ஏதோ ஒன்றை நோக்கிப் போய்க் கொண்டிருக்கிறேன் என்று பொருள். எனவே நான் செய்வதைத் தொடர்ந்து செய்யலாம். எனக்கு உற்சாகம் ஏற்படுகிறது. நான் முன் செல்லச் செல்ல ஏதோ ஒரு தீர்வு, தீர்மானமான தீர்வு, என்னை நோக்கி வருவது போன்றதொரு உணர்வு ஏற்படுகிறது. அது என்னை ஆட்கொள்கிறது. வரைபடக் கலை தரும் இந்தச் சுமைதணிவு.

•

15

அவள் வந்து சேரும்போது வீடு வெளிச்சமாயிருக்கிறது. தரை அதிரும்படி கதவைத் தட்டுகிறாள். அப்படிச் செய்வது கம்பிகளில் அதிர்வை உண்டாக்கி என் தலைக்கச்சு விளக்கின் ஒளியை சிதறடிக்கிறது. இசையின் ஒரு சொற்றொடரின் பாதியில் நான் இருப்பதால் இப்போதைக்கு அவளைப் பொருட்படுத்தாமல் இருக்க வேண்டியதாகிறது. அளவுகளைக் கணித்துக் குறிப்பெடுக்கும் வரை, தொடர்ந்து இசையின் கதிக்கேற்ப அடுத்தடுத்துச் செய்ய வேண்டியதைச் செய்தபடி இருக்கிறேன். அதுவரை அவளும் இடைவிடாது கதவைத் தட்டிக்கொண்டே இருக்கிறாள். நான் பாதுகாப்புக் கண்ணாடியைக் கழற்றிவிட்டு இசைத் தட்டைத் தற்காலிகமாக நிப்பாட்டுகிறேன். கூடவே, நான் செய்கிறவற்றையும்.

– கதவைத் திற, என்று அவள் கத்துகிறாள்.

என் பணியில் ஏதோ முன்னேற்றம் தெரிகிறது என்று சற்று முன்புதான் நினைத்திருந்தேன்.

கதவைத் திறந்ததும், என்னைத் தள்ளிக்கொண்டு உள்ளே நுழைகிறாள், விளக்குகளைப் போட்டபடி, செய்தித்தாள் ஒன்றைக் கையில் வேகமாக அசைத்தபடி. ஷெ போருக்கு முன் அந்த நாட்டில் இருந்தது போல இருக்கிறது, அவர்கள் எப்படி இவ்வளவு முட்டாள்களாக இருக்க முடியும், என்று கூறியபடி. ஏதோ போராட்டத்திலிருந்து வந்திருக்கிறாள். தானே ஒரு போராட்டமாகிவிட்டாள். மறுப்புகளாகவும் சண்டைகளாகவும் ஆகிவிட்டாள். எனக்கென்று தனிப்பட்ட எரிச்சல்களும் சலிப்புகளும் இல்லையா என்ன? வரைபடப் பணி, அதற்குத் தடையாக இவள். இது போதாதென்று மேலும் பலவற்றைக் கொண்டு வருகிறாள். அரசியல், ஊடகம், யாரோ சொன்ன கருத்து, ஏதோ ஒரு சட்டம் நிறைவேற்றப் பட்டிருப்பது – இப்படி ஏதேதோ கோபங்களை வீட்டிற்குள் கொண்டுவந்து சேர்த்துக் கொண்டே இருக்கவேண்டும் இவளுக்கு. அவை அனைத்தும் வீட்டிற்குள் சேர்ந்து சேர்ந்து மிளிரத் தொடங்கும். வீட்டிற்குள் இருக்கும் காற்று அதனுள் சுழலத் தொடங்கும், அதன் இழுப்பில் என் சருமம் வாடி உலரும்.

ஆனால் அதற்குள் இழுபட நான் சம்மதிக்கப் போவதில்லை. அவளுக்குப் பின்னாலேயே சென்று விளக்குகளை அணைத்துவிட்டு, கம்பியில் நான் இருந்த புள்ளிக்கு மீண்டும் திரும்புகிறேன். அவள் இங்கு இருந்துகொண்டு என்னுடைய லயத்தைக் குலைக்கும்வரை என்னுடைய புதிய செயல்பாட்டைத் தொடர்வதில் எந்த அர்த்தமும் இல்லை. எனவே அதைக் கைவிட்டு, இதுவரை ஏற்பட்டிருக்கும் சிறு சிறு தவறுகளை சீர் செய்ய முனைகிறேன்.

அவள் தொடர்ந்து பேசிக்கொண்டே இருப்பதால் என் காதுகளை ஒலியடைப்பான்கள் கொண்டு அடைத்துக்கொள்கிறேன். அவை ஓசைகளை முழுதுமாக வெளியில் நிறுத்துவதில்லை என்றாலும் நான் அவற்றை அணிந்துகொள்வது அவளுக்கு என் மனநிலையைத் தெரியப்படுத்தும் என்ற நம்பிக்கையில் அவற்றை அணிந்துகொள்கிறேன். ஆனால் அவள் அதைப் பொருட்படுத்தியது போலவே தெரியவில்லை. அவளுடைய குரல் சற்று அமுங்கலாகவும் விட்டுவிட்டும் கேட்கிறது. ஏற்கனவே வலுவிழந்த அவளது வாதங்கள் இப்போது இன்னும் வலுவற்றவையாகத் தோன்றுகின்றன. போரைப் பற்றியும், அது எப்படி நடக்கிறது என்பதைப் பற்றியும் பேசத் தொடங்குகிறாள். அது பின் அவளை எங்கள் வீட்டைப் பற்றியும் ஊரைப் பற்றியும் பேசச் செய்கிறது. வெவ்வேறு திசைகளில் சிதறிப் போன, அல்லது காணாமல் போன, அல்லது இறந்து விட்ட குடும்பத்தார் மற்றும் நண்பர்கள் பற்றி அவளைப் பேச வைக்கிறது. நிறுத்தாமல் பேசுகிறாள். இந்தப் பேச்சு என்னை எவ்வளவு பாதிக்கிறது என்பதை அவள் புரிந்துகொண்டதாகத் தெரியவில்லை. என்னிடம் என்ன பதிலை எதிர்பார்க்கிறாள்?

– ஏதாவது சொல்! என்று கத்துகிறாள். – நான் வெறும் சுவரோடு பேசவில்லை என்று தெரிந்தால் போதும்.

ஒலி அடைப்பான்களைக் காதுகளிலிருந்து கழற்றுகிறேன்.

– என் பதில் எதுவாக வேண்டுமானாலும் இருக்கலாம் என்றால், நீ சுவரிடமே பேசலாமே.

கையிலிருந்த செய்தித்தாளை அவளுடைய மூலையில் வீசிவிட்டு சமையலறைக்குச் செல்கிறாள். நான் ஒலி அடைப்பான்களை மீண்டும் அணிந்துகொள்கிறேன். அவள் உண்மையிலேயே வருத்தமாக இருக்கிறாள், என்னை எரிச்சலூட்டுவதற்காகச் செய்யவில்லை என்று எனக்குப் புரிகிறது. நான் எனக்கிருக்கும் பிரச்சனைக் கடலில் மூழ்காமல் இருக்க முயன்று கொண்டிருக்கிறேன். இந்நிலையில் அவளுடைய சுழல் போன்ற உணர்ச்சிகளும் அனுபவங்களும் என்னை நிலைகுலையச் செய்துவிடும். என்னை உள்ளிழுத்து மென்று உமிழ்ந்துவிடும்.

கம்பியை உள்ளங்கையால் அணைக்கிறேன். அது மிகவும் மெல்லியதாய், அங்கு இருப்பது கூடத் தெரியாத அளவிற்கு மெல்லியதாய் இருக்கிறது. பிடித்துக்கொண்டே பக்கவாட்டில் சரிந்து வரைபடப் பலகை நோக்கி நான் நகரும்போது கையில் லேசான எரிச்சல் மட்டுமே உண்டாகிறது. தற்காலிகமாக அந்தக் கம்பியைக் கழற்றிச் சன்னல் பலகை

மீது வைத்துவிட்டு வரைபடத்தில் நான் இதுவரை அடைந்திருக்கும் முன்னேற்றங்களைப் பார்க்கத் தொடங்குகிறேன். வரைபடத்தில் புதிதாக ஊதா நிறப் புள்ளிகள் ஒரே நேர்க்கோட்டில் வரைபடத்தைக் குறிக்கும் வெண்ணிறச் செவ்வகத்திலிருந்து சன்னல் வரை நீண்டு கிடக்கின்றன.

காப்புக் கண்ணாடியை மீண்டும் அணிந்துகொண்டு அதன் வில்லைகள் பார்க்க அனுமதிக்கும் சிறு பகுதிக்குள் என் கவனத்தை அடக்குகிறேன். நான் தொடர்ந்து சுருங்குகிறேன். சுருங்கிச் சுருங்கி... என் சகோதரியும் அவளுடைய வாதங்களும் வெகுதூரம் போகும்வரை சுருங்குகிறேன். சிறிய அலைகள் போலத் தென்படும் வரைபடக் கோடுகளோடு ஒடுங்குகிறேன். அவை அலைகள் போல பொருட்களின் எல்லைகளைத் தொட்டு வருடியபடி இருக்கின்றன. எழுகின்றன, வளைகின்றன, அடுக்கடுக்காய் இருக்கின்றன. வரைபடத்தில் குறிக்க வேண்டியவை இன்னும் நிறைய இருக்கின்றன. முற்றுப்பெறாத இசை போல இருக்கிறது இந்த வரைபடம்.

திடீரென்று அறை விளக்கின் ஒளி எழும்பி எல்லாவற்றையும் மூழ்கடிக்கிறது. நான் தலையைச் சாய்த்துப் பார்க்கும்போது அவள் அறையின் வாசலில் நின்றுகொண்டிருப்பது தெரிகிறது. அவளுடைய கை விளக்கின் சுவிட்ச் மீது. மீண்டும் விளக்கை அணைத்து அறையை இருட்டாக்குகிறாள். நான் மீண்டும் வரைபடத்தை நோக்கித் திரும்பியதும் அவள் மறுபடியும் விளக்கைப் போடுகிறாள். நான் சட்டென்று தலைக்கச்சையும் கண்ணாடியையும் கழற்றிவிட்டு அவளை முறைத்துப் பார்க்கிறேன்.

—எரிச்சலூட்டுகிறதா? என்கிறாள்.

—ரொம்ப.

—நல்லது.

அவள் கண்களில் கோபத்தையும் தாண்டி ஏதோ ஒன்று தெரிகிறது. கண்ணீர்.—ஐந்து நிமிடம் கூட பேச முடியாதா? என்கிறாள். உணர்ச்சிப் பேரலையின் விளிம்பில் நிற்கிறாள் என்பது புரிகிறது. அதை வெளிப்படுத்த அவளுக்கு ஒரு காரணம் தேவைப்படுகிறது. நான் பேசாமல் இருப்பது கூடக் காரணமாக அமைந்துவிடலாம்.

—சரி, சொல்லு. என்ன பேச வேண்டும் உனக்கு? என்கிறேன்.

—இதையெல்லாம் பற்றித்தான், என்கிறாள், அந்த செய்தித்தாளை நோக்கிக் கையைக் காண்பித்துவிட்டு, சட்டென்று என்னையும் நோக்கித் தன் கைகளை நீட்டி.—இங்கு நடந்துகொண்டிருக்கும் எல்லாவற்றையும் பற்றி, என்கிறாள்.

—எதற்காகப் பேச வேண்டும்? நாம் பேசுவதையும் பேசாமல் இருப்பதையும் எதுவும் பொருட்படுத்துவதில்லை. எல்லாம் அதனதன்படி நடக்கத்தான் போகிறது.

—அது உண்மையல்ல, என்கிறாள், கண்ணீரைத் துடைத்தபடி.—நாம் செய்யக்கூடிய விஷயங்கள் இருக்கின்றன.

அவளைத் திருப்திப்படுத்தக் கூடிய, அவளை சமாதானப்படுத்தக் கூடிய பதிலொன்றை நான் என் மனத்துக்குள் தேடுகிறேன். அவள் என்னை விட்டுவிட்டால் போதும்.

—அப்படி யென்றால் நீ போய் அந்தக் காரியங்களைச் செய், என்கிறேன்.

என்னால் அவ்வளவுதான் சொல்ல முடிகிறது. நான் கவனமாக இல்லையென்றால் அவள் அழக்கூடும் என்று எனக்குத் தெரியும். ஆனால் வரைபடம் காந்தம் போல என்னை இழுக்கிறது.

—சரி, என்கிறாள். அது எதற்கான பதில் என்பது எனக்கு மறந்துவிட்டது. என் விரல்களை வரைபடப் பலகை மீது வைக்கிறேன்.

—ஐந்து நிமிடங்கள் முடிந்துவிட்டதா? என்கிறேன்.

—இல்லை.

அவள் அறையைச் சுற்றி இடஞ்சுழியாக, அங்குள்ள காற்றை அவள் போக்கில் இழுத்துச் சென்றபடி நடக்கத் தொடங்குகிறாள். என்னை அறியாமல் நான் என் வரைபடத்தின் நுனிகளைப் பற்றிக் கொள்கிறேன். அவள் நடந்தபடியே தன் வலது கையை நீட்டிச் சுவர், சன்னல், அலமாரிகள், அவற்றிலிருக்கும் என் கோப்புகள், நூல்கள் எல்லாவற்றையும் விரல்களால் வருடிச் செல்கிறாள்.—உனக்குப் புரியவில்லையா ? உனக்குப் புரியவில்லையா ? என்கிறாள்.

—ஐந்து நிமிடங்கள் முடிந்துவிட்டன, என்கிறேன்.

நடையின் வேகத்தைக் குறைத்து, சுவரில் வலது கையைப் பதித்து, அதன்மீது தன் உடலின் பாரத்தைச் சாய்த்து, தன்னுடைய மூலையில் ஒடுங்குகிறாள். விரிப்பின் மேல் நின்றபடி கைகளை மடித்துக் கட்டி, என்னை முறைத்துப் பார்க்கிறாள். அறையிலுள்ள காற்று நீர் போல அமைதியடைகிறது. நான் கண்ணாடியை மீண்டும் அணிந்துகொண்டு வரைபடத்திற்குள் நுழைகிறேன். அது என்னவோ என் வீடு போலவும் அதனுள் நுழைய முடியும் என்பது போலவும் அதற்குள் நுழைகிறேன். எனக்குத் தனிமையை வழங்கக் கூடிய ஒரு வீடு. நான் ஒரு அடிகூட எடுத்துவைக்காமல் எல்லா அறைகளுக்கும் செல்ல இயலும் வீடு.

நிஜமான வீடு போலவே இதற்குள்ளும் நீங்கள் எங்கு இருக்கிறீர்கள் என்பதை மறந்துவிட முடியும். ஆனால் ஒரு வித்தியாசம். வரைபட வீட்டின் நடுவில் இந்த நிஜ வீட்டில் இருப்பது போன்று ஒரு வரைபடம் கிடையாது. அதைக் குறிக்கும் ஒரு காலிச் செவ்வகம் மட்டுமே உண்டு. அப்பட்டமான பொய் எனினும் இது ஒருவித ஆசுவாசத்தை அளிக்கிறது. வரைபடத்தில் உள்ள கச்சிதமின்மைகள் அந்தச் சிறு செவ்வகத்தில் பிரதிபலிக்கவோ அல்லது மேலும் பெருகிவிடவோ இல்லை என்னும் ஆசுவாசம். அப்படி ஆகிவிட்டால், வரைபடத்தைக் குறிக்கும் வரைபடம், அதைக் குறிக்கும் இன்னொரு வரைபடம் என்று போய்க்கொண்டே இருக்க வேண்டும். அதனால் தவறுகள் பன்மடங்காய்ப் பெருகிக் கொண்டேதான் போகும். இறுதியில், அர்த்தமுள்ளது என எதுவுமே மிஞ்சாது. இப்படி வெறும் வெள்ளைச் செவ்வகத்தைக் கொண்டு சமரசம் செய்துகொள்வதன் மூலம்

இழப்பின் வரைபடம்

மேற்சொன்ன வகையான அபாயங்கள் தவிர்க்கப்படுகின்றன. இருந்தாலும் அது என்னை வாட்டுகிறது. இன்றிரவு அதைப் பார்க்கும் தெம்புகூட எனக்கில்லை.

அறையில் அவளிருக்கும் மூலையை வரைபடத்தில் குறிக்கும் முக்கோணப் பகுதியை நோக்குகிறேன். வரைபடத்தில் அந்த இடத்தில் தென்படும் வெறுமைக்கு நேர்மாறாக நான் அணிந்திருக்கும் ஒலியடைப்பான்களின் வழியாக அறையின் அந்தப் பகுதியிலிருந்து ஓசைகள் வந்தவண்ணம் இருக்கின்றன: அவள் பை ஜிப்புகளை அவிழ்ப்பது, பைக்குள் எதையோ துழாவித் தேடுவது, பெருமூச்சு விடுவது. ஒரு பேய் போல இந்த வரைபட வீட்டைக் கூட அவள் ஆக்கிரமித்திருக்கிறாள். அவள் இன்னொரு அறையில் நடப்பதும், சமையலறையில் குழாய் திறக்கப்படுவதும், அவள் திரும்பி வரும் காலடி ஓசையும் எனக்குக் கேட்கின்றன.

ஆனால் இதெல்லாம் என்னை அவ்வளவாக பாதிக்கவில்லை. யதார்த்தத்திற்கும் அதை வரைபடத்தில் குறிப்பதற்கும் உள்ள இடைவெளியை நம்மால் புரிந்துகொள்ளவும், தவிர்க்கவும், நிச்சயமாக மன்னிக்கவும் முடியும். இடைவெளியைக் குறைக்கும் பணியில் இதெல்லாம் சகஜம். நான் வேகம் குறையாமல் செயல்பட்டுக்கொண்டே இருக்க வேண்டும். பிடிவாதம் என்பதை ஒரு ஆய்வு வழிமுறையாகவே பின்பற்ற வேண்டும். நான் திசை தவறுவதற்கோ, திசை என்னைத் தொலைப்பதற்கோ அனுமதிக்கக் கூடாது. – என்னைக் கைவிடுவதற்கா இதுவரை அழைத்து வந்தாய்? என்று வரைபடத்திடம் கேட்கிறேன். – என்ன? என்று கேட்கிறாள் என் சகோதரி. எங்கிருந்தோ வருகிறது அவளுடைய குரல். நான் வரைபட வீட்டிற்குள்ளேயே இருக்கிறேன்.

– உன்னிடம் பேசவில்லை, என்கிறேன்.

அவளிருக்கும் மூலையைக் குறிக்கும் காகித முக்கோணத்திலிருந்து கண்களை அகற்றி வரைபடத்திலிருக்கும் சுவரையொட்டிப் பார்வையைச் செலுத்துகிறேன். நான் இப்போது தாழ்வாரத்தில் இருக்கிறேன். வரைபட அளவீடுகளைப் பொறுத்தவரை இந்தத் தாழ்வாரமே வீட்டின் மிக அற்புதமான பகுதி. வரைபடத்தின் இந்தப் பகுதியில் வேறெங்கும் இல்லாத அமைதி நிலவுகிறது. வேடிக்கை என்னவென்றால், நிஜ வீட்டில் இந்தத் தாழ்வாரம்தான் மிக அசிங்கமான பகுதி. ஒருவித ஆதிக்க உணர்வும் அடக்குமுறையும் கொண்ட பகுதி. எந்தத் தீர்மானத்திற்கும் வராமல் இந்தக் கட்டிட வடிவமைப்பிற்குள் ஏதோ குறிக்கோளை அடையத் தொடர்ந்து முயன்றுகொண்டிருப்பது போல அது தோற்றமளிக்கிறது. அதனுடைய அமைப்பும் அழகின்றி இருக்கிறது. ஆறு இணைக்கரங்கள், ஒன்றை மற்றொன்று பிரதிபலிக்காதவை.

வரைபடம் உருவாக்குவதில் உள்ள இதுபோன்ற முரண்பாடுகள் எனக்கு எப்போதும் விசித்திரமானவையாகத் தோன்றியிருக்கின்றன. இத்தகைய முரண்பாடுகள் இருப்பதில் தவறொன்றுமில்லை. தாழ்வாரம் தான் வரைபடத்தில் குறிக்கப்படுவதற்கு முழுதாக ஒத்துழைக்கவில்லை என்றே இதற்குப் பொருள். ஏதோ விடுபட்டுப் போயிருக்கிறது, ஏதோ

அளவிட முடியாததாய் இருக்கிறது. எது என்று என்னால் என்றுமே குறிப்பிட்டுச் சொல்ல முடிந்ததில்லை.

வரைபடத்தில் வரைபட அறையைக் குறிக்கும் பகுதிக்கு நான் வரும்போது அங்கு ஏதோ மாறியிருப்பதைக் கவனிக்கிறேன். தொடக்கப் புள்ளியில் உள்ள ஆணியின் மீது ஒரு காகிதச் சீட்டு செருகப்பட்டிருக்கிறது. கண்ணாடியைச் சரிப்படுத்திக்கொண்டு பார்க்கிறேன். –எனக்கு இன்னும் ஐந்து நிமிடங்கள் தர முடியுமா? என்று அதில் எழுதியிருக்கிறது. நான் கண்ணாடியைக் கழற்றிவிட்டு நிமிர்ந்து பார்க்கிறேன். அவள் அருகில் நிற்கிறாள்.

தன் கைகளை நீட்டி ஒலி அடைப்பான்களை என் காதுகளிலிருந்து அகற்றுகிறாள்.

–இவை எல்லாவற்றிற்கும் காரணம் அதுதானா? என்கிறாள்.

–எது?

–கைவிடப்படுதல்? நான் உன்னைக் கைவிட்டேன் என்று நினைக்கிறாயா?

–என்ன? இல்லை. நான்தான் உன்னிடம் பேசவில்லை என்று சொன்னேனே. வரைபடத்திடம் பேசிக்கொண்டிருந்தேன்.

–நான் உன்னிடம் என்னை நியாயப்படுத்தத் தேவையில்லை.

–ஆமாம், என்கிறேன்.

–அதை எனக்கு எதிராகப் பயன்படுத்த உனக்கு உரிமையில்லை.

–இல்லைதான்.

–பின் நீ ஏன் அதைச் செய்கிறாய்?

–நான் உன்னிடம் பேசவில்லை, வரைபடத்துடன் பேசிக்கொண்டிருந்தேன்.

–பிரச்சினையே அதுதான். நீ ஒருபோதும் என்னுடன் பேசுவதில்லை.

நான் அலட்சியமாகத் தோளைச் சுருக்குகிறேன். அது என்னுடைய பிரச்சினையல்ல, என்பதைப் போல.

–நான் இப்போது இங்கு இருக்கிறேன், இல்லையா?

–ஆமாம். இருக்கிறாய்.

என் ஒலியடைப்பான்களைக் கையில் உருட்டியபடி இருக்கிறாள்.

–நீ என் சகோதரியாக நடந்துகொள்ள முடியாதா?

–ஆகட்டும்.

–நான் சொல்வது உனக்குப் புரிகிறதல்லவா?

–சத்தியமாகப் புரியவில்லை.

அவள் என்னை முறைத்துப் பார்க்கிறாள்.

–சரி, விட்டுவிடு, என்கிறாள்.

–என் ஒலியடைப்பான்களைத் திரும்பத் தந்துவிடு.

அவள் முதலில் தயங்குகிறாள். பின் மூடிய இரண்டு கைகளையும் என்னை நோக்கி நீட்டுகிறாள்.

நான் என் தலைக்கச்சு விளக்கொளியை அவளுடைய வலதுகையின் மீது பாய்ச்சுகிறேன். அவள் திறக்கிறாள். காலியாக இருக்கிறது. - சரி, இப்போது இடது கை. அவள் புன்னகைத்தபடி ஒவ்வொரு விரலாகத் திறக்கிறாள். அதுவும் காலியாக இருக்கிறது. நான் அவள் மணிக்கட்டைப் பிடித்துக் கொண்டு அவளுடைய சட்டைக் கைக்குள் என் கையை நுழைத்துத் தேடி, அங்கு அவள் பதுக்கி வைத்திருக்கும் ஒலியடைப்பான்களை மீட்டெடுக்கிறேன்.

—இதை உனக்கு கற்றுக்கொடுத்ததே நான்தான், என்கிறேன்.

—தெரியும். நான் சொல்ல வந்ததும் அதையேதான், என்கிறாள்.

இசைத்தட்டுக்கான ரிமோட் கண்ட்ரோலைக் கையிலெடுத்துக்கொண்டு பொத்தான்களை இப்படியும் அப்படியுமாக அழுத்துகிறாள். அவளுடைய மனநிலை என்னவாக இருக்கிறது, அடுத்து என்ன செய்வாள் என்பவற்றைக் கணிக்க நான் அவளைப் பார்த்தவாறு இருக்கிறேன். ரிமோட் அவள் கைதவறி எகிறி வரைபடப் பலகையின் முனையில் பட்டு விழுகிறது. நான் நிறுத்திவைத்திருந்த இடத்திலிருந்து இசை மீண்டும் தொடங்குகிறது. ரிமோட்டை எடுத்து, இசையை நிறுத்தி, ரிமோட்டை அதற்குரிய இடத்தில் வைக்கிறேன்.

நாங்கள் முன்பு தங்கியிருந்த மோட்டல் அறையிலும் இவள் இதேபோலத் தான் செய்தாள். பொருட்களைப் பந்து போல எறிவது, பிடிப்பது. பின்பு அவற்றைத் தன் பையில் போட்டுக்கொள்வது. கையில் பூசிக் கொள்ளும் க்ரீம், காலணிகள், அலாரம் கடிகாரங்கள் என்று எந்தப் பொருளாக இருந்தாலும் என்னவோ அவற்றின் வடிவத்தை, பருமனை, அளவை, அவற்றின் எல்லைகளை, அவற்றின் மதிப்பை அறிந்துகொள்ள முயல்பவள் போல் நடந்துகொள்வாள்.

நான் மீண்டும் ஒலிஅடைப்பான்களைக் காதில் அணிந்துகொண்டு வரைபடத்தில் கவனம் செலுத்துகிறேன். அதற்கு முன் நான் சொல்லியிருக்க வேண்டும். அவள் தன் பை ஜிப்பை மூடி, அதை முதுகில் அணிந்துகொண்டு கிளம்புவதற்கு முன்பு சொல்லியிருக்க வேண்டும். நான் உனக்காக மூன்று நாட்கள் காத்திருந்தேன் என்று சொல்லியிருக்க வேண்டும். அந்தக் கட்டிடத்தின் நடைபாதைகளில் நின்று கதறிக் கொண்டிருந்த மக்களுடன் சேர்ந்துகொண்டு, சுற்றியிருந்த கட்டிடங்களை குண்டுகள் தூள்தூளாய்த் தகர்த்துக்கொண்டிருந்தபோது, நான் உனக்காகக் காத்திருந்தேன் என்று நான் சொல்லியிருக்க வேண்டும். காத்திருத்தலை கனத்த பொருள் போல ஒரு கையிலும், அங்கிருந்து செல்வதற்கு அவளுக்கு இருந்த நிர்ப்பந்தத்தை இன்னொரு கையிலும் ஏந்தியபடி காத்திருந்தேன். ஆனால் இதையெல்லாம் பொருட்படுத்தி எடையிடும் தராசு ஒன்று இருக்கிறதா என்ன?

●

லாரா ஃபெர்கஸ்

15.5

சாலைகள் பாதுகாப்பாக இருக்கும்போதே பெரும்பாலான பெண்கள் கிளம்பிப் போய்விட்டிருக்கிறார்கள். அதாவது, ஒப்பீட்டளவில், சாலைகள் பின்னாட்களில் இருந்ததை விடவும் பாதுகாப்பாக இருந்த நாட்களில் என்று சொல்ல வேண்டும். எல்லாவற்றையும் தெரிந்து வைத்திருந்த அந்தப் பெண் எந்தப் பொருட்களை உடன் எடுத்துச் செல்ல வேண்டும், எவற்றை விட்டுச் செல்ல வேண்டும், எவற்றை ஒளித்துவைக்க வேண்டும் என்று தெளிவாகத் திட்டமிட்டிருந்தாள். தகவல் இணைப்புகள் எல்லாவற்றையும் துண்டித்திருந்தாள். வீட்டிலிருந்து வெளியுலகிற்குத் தொலைபேசியில் தொடர்புகொள்ள யாரையும் அனுமதிக்க வில்லை. வெளியிலிருந்து அழைத்தவர்கள் எவருக்கும் வீட்டில் யார் இருக்கிறார்கள் என்ற எந்தத் தகவலையும் தரவில்லை. இரட்டையர்களுள் ஒருத்தியான அந்தச் சகோதரி அழைத்தபோது மட்டும் தகவல் என்ன என்று கேட்டு வைத்துக்கொண்டாள்.

பானைகள் செய்கிறவள் தான் செய்த பானைகள் அனைத்தையும் காய்கறித் தோட்டத்தில் புதைத்து வைத்தாள். தோட்ட வேலை செய்கிறவள் அவள் பின்னோடு சென்று விதைகளை விதைத்துவிட்டாள்.

முதல் குழு வெளியேறக் கிளம்பியபோது யாரோ ஒருத்தி சொன்னாள் – எங்கு செல்ல வேண்டும் என்று யாருக்காவது தெரிந்தால் நன்றாக இருக்கும். வரைபடம் வரையத் தெரிந்த பெண் ஒருத்தியின் துணையிருந்தால் நன்றாக இருக்கும். தன் சகோதரியின் அவசியம் அப்போதுதான் அந்த இன்னொரு சகோதரிக்குப் புரிந்தது. அவர்களுள் ஒருவராவது உயிர்

பிழைக்க வேண்டுமெனில் சகோதரி அவளுடன் இருக்க வேண்டும். எனவே ஒரே செய்தியை அவளுக்கு நான்கு கடிதங் களில் எழுதி, வெவ்வேறு இடங்களில் தபாலில் சேர்க்குமாறு நான்கு பெண்களிடம் கொடுத்தாள். அவற்றுள் ஒன்றாவது போய்ச் சேரும் என்ற நம்பிக்கையில். தான் அவளிடம் வருவதாகச் செய்தி அனுப்பியிருந்தாள்.

ஊடகங்களில் வரும் செய்திகள் மோசமாகிக்கொண்டே வந்தன. வீட்டில் எஞ்சியிருந்த பெண்கள் சிலர் அங்கேயே இருக்கப் போவதாகத் தீர்மானமாக இருந்தார்கள், அல்லது வேறு வழியில்லை என்ற விரக்தியில் இருந்தார்கள். தன் குழுவைச் சேர்ந்த சிலர் பற்றிய தகவலுக்காக இரண்டு நாட்கள் காத்திருக்க வேண்டும் என்பதே சகோதரியின் காதலியின் திட்டம். ஆனால் இரண்டு நாட்கள் ஆகியும் அவர்களைத் தொடர்புகொள்ள இயலவில்லை. – நாங்கள் ஒரு குழுவாக உண்மையிலேயே இருந்தோமா? இல்லை அப்படி நான்தான் கற்பனை செய்துகொண்டேனா? என்று அங்கிருந்த கடைசி இரவில் அந்தச் சகோதரியிடம் அவள் கேட்டாள்.

காதலியின் மகன் தன் படுக்கையறைக்கு நேர் கீழே எங்கேயோ சுவரில் டென்னிஸ் பந்தை அடித்து விளையாடும் ஓசை அவளை எழுப்புகிறது. அவள் கண்களைத் திறக்கும்போது அவளுடைய கண் இமைகள் காதலியின் கழுத்தை வருடுகின்றன. அந்த வருடலில் அவள் விழித்து இவளை நோக்கித் திரும்புகிறாள். எல்லாம் இயல்பாக, அவசரமின்றி, சுவாசிப்பது போல். காதலி அவளைத் தன்பக்கம் இழுத்து அணைக்கிறாள். சகோதரி தன் காதலியின் தலைமுடியின், முகத்தின், படுக்கை விரிப்பைப் போலவே மிருதுவாக இருந்த சருமத்தின் வாசனையை நுகர்கிறாள்.

அந்த இடத்தை விட்டுச் செல்வதற்கு அது சரியான நேரமல்ல என்பது சகோதரிக்குத் தெரிந்திருக்கிறது. ஆனால் இதைவிடச் சரியான நேரங்களை அவர்கள் தவறவிட்டிருந்தார்கள். வெளியேறுதல் என்பதே தவறான முடிவாய் இருக்கலாம் என்பதும், ஆனால் பிற சாத்தியங்களை யோசித்து நீக்கியாயிற்று என்பதும் அவளுக்குத் தெரிந்திருக்கிறது. சமையலறையில் காலை உணவைச் செய்துவிட்டு, மீதமிருந்த ஓட்ஸ் தானியத்தை ஒரு பிளாஸ்டிக் பையில் போட்டு முடிச்சிட்டாள். அவளிடமிருந்து காதலி அதை வாங்கிக்கொள்வதைக் காதலியின் மகன் பார்த்துக்கொண்டிருக்கிறான். அவர்கள் கவலையாய்த் தெரிவதைப் பற்றிக் கவலையுடன் அவர்களைப் பார்த்துக்கொண்டிருக்கிறான். முதுகுப் பைகளில் பாஸ்போர்ட்டுகள், உணவு, சில துணிமணிகள், தங்களிடம் இருக்கும் பணம் அனைத்தும். சகோதரி தன் ஓவியங்களை விட்டுச் செல்லத் தீர்மானிக்கிறாள்.

பொருட்கள் அதிகம் சுமந்திருப்பதாலும், யார் கண்ணிலும் படாமல் செல்ல வேண்டும் என்ற கட்டாயத்தாலும் அவர்களால் மெதுவாகவே செல்ல முடிகிறது. முடிந்தவரை மரங்கள் அடர்த்தியாய் இருக்கும் பகுதிகள் வழியாகச் செல்கிறார்கள். மரங்களில் இலைகள் மீந்திருக்கவில்லை என்றாலும் மரத்தண்டும் கிளைகளும் கொஞ்சம் பாதுகாப்பளிக்கின்றன. சில சமயம் எதுவுமற்ற வெற்றுவெளிகளில் வேகமாய் ஓடவேண்டியிருக்கிறது. பழகிய இரண்டு ஊர்களுக்கு இடையே இருந்த காட்டுப் பகுதியில்

மரங்களுக்கு இடையே உறங்குகிறார்கள். துயிற்பைகள் அவர்களை அணைத்து வெப்பம் தந்தபடி.

மறுநாள் காலையில் அவர்கள் கிளம்பும்போது சிறுவனுக்குக் களைப்பாக இருக்கிறது. அவனுக்கு முனகி அழ வேண்டும் போல இருக்கிறது. ஆனால் அதற்குத் தகுந்த சூழல் இதுவல்ல என்பதும் புரிகிறது. காதலி குழந்தையுடன் இவளிடம் வந்தபோது அந்தச் சூழ்நிலையை ஏற்றுக்கொள்ளவும், தன் மனநிலையை அதற்கேற்ப மாற்றிக்கொள்ளவும் சகோதரி சற்றுச் சிரமப்பட்டிருந்தாள். அவள் குழந்தைகள் வேண்டும் என்று என்றுமே விரும்பியதில்லை. ஆனால் பூச்சிகள், மசித்த உருளைக்கிழங்கு, தலைக் கவசம் என்று சின்னச் சின்ன விஷயங்களைப் பார்த்து அவன் அடையும் பூரிப்பைப் பார்ப்பது அவளுக்குப் பிடித்துவிட்டிருந்தது. அவனால் எந்தத் தீங்கும் நேராது என்பதும் பிடித்திருந்தது. தீங்கு விளைவிக்காதவைதாம் எத்தனை அபூர்வமானவை. ஆனால் அதுகூட நீடிக்காது என்பது அவளுக்குத் தெரியும். குறிப்பாக, தற்போதைய சூழ்நிலைகளில், நிச்சயம் நீடிக்காது.

அவனுடைய தோள்பட்டையை அதிகம் அழுத்தாதவாறு முதுகுப் பையை அணிவிக்கிறாள். தன் இடது காலில் உள்ள புண் காலணியில் பட்டு உறுத்துவதை உணர்கிறாள். காதலிக்கோ கணுக்காலில் வலி. சிறு வயதில் உடைந்து பிற்பாடு குணமான கணுக்கால். அது வீங்கிச் சிவந்திருப்பதைக் காலுறை அணிவதற்கு முன் கவனிக்கிறாள். பின் எந்தப் பொருளையும் மறந்து விட்டுவிடவில்லை என்பதை உறுதி செய்துகொண்டு கிளம்புகிறார்கள்.

நாட்டின் தெற்குப் பகுதியை அடையும்வரை சிறுநகரங்களையும் அவற்றை நோக்கிச் செல்லும் சாலைகளையும் அவர்கள் தவிர்க்க வேண்டும். சாலைத் தடுப்புகளில் ராணுவ வீரர்களும் தற்காலிக வீரர்களும் இருப்பார்கள். அடையாள அட்டைகளைப் பார்த்த பிறகுதான் ஒருவரை எப்படி நடத்த வேண்டும் என்பதையே தீர்மானிப்பார்கள். இந்த இரு பெண்களின் பெயர்களும் இன அடையாளங்களும் அந்தத் தற்காலிக வீரர்களுக்கு ஏற்புடையதாக இருக்கும். ஏனெனில், அவர்களுக்கும் அதேபோன்ற பெயர்கள்தாம் இருக்கும். ஆனால், மற்ற படைவீரர்களுக்கு அவை எதிரியின் பெயர்களாகத் தெரியும். தவிர, காதலியுடையது எதிரி இனப் பெயர் என்பதைவிட, அவர்களிடம் இருக்கும் பட்டியலில் அவளுடைய பெயர் இருக்கும் என்பதே ஆபத்தானது. தற்காலிக வீரர்களிடமும் தன்னுடைய பெயர் இருக்கும் என்பதும் காதலிக்குத் தெரியும். அவள் உறுப்பினராய் இருந்த குழு தற்காலிக வீரர்களை நியமிப்பதற்கு நிதியுதவி வழங்கிய நிறுவனத்துடன் கொள்கை ரீதியாக ஒத்துப் போகாததே அதற்குக் காரணம்.

அவர்களிடம் வரைபடம் ஒன்று இருக்கிறது. ஆனால் அது சாலைகளை மட்டும் காட்டும் வரைபடம். மொத்த நிலப்பரப்பையும் காட்டுவது அல்ல. இருப்பினும் சாலைகளுக்குப் பெயர்ப் பலகைகள் இல்லாததால் அவர்களால் தாங்கள் எங்கிருக்கிறோம் என்பதை உறுதி செய்துகொள்ள முடிவதில்லை. தொலைந்து போகிறார்கள். யாரோ ஒரு விவசாயி தன் வயலை

இழப்பின் வரைபடம்

நோக்கி வரும் காற்றின் வேகத்தைத் தடுப்பதற்காக விட்டுவைத்திருக்கும் மரத் தோட்டம் ஒன்றிற்குள் விழுந்துகிடக்கும் கிளைகளுக்கிடையே அமர்ந்துகொள்கிறார்கள். சகோதரி சிறிய சாலை ஒன்றின் வழியே நடந்து சென்று கிராமத்தை அடைந்து எங்கு வந்து சேர்ந்திருக்கிறோம் என்பதை அறிந்துவருவது என முடிவெடுக்கிறார்கள். அது பாதுகாப்பான இடமாக இருந்தால், கடை ஏதேனும் திறந்திருந்தால், உணவு, தண்ணீர், பிளாஸ்திரித் துண்டுகள், பாரஸிட்டமால் மாத்திரைகள் போன்றவற்றை வாங்க வேண்டும். அகப்பட்டுவிடாமல் இவை அனைத்தையும் அவள் செய்து முடிக்கிறாள்.

அவள் திரும்பும்போது காதலியும் அவளுடைய மகனும் போய் விட்டிருக்கிறார்கள்.

•

16

நான் விழிக்கும்போது வீடு இருண்டிருக்கிறது. வெளியில் நிலவும் அமைதியைக்கொண்டு, இன்னும் விடியவில்லை என்று தெரிகிறது. ஏதோ ஒரு உறுத்தல். வரைபட வேலையின்போது நான் இசைக்கச் செய்த பாடல் இன்னும் என் மனத்திற்குள் கேட்டுக்கொண்டிருக்கிறது. ஆனால் அது முன்னர் தந்த உந்துதல் இப்போது இல்லை. மிகப் பரிச்சயமானதொரு பாடல் போல, முடிவில்லாது, திரும்பத் திரும்ப மனத்தினுள் ஓடிக்கொண்டிருக்கிறது. அவ்வளவுதான். படுக்கை அறையின் விதானத்தில் தெரியும் நிழல்களில் வரைபடத்தின் வடப் பக்க விளிம்பை என்னால் அடையாளம் காண முடிகிறது. வரைபடத்தில் புது அளவுகளை நான் ஊதாநிறப் புள்ளிகளால் குறித்திருந்தேன். தொடக்கப் புள்ளியிலிருந்து சன்னலுக்கான பாதி தூரம் வரை ஒரு புள்ளிகூட இல்லை. அதன் பிறகு புள்ளிகளின் அடர்த்தி அதிகரிக்கிறது. ஆனால் அவை இறுதி வரை சென்றடைவதில்லை. எப்படி அடைய முடியும்?

நான் பணியிடத்திற்கு வழக்கத்தைவிடச் சீக்கிரமாகச் சென்று தெருமுனையில் இருக்கும் காபிக் கடையில் அந்தக் கணிதவியலாளத் தோழிக்காகக் காத்திருக்கிறேன். அவள் அங்குதான் காலையில் காபி வாங்க வருவாள் என்பது தெரியும். அவளுடைய ஐந்து நிமிடத்திற்குப் பண்டமாற்றாக அவளுக்கு காபி வாங்கித் தருகிறேன். காபி பரிமாறும் கவுண்ட்டருக்கு அருகில் காபி இயந்திரத்திலிருந்து வரும் ஆவியை நுகர்ந்தபடி அமர்ந்திருக்கிறோம். அங்கு வரும் எங்கள் சகபணியாளர்கள் எங்களைப் பார்த்துத் தலையசைத்தவண்ணம் இருக்கின்றனர். நான் என்ன கேட்கப் போகிறேன் என்ற எதிர்பார்ப்புடன் அவள் என்னையே பார்த்துக் கொண்டிருக்கிறாள். அவளிடமிருந்து பயனுள்ள பதில்களைப் பெற வேண்டுமானால் என் திட்டம் முழுவதையும் அவளிடம் விளக்கித்தான் ஆக வேண்டும் என்று எனக்குத் தோன்றுகிறது.

நான் பேசும்போது வைத்த கண் மாறாமல் என்னைப் பார்த்துக்கொண்டிருக்கிறாள். தன் காபியில் சர்க்கரையைச்

சேர்த்துத் தேவைக்கதிகமாகக் கலக்குகிறாள். மையப் புள்ளியிலிருந்து முதல் ஆரத்தை வரையக் கம்பியை எப்படிப் பயன்படுத்தினேன் என்றும், பாடலின் கால அளவு எப்படி ஒவ்வொரு செயல்பாட்டையும் அளவிட உதவியது என்றும் அவளிடம் விளக்குகிறேன். முதலில் எல்லாம் சீராகப் போய்க்கொண்டிருந்தது என்றும் ஆனால் இப்போது ஏதோ சுணக்கத்தில் இருப்பதுபோல் தோன்றுகிறது என்றும் சொல்கிறேன். தவிர, அளவுப் புள்ளிகள் கம்பியின் இறுதியை நோக்கி அதிக நெருக்கமாக அமைந்திருக்கின்றன என்றும், ஆனால் அவை இறுதிப் புள்ளி வரை சென்றடைவதில்லை என்றும், அவற்றால் அங்கு சென்றடைய இயலும் என்று எனக்குத் தோன்றவில்லை என்றும், இதில் ஏதோ தவறிருப்பதாகப் படுகிறது என்றும் சொல்கிறேன். நான் சொல்லி முடித்ததும் அவள் ஒருமுறை சுற்றுமுற்றும் பார்க்கிறாள். பின் மீண்டும் என்னைப் பார்த்து முகம் சுளிக்கிறாள்.

–புரிகிறதா? என்கிறேன்.

அவள் புருவங்களை உயர்த்தி, –புரிகிறது, என்கிறாள் தீர்க்கமாக. ஆனால் இங்குள்ளவர்கள் பேசுவதுபோல, கூற்றின் இறுதி அசையைக் கேள்விபோல உயர்த்தியபடி. அது இவர்கள் சொல்லும் எதையும் சந்தேகிக்க வைக்கிறது. பார்வையை என் மீதிருந்து சற்று அகற்றி, காபியைக் கொஞ்சம் குடித்துக் கொண்டு, மேசை மீது விரல்களால் தாளம் போடுகிறாள். ஒரு நிமிடத்திற்குப் பிறகு என்னை நிமிர்ந்து பார்த்து, –சரி. உன் திட்டத்தில் ஒரு பிரச்சினை இருக்கிறது, என்கிறாள்.

–எங்கு? என்கிறேன் நான்.

–ஏறத்தாழ எல்லா நிலைகளிலும், என்கிறாள். திரும்பவும் வாக்கியத்தின் இறுதியில் உயரும் தொனியுடன். –கணிதத்திற்கும் வரைபடவியலுக்கும் பெரிய வித்தியாசம் இருக்கிறது.

–வரைபடத்தைப் பற்றி நீ கவலைப்படாதே, என்கிறேன். –பிரச்சினை கணிதத்தில் இருக்கிறது.

–இல்லை, வரைவதில்தான் பிரச்சினை இருக்கிறது.

நான் பெருமூச்சு விடுகிறேன். –இருக்கட்டும். ஆனால் நான் இப்பொழுது கணிதத்தைப் பற்றிக் கேட்கிறேன்.

–உன் கேள்வி என்ன என்று துல்லியமாகச் சொல்ல முடியுமா?

–இதை ஏன் என்னால் செயல்படுத்த முடியவில்லை? நேற்று நீ சொன்ன பிரகாரம், கம்பிக்குள் வரும் முடிவில்லாத புள்ளிகள் அனைத்தும் வரையறுக்கப்பட்ட ஒரு தூரத்தில் சென்று முடிவடைய வேண்டும், இல்லையா?

–ஆமாம்.

–அப்படியென்றால், கம்பியை ஒட்டி நடந்தால் அந்தப் புள்ளிகளை ஒரு குறிப்பிட்ட கால அளவிற்குள் நான் கடந்து செல்ல இயல வேண்டும் அல்லவா?

–எளிதில் முடிய வேண்டும்.

–பின் ஏன் ஒவ்வொரு புள்ளிக்குமான நிலையை என்னால் கணக்கிட்டுக் குறிக்க முடியாமல் போகிறது?

–காரணம், முடிவில்லாத புள்ளிகளைக் கடந்து பயணிப்பது என்பது ஒன்று. ஆனால் அவற்றினுள் முனைப்பாக ஈடுபடுவது என்பது வேறு.

–புரியவில்லை.

–அவற்றை ஒவ்வொன்றாக எண்ணுவது போல.

பிரச்சினை என்ன என்று எனக்கு விளங்கவில்லை.–ஒவ்வொன்றாக ஏன் எண்ண முடியாது?

–ஏனென்றால் புள்ளிகளின் எண்ணிக்கை முடிவில்லாதது. அவற்றை ஒவ்வொன்றாகப் பெயரிட்டுக் குறிக்க முடிவற்ற நேரம் எடுக்கும், என்கிறாள் கையை அசைத்தபடி.

அவள் காபியை மீண்டும் உறிஞ்சிக் குடித்துவிட்டு என் பதிலுக்காகக் காத்திருப்பது போல என்னைப் பார்க்கிறாள். நான் என் காபிக் கோப்பையைக் கையிலெடுத்து, மீண்டும் கீழே வைக்கிறேன். –ஆனால், கணித விதிமுறை புள்ளிகளை எண்ணி விடுகிறதே, என்கிறேன்.

–அது உண்மை. ஆனால் விதிமுறை நடுவில் இருக்கும் புள்ளிகளில் சிக்கிக்கொள்ளாமல் நேரடியாக இறுதிப் புள்ளியை அடைய உதவுகிறது. அதுதான் அந்த விதிமுறையின் அழகே. அதனால்தான் பிரச்சினை கணிதத்தில் அல்ல என்றேன்.

பற்கள் தெரியச் சிரிக்கிறாள். அவளை வெறித்துப் பார்க்கிறேன். அவள் சொல்வது இப்போது எனக்குப் புரிகிறது.

அவளுடைய சக பணியாளர் ஒருவர் கைக்கடிகாரத்தைக் காட்டி நேரமாகிறது என்று அவளிடம் சமிக்ஞையில் சொல்கிறார். அவள் காபியைச் சட்டென்று குடித்து முடித்துவிட்டு எழுந்து நிற்கிறாள்.–எனக்கு ஒரு மீட்டிங் இருக்கிறது, என்கிறாள்.

–அந்தப் புள்ளிகளை எப்படிக் கடப்பது? என்கிறேன். அவளுடைய சகாக்கள் தங்கள் பேச்சை நிறுத்திவிட்டு என்னைத் திரும்பிப் பார்ப்பதிலிருந்து, உரக்கப் பேசிவிட்டேன் என்பது தெரிகிறது. ஆனால் அவள் அதைப் பொருட்படுத்தாமல் எனக்கு முன் கவுன்ட்டர் மீது தன் கையை மிகுந்த பிரக்ஞையுடன் வைக்கிறாள், அது ஏதோ கவனம் குவிய வேண்டிய புள்ளி என்கிற மாதிரி.

–இரண்டும் ஒன்றல்ல, என்கிறாள். நான் அவள் கையிலிருந்து என் பார்வையை அகற்றி அவளுடைய முகத்தை நோக்குகிறேன். அவளது புன்னகை நேர்மையானதாய் இருக்கிறது. ஒன்று, அவள் இந்தச் சோக நாடகத்தை மிகவும் ரசித்துக்கொண்டிருக்க வேண்டும்; அல்லது, இது என்னவென்று அவளுக்குப் புரியாமலிருக்க வேண்டும்.

–நாம் நகரும்போது கணித விதிமுறையின் கருத்துநிலையுடன்தான் அதிகம் இணைந்திருக்கிறோம். விதிமுறையோ, வெளியைப் பாய்ந்து கடந்துவிடுகிறது. நாமும் அதுபோலக் கடந்துவிடுகிறோம். ஒவ்வொரு சிறிய படியாகக் கடக்க வேண்டும் என்பதில்லை.

அவள் ஏதோ மேடையில் உரையாற்றுபவள் போன்ற தன்னம்பிக்கை யுடனும், மெய்யியல் சார்ந்த விஷயங்களைப் பற்றி மட்டுமே கவலைப்படுபவள் போலவும் பேசுகிறாள்.

–ஆக, அது வேலை செய்யாது, என்கிறேன். கேள்வியாக அல்ல. அவள் தலையைச் சாய்த்து என்னைப் பார்க்கிறாள்.

–பார், ஸீனோ முரண்பாட்டின் உண்மையான பிரச்சினை, முடிவற்ற புள்ளிகளைக் கடந்து செல்வது அல்ல, என்கிறாள்.–அது நாம் எந்நேரமும் செய்துகொண்டிருப்பதுதான். நாம் கருத்துரீதியாக வடிவமைக்கும் ஒன்றிற்கும், எண்ணி அளவிட்டுத் திட்டவட்டமாக அறியக்கூடிய ஒன்றிற்கும் நடுவே உள்ள இடைவெளியே உண்மையான முரண்பாடு.

நான் அவளைப் பார்த்தபடி இருக்கிறேன். ஸ்கார்ஃப் துப்பட்டாவைக் கழுத்தைச் சுற்றி அணிந்துகொள்கிறாள்.

–ஆனால் அதுவே அற்புதமான விஷயம்தான், இல்லையா? என்கிறாள் என்னைப் பார்த்து.

நான் எதிர்கொண்டிருப்பது எவ்வளவு பெரிய பிரச்சினை என்பது அவளுக்குப் புரியவில்லை. வாழுமிடத்தைச் சரியாக அளவெடுத்து வரைய முடியாமலிருப்பது எவ்வளவு பெரிய பிரச்சினை. இனி நான் இதை எப்படிச் செய்து முடிக்கப்போகிறேன்?

அவள் இன்னும் என்னைப் பார்த்துக் கொண்டிருக்கிறாள்.

–ஆம், என்கிறேன்.–அற்புதம்தான்.

•

17

நான் திரும்பும்போது வீடு வெளிச்சமாயிருக்கிறது. வீட்டின் முன்புறச் சன்னல் கண்ணாடியில் நண்பகல் நேரச் சூரிய ஒளி. கண்கள் கூசுகின்றன. என் சகோதரி வெளியே போயிருக்கிறாள். அவளுக்கான மூலையில் அவளுடைய பொருட்கள் ஓவியத்தில் அசையாதிருக்கும் பொருட்கள் போல இருக்கின்றன. ஆனால் இவை எந்நேரமும் உருமாறக் கூடும். சாய்வின் விளிம்பில் இருக்கும் பிளாஸ்டிக் கோப்பை. பிதுங்கிக் கிழியும் அளவுக்குத் திணிக்கப்பட்டுள்ள முதுகுப் பை, அதன் உள்ளிருந்து நீட்டிக்கொண்டும் சிதறியும் கிடக்கும் கான்வாஸ் சுருள்கள். சுற்றிலுமிருக்கும் பிரபஞ்சத்தைப் போலவே அவளுக்கும் ஒழுங்கு என்பதைத் தக்கவைத்துக்கொள்ளத் தெரியவில்லை.

அவளுடைய விரிப்பின் விளிம்பில் என் கால் கட்டைவிரல் படுமாறு நிற்கிறேன். அதைக் காலால் உதைத்துக் கலைக்க வேண்டும் என்று தோன்றுகிறது. ஆனால் இருக்கும் அலங்கோலம் போதாதா? எனவே அப்படிச் செய்யாமல் குனிந்து, பையிலிருந்து நீட்டிக்கொண்டிருக்கும் கான்வாஸ் சுருள் ஒன்றை அருகில் இருக்கும் சுருள்கள் நகராதபடி கவனமாக எடுக்கிறேன். அந்த ஓவியத்தில் இருக்கும் பெண் எனக்குப் பரிச்சயமில்லாதவள். பெரிய சமையலறையில், ஒரு இருக்கையில் சாய்ந்தமர்ந்து இருக்கிறாள். சகோதரியின் பழைய சகபணியாளர்களுள் ஒருத்தியாக இருக்க வேண்டும். அதை மீண்டும் சுருட்டி இருந்த இடத்திலேயே வைக்கிறேன். இன்னொரு ஓவியத்தில் இருக்கும் பெண்ணை, சகோதரியின் வீட்டில் பார்த்திருக்கிறேன். ஓவியத்தில் அவள் எதையோ வாசித்தபடி புல்லின் மீது படுத்திருக்கிறாள். அருகில் ஒரு சிறுவன் தன் விரலில் உள்ள கம்பளிப்பூச்சியை உற்று நோக்கியபடி, உடலைக் குறுக்கிக்கொண்டு அமர்ந்திருக்கிறான். நான் ஒவ்வொரு கான்வாஸாக என் மடியில் வைத்துப் பிரித்துப் பார்க்கிறேன். பெரும்பாலும் பெண்கள், சில சமயம் குழந்தைகள், எப்போதாவது ஆண்கள். மேசை அருகில்

நின்றபடியோ, அல்லது போருக்கு முன் ஏதோ ஒரு தோட்டத்தில். அல்லது, நகர வீதிகளில். அது என்னுடைய நாட்டின் ஒரு நகரமாக இருக்க வேண்டும். கட்டிடங்கள் மற்றும் விளம்பரப் பலகைகளின் அமைப்பைப் பார்த்தால் அப்படித்தான் தோன்றுகிறது. எல்லாம் மிகையாய், தெளிவில்லாமல், ஒருவித அதீத ஆற்றலுடன். பார்க்க பிரம்மாண்டமாய் இருந்தாலும், அந்த நகர வீதிகளில் வாழ்வதும் செல்வதும் அவ்வளவு எளிதல்ல.

அந்தக் கேன்வாஸ் சுருள்களை மீண்டும் அவை முன்பு இருந்த விதமே கவனமாக வைத்துவிட்டு எழுந்து நிற்கிறேன். இதுபோன்ற குழப்ப நிலைகளுக்குள் உறிஞ்சி இழுக்கப்பட நான் அனுமதிக்கக் கூடாது. அது குருதியை இழப்பதுபோல. எனக்குத் தேவை துல்லியமும் வேகமும். நான் தொடர்ந்து வேலை செய்தாகவேண்டும். ஆனால் எப்படி?

சன்னலுக்கு அருகில், கம்பியின் மறுகோடியை நான் பொருத்தியிருந்த இடத்திலிருந்து அகற்றி, தொடக்கப் புள்ளியின் மீதுள்ள ஆணியைச் சுற்றியே பொருத்துகிறேன். பின் மீண்டும் சன்னலுக்குச் சென்று அங்கு நான் இழுத்து நிறுத்தி வைத்திருக்கும் கம்பிப் பந்தைக் கையிலெடுத்து விடுவிக்கிறேன். அது என்னை வரைபட மேசையை நோக்கி வேகமாக இழுத்துச் செல்கிறது. ஆனால் நான் சுமார் ஒரு மீட்டர் தொலைவில் நின்று, அங்கிருந்து கம்பியை 90 டிகிரி கோணத்தில் சாய்த்து இழுத்தபடி நடக்கிறேன். தரையிலிருந்து கம்பி இருக்கும் உயரம் மாறாமல் பார்த்துக் கொள்கிறேன். குறிப்பிட்ட தூரத்திற்குப் பிறகு வரைபட மேசையின் சாய்வைச் சந்திக்கிறது கம்பி. அங்கிருந்து எதிர்த்திசையில் 180 டிகிரி நடக்கிறேன், சமையலறைக் கதவின் அருகில் வந்தடையும்வரை. இதே ரீதியில் என்னால் வரைபட மேசையைச் சுற்றி முழுவட்டமாக வர முடியும். ஆனால் அதற்குமுன் மேசையைச் சமனாக வைக்க வேண்டியிருக்கும்.

கையில் கம்பியை இழுத்துக்கொண்டு நான் ஒவ்வொரு திசையிலும் நகர்கையில், அதன் மைய முடிச்சு தொடக்கப் புள்ளியைச் சுற்றிச்சுற்றி உரசிக் கரகரக்கிறது. உண்மையில் எனக்கிருக்கும் பிரச்சினை செய்முறை சார்ந்தது அல்ல – கருவிகள் சார்ந்தது. என் வசம் இருக்கும் மிக மழுங்கிய கருவி நானேதான்.

சன்னலுக்கு அருகில் நின்று, கையிலிருக்கும் கம்பிப் பந்தைப் பார்க்கிறேன். அது என்னை எங்கும் இட்டுச் செல்லவில்லை. அதை நான் மீண்டும் சுருட்டி, முடிச்சை நெகிழ்த்தி, தொடக்கப்புள்ளியின் மீதிருக்கும் ஆணியிலிருந்து விடுவிக்கிறேன். அந்திச் சூரிய ஒளியின் இறுதிக் கிரணம் ஆணியின்மேல் பட்டு ஒளிர்கிறது. கம்பிச்சுருள் பந்தை என் பாக்கெட்டில் போட்டுக் கொண்டே, ஆணியின் நிழல் வரைபடத்தின்மீது நீண்டு பின் மங்குவதைப் பார்க்கிறேன். அந்த இடத்தில்தான் எல்லாம் தொடங்குகிறது என்பதை எனக்கு நினைவுபடுத்திக்கொள்கிறேன். யோசித்துப் பார். இந்தப் பணி எங்கு முடியும் என்பதையும் அதுவேதான் தீர்மானிக்கும்.

யோசித்துப் பார்க்கிறேன். என்னை ஆகச்சிறந்த வரைபடவியலாளர் என்று கற்பனை செய்துகொள்கிறேன். கணிதத்தின் விதிமுறைகளை முறியடித்து, முடிவில்லாத எண்ணிக்கையிலான மிகச் சிறிய அளவுகளை வரையறுக்கப்பட்ட நேரத்திற்குள் என்னால் எடுத்து முடிக்க முடியும்

என்று கற்பனை செய்துகொள்கிறேன். இந்த இடத்தின் ஒவ்வொரு அங்குலத்தையும் என்னால் அளவெடுத்து வரைய முடிகிறது என்று கற்பனை செய்துகொள்கிறேன். என்னால் அதைக் கிரகிக்க முடிகிறது, கைப்பற்ற முடிகிறது, அதன் தெளிவின்மைகளை மொத்தமாக நீக்கிவிட முடிகிறது என்று கற்பனை செய்துகொள்கிறேன். அதற்குப் பின்? அதற்குப் பின் என்னுடைய வரைபடம் பார்க்க எப்படி இருக்கும்?

சூரியன் முற்றிலுமாய் மறைந்ததும் வரைபடம் இருளில் மூழ்குகிறது. எளிமையான விஷயம். என் பணியின் ஒரு கட்டத்தில் வரைபடக் காகிதம் முழுதும் பென்சில் குறிப்புகளால் நிறைந்து கறுப்பாகிவிடும். எந்த வடிவங்களும் தெளிவாகத் தெரியாது. ஒன்றைத் தவிர – தொடக்கப் புள்ளியின் ஒளிர்வின் மீது என் விரலைப் பதிக்கிறேன். என் கோடுகளின் எல்லாவிதச் சிக்கல்களுக்கும் நடுவில் ஒரு குண்டூசி அளவு ஒளியாய் இது எப்போதும் இருக்கும்.

நான் இவற்றிலிருந்து திரும்பி சமையலறைக்குள் சென்று அதன் உட்புறச் சுவருக்கு என் முதுகைக் காட்டியபடி நிற்கிறேன். இது எனக்கு முன்னமே தெரிந்திருந்ததா? செய்முறையில் காட்டும் அதீதத் தீவிரமே பணியைத் தோற்கடிக்கும் என்று முன்னமே அறிந்திருந்தேனா? ஒரு கோப்பை நீர் அருந்துகிறேன். பின்னர் கோப்பையைக் கழுவித் துடைத்து அதற்குரிய இடத்தில் சேர்க்கிறேன். உலையடுப்பின் கதவில் தொங்குகிற கை துடைக்கும் துண்டைச் சீராக மடித்து வைக்கிறேன். ஒழுங்குபடுத்தி வைக்க இங்கு வேறு என்ன விஷயங்கள் இருக்கின்றன என்று சுற்றிலும் பார்க்கிறேன். எல்லாம் அதனதன் இடத்தில் ஒழுங்காய் இருக்கிறது. இருள் என் கால்கள் மீதும், சமையலறை அலமாரிகள் மீதும், மேற்பரப்புகள் மீதும் பரவத் தொடங்கும்போது நான் நீர்த்தொட்டியின் விளிம்பைப் பற்றிக்கொண்டு சாய்ந்து நிற்கிறேன். குளிர்சாதனப்பெட்டி ஒருமுறை அதிர்ந்துவிட்டு அமைதியில் ஒடுங்குகிறது.

•

17.5

சகோதரி மரக்கிளைகளுக்கு அடியில், குழிகளில், சாலையோரங்களில் என்று எல்லா இடங்களிலும் தேடுகிறாள். புற்களைப் பிடுங்கிப் பார்க்கிறாள். மரப்பட்டைகளை உரித்துப் பார்க்கிறாள். சொற்கள்கூட மறைந்துவிட்டிருக்கின்றன. அவை இருந்தாலும் என்ன பயன். யாரிடம் சொல்ல முடியும்? யார் இருக்கிறார்கள்? அவளுக்கு இப்போது திடத் தன்மையோ, திரவ நிலையோ, எந்தவித குணநிலையும் கிடையாது. நிலையற்றவளாக இருக்கிறாள்.

அவளுக்குக் கதறவேண்டும் போல இருக்கிறது. ஆனால் அது யாருக்காவது புரியுமா, பாதுகாப்பாக இருக்குமா என்று தெரியாது. குழந்தைகளையும் கணவர்களையும் இழந்த பெண்கள் கதறுவதுபோலக் கதற விரும்புகிறாள். நேற்று அவர்கள் கடந்துவந்த, குண்டுகளால் சிதைந்திருந்த கட்டடங்களுக்குப் போய் அந்த இடிபாடுகளில் தேட வேண்டும் என்று விரும்புகிறாள். முற்றிலும் பயனற்றதுதான் என்றாலும், அங்கிருக்கும் செங்கற்களைத் தூக்கி எறிய வேண்டும் என்றும், புகைபோக்கியின் மீது தன் தலையை மோதிக்கொள்ள வேண்டும் என்றும் விரும்புகிறாள். எல்லாம் இடிந்து விழுந்த பிறகும் நின்று கடைசியாய் வீழ்வது ஒரு கட்டடத்தின் புகைபோக்கிதான்.

ஆனால் அவள் வேறு சாத்தியங்களையும் யோசிக்கிறாள். ஒன்று: அவள் தவறான இடத்தை வந்தடைந்திருக்கிறாள். கிராமத்திலிருந்து தான் திரும்பிவந்த பாதையில் மீண்டும் செல்கிறாள். மூன்றாவது முறை ஒரே பாதையில் செல்லும் பரிச்சய உணர்வு உறுத்துகிறது.

கிராமத்தின் நடுப்பகுதிக்கு வந்ததும் திரும்புகிறாள். யாரோ தன்னைக் கண்காணிப்பதுபோல உணர்கிறாள். அந்தச் சதுக்கத்தைச் சுற்றிலும் உள்ள வீடுகள் எவற்றிற்கும் முன்புறத்தோட்டங்கள் இல்லை. அவற்றின் சன்னல்களில் போடப்பட்டிருக்கும் திரைச்சீலைகள் சற்றுச் சிலிர்த்து மூடிக் கொள்கின்றன. இவளும் இந்த ஊர் மக்களின் இனத்தவளே. எனினும், தன்னுடைய காதலியை இழந்து நிற்பதால் இவள்

அவர்களிடமிருந்து வேறுபட்டவளாகத் தென்படலாம். அவர்கள் இவளுக்கு எந்தத் தீங்கும் விளைவிக்க விரும்பாவிட்டாலும், நிச்சயம் உதவ முன்வரமாட்டார்கள்.

திறந்திருக்கும் ஒரே கடைக்குள் செல்கிறாள். இரண்டு மணிநேரத்திற்கு முன்பு அவள் வந்துசென்ற அதே பேக்கரி. முதுகுப் பைகள் அணிந்த ஒரு பெண்ணையும் சிறுவனையும் அவர்கள் பார்த்தார்களா? இல்லை. யாரோ தனக்குத் துரோகம் இழைப்பதாக சகோதரிக்குப் படுகிறது. ஆனால் யார் என்பது தெளிவாகப் புரியவில்லை. பேக்கரியில் பயன்படுத்தும் நொதியின் வெம்மையான வாடையை அவளால் பொறுத்துக்கொள்ள முடியவில்லை. இனி அவளிடம் கேட்பதற்குக் கேள்விகள் இல்லை.

இரண்டு: அவர்கள் தாமாக எங்கோ போயிருக்கலாம். அருகிலுள்ள ஓடை ஒன்றிற்குத் தங்களைக் கழுவிக்கொள்ளவோ, தண்ணீர் குடிக்கவோ போயிருக்கலாம். ஆனால் முதுகுப் பைகளை உடன் எடுத்துச் சென்றிருக்க மாட்டார்கள். ஒருவேளை, பாதுகாப்பான இடமொன்றிற்குப் போயிருக்க லாம். அவர்கள் யாரையாவது காண நேர்ந்திருக்கலாம், அதனால் பயந்து போயிருக்கலாம். அப்படி நடந்திருந்தால் அவர்கள் இவளைத் தேடிக் கொண்டு மீண்டும் அந்த இடத்திற்கு வருவார்கள். இவள் அங்கு போய் அவர்களுக்காகக் காத்திருக்க வேண்டும்.

இரவு முழுவதும் அதே இடத்தில் காத்திருக்கிறாள். சாலையிலிருந்து மறைவாக, ஒரு மரத்தின் மீது சாய்ந்துகொண்டு, தன் முதுகுப் பையின் மீது இரவு முழுதும் அமர்ந்திருக்கிறாள். நேரம் ஆக ஆக காற்று பலமாக வீசத் தொடங்குகிறது. தலைக்கு மேல் நாட்டியமாடும் மரக்கிளைகளைப் பார்க்கிறாள். அவை தமது கரங்களைத் தாறுமாறாக அசைத்தபடி இருக்கின்றன. காற்றுக்கு, குறிப்பிட்ட திசை என்று ஒன்றில்லை. வெறும் விசையும் வன்முறையும் மட்டுமே. மரக்கிளைகள் முறிபடுகின்றன. உடைந்து ஒன்றன் மீதொன்றாக விழுகின்றன. இவளுடைய முழங்காலில் ஒன்று விழுகிறது. அது விழுந்த ஒரு விநாடிக்குப் பின் அவள் அலறுகிறாள்.

தான் அன்றிரவு உறங்கவே இல்லை என்று தோன்றினாலும், அந்த இரவு வேகமாகக் கழிந்ததிலிருந்து, தான் உறங்கியிருக்க வேண்டும் என்று அவளுக்குப் புரிகிறது. எழுந்து நிற்க முயலும்போது அவளால் வலது முழங்காலை முழுமையாக நீட்ட முடியவில்லை. அவளுடைய ஜீன்ஸ் இரத்தக்கறை படிந்து தோலோடு ஒட்டியிருக்கிறது. சீசாவிலுள்ள தண்ணீரை கவனமாகப் பயன்படுத்தி காயத்தைக் கழுவுகிறாள். பின்னர் ஒரு சட்டையை அதன்மீது கட்டுகிறாள். முந்தைய நாள் கொண்டுவந்த ரொட்டியை உண்கிறாள். நொண்டி நொண்டி நடந்து சுற்றுமுற்றும் பார்க்கிறாள். சாலையில் மேலும் கீழும் பார்க்கிறாள். அவர்களை எங்கும் காணவில்லை.

மூன்று: இராணுவ வீரர்கள் அவர்களைக் கைப்பற்றி அழைத்துச் சென்றிருக்க வேண்டும்.

•

இழப்பின் வரைபடம்

18

நான் நிற்கும் இடத்திலிருந்து பார்க்கும்போது வீடு இருட்டாக இருக்கிறது. சமையலறை நீர்த்தொட்டிமீது படிந்திருக்கும் கீழ்முதுகில் குளிர்ச்சியை உணர்கிறேன். வெளியில் இருக்கும் இரவைவிட, வரைபட அறையினுள் குவிந்திருக்கும் இருள் இன்னும் அடர்த்தியாக இருக்கிறது. வெளியே மேக மூட்டம் நிலவை மறைத்துக்கொண்டும், சகல ஒலிகளையும் அமுக்கியபடியும் இருக்கிறது. வானிலை மாறிக்கொண்டிருக்கிறது. நான் இருப்பது காற்றழுத்தத் தாழ்வுப் பகுதி. என் தலைக்குள் ஏதோ அழுத்தத்தை உணர்கிறேன். அறிவுப் பேரொளியின் உதயத்துக்கு முன்னதாக வரும் அழுத்தமாய் அது இருக்கட்டுமே என்று நினைத்துக் கொள்கிறேன். என் நுரையீரல்கள், இரத்த நாளங்கள், இதயத்தின் ஆழ்ந்த துடிப்பு ஆகியவற்றைக் கூர்ந்து கவனிக்கிறேன்.

கால்கள் மரத்துவிட்டிருக்கின்றன. என்னை நானே வற்புறுத்தி அங்கிருந்து நகரச் செய்கிறேன். உந்தி உந்தி, கால்களில் உணர்வை மீண்டும் வரவழைக்க முயன்றபடி வரைபட அறைக்குள் செல்கிறேன். என்னுடைய கற்பனையை எய்வதற்கான இலக்கு ஒன்றைக் கண்டுபிடித்தாக வேண்டும். நான் அடைய விரும்பும் கச்சிதமான தீர்வை நோக்கிய திசையிலாவது செல்ல வேண்டும். தலைக்கச்சு விளக்கைப் போட்டுக்கொண்டு வீடு முழுவதும் நடக்கிறேன், அந்த இலக்கைக் கோட்பாட்டளவிலாவது கண்டடைய வேண்டும் என்று தேடியபடி.

குளியலறையில் பாவிய பளிங்கு கற்கள் குளுமையாக இருக்கின்றன. அங்கிருக்கும் ஷாம்பூ மற்றும் கண்டிஷனர் சீசாக்கள் வரிசையாக, அவற்றின் விவரத் துணுக்குகள் வெளியே தெரியும்படி இருக்கின்றன. முடிவற்ற விவரங்கள், எல்லையற்ற சாத்தியங்கள் என்பதிலெல்லாம் அர்த்தமே இல்லை. அந்த நிலையில் எல்லாம் அர்த்தமற்ற அபத்தத்தில் முடங்கிவிடுகின்றன. அளவீடு என்றால் ஏதோ சமரசமே

செய்துகொள்ளக் கூடாத ஒன்று என்பதுபோல நான் இதுவரை அணுகி வந்திருக்கிறேன். அது கருத்து ரீதியான புதிர் என்பது போலவும், அதற்குத் தீர்வு கண்டுவிட்டால் என்னால் மேற்கொண்டு முன்னகர முடியும் என்பது போலவும் எண்ணிக்கொண்டிருந்திருக்கிறேன். ஆனால், உண்மையில் அளவீடு என்பதே சமரசம்தானோ? வரைபடவியலில் இருப்பவை சமரசங்கள் மட்டும்தானோ?

விளக்கின் ஒளியில் பார்க்கும்போது பீங்கான் ஓடுகளின் இடுக்குகளில் பூசணம் பூத்திருப்பது தெரிகிறது. வெளியே நீண்டிருக்கும் அவை ஒரே வடிவில் தங்களை மீண்டும் மீண்டும் பெருக்கிக்கொண்டுள்ளன. இதைப் பொருட்படுத்த வேண்டாம் என்று எனக்கு நானே சொல்லிக்கொள்கிறேன். நான் கவலைப்பட வேண்டியது வீட்டைப் பற்றி அல்ல; அதைத் துல்லியமாகக் கைக்கொள்வதைப் பற்றி மட்டுமே.

என் கவனம் சிதறாமல் பார்த்துக் கொள்ளவேண்டும். கைவசமுள்ள விஷயங்களைக் கொண்டு, நான் இதுவரை செய்திருக்கும் பணியை அடித்தளமாகக் கொண்டு, மேற்செல்ல முயல வேண்டும். மீண்டும் வரைபட அறைக்குச் சென்று மேசைக்கு முன் நிற்கிறேன். என்னுடைய கவனத்தை வரைபடம் ஒருமுகப்படுத்தி வாங்கிக்கொள்கிறது. என் விளக்கின் ஒளியை அது புவியீர்ப்பு சக்தி போல இழுத்துக்கொள்கிறது. இந்த வரைபடம் இந்த இடத்தை ஏறக்குறையத்தான் குறிக்கிறது என்பது எனக்குத் தெரியும். அது துல்லியமானதல்ல என்பதும் தெரியும். ஆனால் பாருங்கள், அது ஒரு அற்புதமான வடிவத்தைக் கடந்து சென்றுகொண்டிருக்கிறது. ஒரு வரைவுப் பிரதி என்ற அளவில் அது தன்னிகரற்றதே.

நான் என் வகுப்பியையும் அளவுகோலையும் மணிக்கட்டுக் கச்சில் பொருத்திக்கொண்டு, பென்சில் சீவுகிறேன் – கண்ணாடி வழியே அதன் கூர்மையைச் சரி பார்த்தபடியே. ஊதா நிற முத்துக்கள் போல, என் சீனோ விதிப் புள்ளிகள் காகிதத்தின் கீழ்ப்பகுதியில் நெரிசலாய்க் கிடப்பதைப் பார்க்கிறேன். என் தோல்வியின் முத்துக்கள். முற்றுப்பெறாத, கச்சிதமற்ற இந்த முயற்சிக்கு ஒரு அழகு இருக்கிறது. ஒருவேளை சமரசம் என்பது தோல்வியில்லையோ ... அது சமாதானமோ?

இந்த வடிவம் எந்த இடத்தில் நிலைகுலையத் தொடங்குகிறது என்பதை மட்டும் நான் கண்டறிந்தால் போதும். வடிவம் ஒன்றுமில்லாததாகவோ, எல்லாவற்றையும் உள்ளடக்க முயல்வதாகவோ ஆவதற்காக, அது அர்த்த மற்றதாய் மாறத் தொடங்கும் அந்தப் புள்ளியை நான் கண்டறிந்து விட்டால் போதும். செயல்பாட்டின் முரணைக் குறிப்பதாக மட்டும், அந்த முரணால் விழுங்கப்படாமல் இருக்கும் வடிவத்தை நான் கண்டடைய வேண்டும். இறுதியில், அது எவ்வளவை உள்வாங்கிக் கொள்கிறது என்பது முக்கியமல்ல. அது எனக்கு எவ்வளவைத் திருப்பித் தருகிறது என்பதே முக்கியம்.

•

19

நள்ளிரவில் நான் ஒவ்வொரு அறையாக நடக்கும் போது, என் கை பட்டதும் வீடு வெளிச்சமடைகிறது. என்னுடைய சுவாசத்தின் லயத்திற்கும் அருகிலுள்ள படுக்கையறையில் தூங்கிக்கொண்டிருக்கும் என் சகோதரியின் சுவாசத்தின் கதிக்கும் ஏற்ப நான் பல மணிநேரம் வேலை செய்து கொண்டிருந்திருக்கிறேன். என்னைச் சூழ்ந்திருக்கும் இந்தக் கட்டமைப்பு எவ்வளவு நுணுக்கங்கள் வாய்ந்தது என்பது இப்போது எனக்குப் புரிகிறது. ஒருவித நேர்க்கோட்டு விதியில் அதை அடக்க நினைக்கும் என்னுடைய செயல்பாடுகளை அது எப்படி எதிர்த்து வந்திருக்கிறது! வானிலை மாற்றங்களுக்கு ஏற்பவும், ஒளியின் மாற்றங்களுக்கு ஏற்பவும், தன்னில் வசிப்பவர்களுக்கு ஏற்பவும் அது தன்னை எப்படியெல்லாம் மாற்றிக்கொள்கிறது. அதனுடைய பரிமாணங்கள் முடிவற்றவை மட்டுமல்ல, அவற்றை வரையறுக்கத் தொடங்கக்கூட முடியாது. நம் கண்ணுக்குத் தெரிபவைதாம் அதன் பரிமாணங்கள் என்று எடுத்துக்கொள்ள முடியாது. அவையெல்லாம் ஒரு கூட்டுத்தொகுதியாகின்றன என்பதே விசித்திரம்தான்.

என் கருவிகளைக் கீழே வைத்துவிட்டேன். அவற்றின் உதவியில்லாமலே, நான் அளவிடுகிறேன் என்ற பிரக்ஞை இல்லாமலே, என்னால் எப்படிப் பலவற்றையும் அளவிட முடிகிறது என்பதை நினைக்கும்போது பிரமித்துப் போகிறேன். யோசிக்காமல் என் விரல் நுனியால் விளக்கு சுவிட்சைத் தொட முடிகிறது. வெகு குறுகிய கால அளவிற்குள் என்னால் துல்லியமாக எப்படி அந்த சுவிட்ச் எவ்வளவு தூரத்தில் இருக்கிறது என்பதை அளவிட முடிகிறது? அந்தச் செயல்பாட்டில் அடங்கியிருக்கும் வளைவுகள், திசையன்கள், அதன் கச்சிதம், எண்ணற்ற சின்னச் சின்னக் கணக்குகள், மாற்றங்களை எளிதில் பழகிக்கொள்ளும் திறன் –இவையெல்லாம் எப்படி சாத்தியமாகிறது? நான் விளக்கை மீண்டும் மீண்டும் போட்டு அணைக்கிறேன். நான் இத்தனை சக்தி வாய்ந்தவளா?

லாரா ஃபெர்கஸ்

தொட்டுணர இருக்கும் விஷயங்களின் வகைமையும் என்னை பிரமிக்க வைக்கிறது. சுண்ணாம்புப் பூச்சு, மரப் பலகை, துணி, காகிதம். கட்டிடக்கலை இசையாய் எழும்பிப் பறப்பதற்கு முன் முணுமுணுக்கப்படும் ஆரம்ப ஸ்வரங்கள் இவையே. புத்தக அலமாரிகளே கீழிறங்கும் சுரத் தொகுதிகள். இசை வேகம் பெறும் இடங்களே சுவர்கள். வாசல்கள் –இசை சற்று அமைதியாகும் இடங்கள். அதிக இடைவெளியின்றி தொடர்ந்து வாசிக்கப்படும் இசை நீட்சிகளே சுவர்களின் அடிப்புறத்தில் அறைகளைச் சுற்றிலும் இருக்கும் பலகைகள். தரைப் பலகைகளினூடாக வரும் காற்றே இசைக் கருவிகளின் வாசிப்பு.

பல படிநிலைகளில் வீட்டின் பரிமாணங்கள் அமைந்திருக்கின்றன, பின்வரும் ஒன்று, முன்னால்வந்த மற்றொன்றிற்கு விஷயங்களைச் சேர்த்தபடி இருக்கிறது. இந்தக் கட்டமைப்பிற்கென்று ஒரு வேகம் இருக்கிறது. அது எதிர்பாராத திசைகளிலெல்லாம் செல்கிறது. எதனிடமிருந்தோ தப்பிச் செல்லுதல் போல. பறத்தல் போல.

இந்த வீடு ஒரு இசையமைப்பு போன்றது. ஒரு சிறு இசைத்தொடரில் தொடங்கி, நுட்பங்கள் பெருகிப் பெருகி ஒன்றோடொன்று இணைந்தும் இயைந்தும் அமையும் இசை போன்றது.

தாழ்வாரத்தில் ஒரு மூலையில் பதுங்குவதுபோல அமர்ந்துகொண்டு, மறுகோடியில் உள்ள வீட்டின் கதவைப் பார்க்கிறேன். அது அமைந்திருக்கும் கோணங்கள் எனக்குப் பரிச்சயமானதாய்த் தோன்றுகின்றன. இப்படி நினைப்பது அபத்தம் என்று எனக்குப் புரிகிறது. நான் வாழும் இடம் எனக்குப் பரிச்சயமானதாய் இல்லாமல் வேறெப்படி இருக்கும்? எனக்குத் தேவை இதைப் புரிந்துகொள்வது அல்ல, இதை வரைவது. இதனை ஆராய்வது அல்ல, இதனை நெறிமுறைப்படுத்துவது. ஆராய்வது என்பது என்ன? ஒன்றைக் குறிப்பிட்ட வரையறைக்குள் அலசிப் பார்ப்பது, தவறுகளின் சாத்தியங்களை அனுமதித்து சில யூகங்களை முன்வைப்பது தானே?

இப்படி யோசித்துக்கொண்டே மீண்டும் வரைபடத்தை வந்தடைகிறேன். நெய்யப்பட்ட கம்பிகளின் கடலாய்க் காட்சியளிக்கிறது அது. அளவெடுக்கப்பட்ட சுவர்கள், தரைப் பலகைகள், வளைவுகள். அவற்றின் மீது நிற்கும் எல்லாம் இங்கு வெறும் கோடுகளாய். நான் கொஞ்சம் கொஞ்சமாய் மேலும் மேலும் விஷயங்களை இதில் சேர்த்துக்கொண்டே போகவேண்டும். குனிந்து, என் காதை வரைபடத்தின்மீது வைக்கிறேன். என் விரல் பட்டாலோ என் வகுப்பி அதன்மீது பட்டாலோ இதிலிருந்து ஒருங்கிணைந்த இசை எழ வேண்டும். அதற்கு இன்னும் ஒரு படிநிலை, ஒரு வரி இசை, ஒரு தசமப் புள்ளி தேவைப்படுகிறது. நான் அந்த இசைக்காகக் காத்திருக்கிறேன்.

வகுப்பியை அலமாரிகளின் ஓரமாகப் பிரித்து அளவெடுத்தபடி செல்கிறேன். ஏதோ ஒன்று எனக்குப் புலப்படத் தொடங்குவதுபோலத் தோன்றுகிறது. ஏதோ ஒரு வடிவத்தின் சாயல். நான் தொடர்ந்து செயல்பட்டால் மட்டுமே அந்த வடிவம் எனக்குக் கிட்டும் என்றும்

தோன்றுகிறது. அப்போதுதான் அது தன்னை வெளிப்படுத்தும். புதிய ஏதோ ஒன்று பரிச்சயமானதாய்த் தோன்றத் துவங்கியுள்ளது. இந்த மரப்பலகையில் இருக்கும் கோடுகளைப் பாருங்கள். அதில் முடிச்சுகள் திரும்பத் திரும்ப வருவதைப் பாருங்கள். இந்தச் சுண்ணாம்புப் பூச்சு தொடுவதற்கு எப்படி இருக்கிறது பாருங்கள். அதன் மேடு பள்ளங்களும், அலைகளும் வளையங்களும். அலமாரியில் இருக்கும் நூல்களின் முதுகுத் தண்டின் வளைவுகளையும் பாருங்கள். மடக்கிய விரல்களால் சுவரில் தட்டுகிறேன். கண்களுக்குத் தெரியாத உள்தூண்களின் ஒலி எனக்குக் கேட்கிறது. என்னால் இந்த வடிவங்களைக் கைப்பற்றி வரைய முடியும். இடையறாது எழும் இந்த நுணுக்கங்களின் தொகுதியை நான் வடிவமாக மாற்றுவேன். இவை எல்லாவற்றையும் காண்பதற்கான சின்னமாக என் வரைபடம் அமையும்.

●

20

உள்ளும் புறமும் எங்கெங்கும் வீடு வெளிச்சமாய் இருக்கிறது. காலைக் கதிரவனின் ஒளி சன்னல் கண்ணாடியின் மீது விழுந்து, திரைப்பட்டைகளின் கோடுகளாக எங்கும் படர்ந்து கிடக்கிறது. என் தலைக்கச்சின் விளக்கொளியை மேலே விதானத்தின் மையத்தில் எரிந்துகொண்டிருக்கும் விளக்கின்மீது பாய்ச்சியபடி வரைபட அறையின் தரையில் படுத்துக் கிடக்கிறேன் – நானும் ஒருவேளை வரைபடத்திற்குள் வர வேண்டுமோ என்று யோசித்தபடி. என்னுடைய இருப்பு இங்கு தற்காலிகமானது என்பது உண்மைதான். ஆனால் இந்தக் கணம் இங்கே இருக்கிறேனே. இப்போது இங்கே இருப்பவற்றைப் பற்றியதுதானே இந்த வரைபடம். எனக்கு இருக்கும் உறக்க மயக்கத்தில் அது செய்யக்கூடியதுதான் என்று தோன்றுகிறது – அதாவது, என்னையும் வரைபடத்திற்குள் கொண்டுவர இயலும்.

சற்று நகர்ந்து வரைபடப் பலகைக்கும் சமையலறைக்கும் இடையே ஒரு சுவாரசியமற்ற இடத்தில் ஒருக்களித்துப் படுத்துக்கொள்கிறேன். என்னை நான் வரைய வேண்டுமெனில் எனக்கு இதை விடவும் கடினமான, சவாலான வடிவம் தேவை. முழங்கால்களை உள்ளிழுத்துக்கொண்டு, ஒன்றின்மீது மற்றதை வைக்கிறேன் – இதை அளவுகளுடன் வரைபடத்தில் இணைப்பது கடினம். அந்தக் கோடுகள் எதைக் குறிக்கின்றன என்பதைக் கண்டுபிடிக்கப் பார்வையாளருக்கு நேரம் எடுக்கும். நான் இந்த நிலையில் இருந்துகொண்டு என்னை வரைய வேண்டுமானால் என் கைகளைத்தான் கடைசியாக வரைய வேண்டியிருக்கும். அதுவரை எனக்கு என் கைகள் தேவைப்படும். 'ஒரு வரைபடவியலாளரின் மரணம்' என்பது அதன் பெயராக இருக்கும்.

இடுக்கிமானியைக் கையிலெடுத்து என் முகத்தை நீளவாக்கில் அளக்கத் தொடங்குகிறேன். உச்சந்தலை முதல் தாடைவரை. என் சகோதரி படுக்கையறைக் கதவைத் திறப்பது கேட்கிறது. அவளுடைய காலணிகள்

சமையலறையை நோக்கி சரசரப்பதை ஓரக்கண்ணால் பார்க்கிறேன். நீரைச் சுடவைத்துவிட்டு அறை வாசலில் வந்து நிற்கிறாள். வாசல் சட்டத்தின் மேற்பகுதியைப் பிடித்துக்கொண்டு உடலை நீட்டி நீவியபடி நிற்கிறாள். நான் கன்னத்திலிருந்து கன்னத்துக்கும், நெற்றிப்பொட்டிலிருந்து நெற்றிப் பொட்டிற்கும் அளவெடுக்கிறேன். பின்னர் பென்சிலைக் காதுக்குப் பின்னாலிருந்து எடுத்து இடது கையில் ஒட்டியிருக்கும் போஸ்ட் இட் காகிதத் துண்டில் அவற்றைக் குறித்துக் கொள்கிறேன்.

–காபி வேண்டுமா? என்கிறாள்.

–என்னால் இப்போது நகர முடியாது.

–நான் போடுகிறேன்.

–ஆனால் என்னால் இப்போது குடிக்க முடியாது.

நான் கண்களை அவள் பக்கம் திருப்பிப் புன்னகைக்கிறேன்.

–நீ நல்ல மனநிலையில் இருப்பது போலத் தெரிகிறதே.

–எல்லாம் ஒன்றுகூடி வரத் தொடங்கிவிட்டது.

அவள் உறங்கச் சென்றபோது அணிந்திருந்த நீளமான சட்டையையே இன்னமும் அணிந்திருக்கிறாள். வெறும் கால்கள். கடந்த இருபது ஆண்டுகளில் அவளுடைய முழங்கால்களை நான் பார்த்திருக்கவில்லை. அவற்றில் மாற்றம் ஏதுமில்லை என்பதே ஆச்சரியமான விஷயம். வலது முழங்காலில் இருக்கும் அந்தக் கோணலான வடுவைத் தவிர. அவளுடைய முகத்தைப் பார்க்கிறேன். அது என் எதிர்பார்ப்பை விடவும் முதிர்ந்ததாய் இருக்கிறது.

நான் என்னையே அளவெடுக்க எடுக்க என் கைகள் கனத்துப் போகின்றன. கண்ணை மூடினால் உறக்கத்திற்குள் சறுக்கி விழுவது போல உணர்கிறேன். என் சகோதரியின் இளம்வயது முகத்தை, குழந்தைப் பருவ முகத்தை மனம் இன்னும் தேடியபடி இருக்கிறது. ஆனால் என் நினைவுகளுக்குள் அதனைத் தேடி எடுக்கமுடியவில்லை. ஒன்றன்பின் ஒன்றாகப் பல அறைகள். ஆனால் சில அறைகளை என்னால் அடைய முடியவில்லை. காரணம், இடையே இருக்கும் அறைகள் பூட்டப்பட்டிருக்கின்றன. அடுப்பில் கெட்டில் விசிலடிக்கத் தொடங்குவதும், என் சகோதரி பாத்திரங்களை நகர்த்துவதும் எனக்குக் கேட்கிறது. ஆனால் நான் இன்னும் அந்தக் கதவுகளுக்கு இப்பால் இருக்கிறேன். விசில் சத்தத்தில் அவை வீசித் திறக்கின்றன. நான் வேகமாகத் திரும்புகிறேன். என் சகோதரி அங்கு இருக்கிறாள். அவள் என் கையைப் பிடித்து அறை அறையாக இழுத்துச் செல்கிறாள். நாங்கள் எதையோ, எவரையோ நோக்கி ஓடத் தொடங்குகிறோம்.

அவள் அருகில் வந்து சத்தமாக, –என்ன செய்துகொண்டிருக்கிறாய்? என்று கேட்கிறாள். அது என் தசைகளுக்குள் பாய்ந்து என்னை விழிக்கச் செய்கிறது. சன்னலுக்கு அருகில் நின்றுகொண்டு காபிக் கோப்பையைக் கையில் வைத்துக்கொண்டு என்னை நோக்கிச் சமிக்ஞை செய்கிறாள்.

—என்னை வரைய அளவெடுத்துக் கொண்டிருக்கிறேன்.

அவள் பற்களின் வழியாகக் காற்றை உறிஞ்சியபடி அருகில் வந்து வரைபட மேசையின் மேல் குனிந்தபடி நிற்கிறாள். அவளுடைய காபிக் கோப்பை நான் பென்சில்களை வைத்திருக்கும் குழிவுக்கு மிக அருகில் இருக்கிறது. அதைப் பொருட்படுத்தாமல் இருக்கக் கண்களை மூடிக்கொள்ளலாம் என்று நினைத்தால் என்னை ஆக்கிரமிக்க அங்கு உறக்கம் காத்திருக்கிறது.

—இந்த வீட்டின் வரைபடத்தைத்தான் உருவாக்கிக்கொண்டிருக்கிறாய் என்று நினைத்தேன், என்கிறாள்.—நீ இந்த வீட்டின் ஒரு பகுதி அல்ல.

வலிந்து எழுந்து அமர்கிறேன்.

— நான் எல்லாவற்றையும் வரைகிறேன். வரைபடப் பலகையில் தொடங்கி வெளிப்புறமாய். அதில் நானும் அடங்குவேன்.

— ஆனால் நீ நிரந்தரமாய் அங்கு இருக்கப் போவதில்லையே.

— இதை ஏற்கனவே உனக்கு விளக்கியாயிற்று.

— தெரியும். நீ அளவெடுக்கும்போது இங்கு என்னவெல்லாம் இருக்கின்றனவோ அவையெல்லாம் வரைபடத்திற்குள் அடங்கும். ஆனால் அதில் ஒரு பிரச்சினை. எல்லா அளவுகளையும் எடுக்க நேரம் ஆகாதா? அந்த நேரத்திற்குள் மாற்றங்கள் ஏற்படலாமே.

—அதனால்தான் வரைபடம் உடனுக்குடன் காலாவதியாகிவிடுகிறது என்பது எனக்குத் தெரியும்.

— அது மட்டுமல்ல. வரைந்து முடிப்பதற்குள் உன் உடலமைப்பில் மாற்றங்கள் ஏற்பட்டுக்கொண்டே இருக்கும் அல்லவா? நீ அங்கிருந்து இங்கு வந்து உன்னையும் வரைபடத்திற்குள் சேர்த்துக்கொள்ள வேண்டும் என்றால் நகர்ந்தாக வேண்டுமே.

— தெரியும்.

— எனவே, உன்னுடைய வரைபடம் வெறுமனே காலாவதியானது அல்ல; பல்வேறு பகுதிகளில் பல்வேறு விதங்களில் காலாவதியாகியிருக்கும். உதாரணத்திற்கு, இந்த வரைபடத்தைக் குறிக்க ஒரு வெற்று வெள்ளைச் செவ்வக வடிவக் காகிதத்தை வைத்திருக்கிறாய். ஆனால் அந்த வரைபடத்திற்குள் நீ படுத்திருப்பதையும் குறிக்கப் போகிறாய். அப்படி யென்றால், வரைபடக் காகிதம் வெறுமையாக இருந்தபோது நீ தரையில் இந்த இடத்தில் படுத்திருந்தாகப் பொருள்படும். ஆனால் உண்மையில் அது அப்படி நிகழவில்லையே. இந்த வரைபடக் காகிதம் வெறுமையாக இல்லையே. அது வெறுமையாக இருந்தபோது நீ இங்கு படுத்திருந்திருக்க வில்லையே. நான் சொல்வது புரிகிறதா?

—நீ சொல்வது எதுவும் புதிய விஷயமல்ல.

—ஏன் கோபப்படுகிறாய்?

இழப்பின் வரைபடம

பேசிப் பயனேதும் இல்லை. நான் பென்சிலைக் காதுமடலில் செருகிக்கொண்டு எழுந்திருக்கிறேன்.

– செய்முறையில் உள்ள சவால்களை மட்டுமே சுட்டிக்காட்டிக் கொண்டிருக்கப் போகிறாய் என்றால்.., என்று தொடங்குகிறேன்.

– சவாலா? அடிப்படைக் குறைபாடு என்று நினைக்கிறேன்.

கண்களைச் சுருக்கிக்கொண்டு அவள் என்னைப் பார்ப்பதிலிருந்து என் தலைக்கச்சு விளக்கு எரிந்துகொண்டிருக்கிறது என்பதை உணர்கிறேன். அதை அணைத்துக் கழற்றுகிறேன். அவள் விழிப்புடனும் உற்சாகமாகவும் இருக்கிறாள். எனக்கு எரிச்சலூட்ட வேண்டும் என்ற எண்ணமில்லை அவளுக்கு. அவள் எப்பொழுதுமே காலைவேளைகளில் இப்படி உற்சாகமாகத்தான் இருந்துவந்திருக்கிறாள்.

– எனக்குக் கொஞ்சம் காபி கிடைக்குமா? என்று அவளுடைய கோப்பையை நோக்கிக் கையை நீட்டுகிறேன்.

அவளுக்குக் கொடுக்க விருப்பமில்லை என்றாலும் தருகிறாள். அது என் கையில் வந்ததும் பாதுகாப்பாக உணர்கிறேன். ஒரே மடக்கில் குடித்து முடிக்கிறேன். அதன் சூடும், அதிலுள்ள காஃபீனும் என்னுள் அதிர்வை ஏற்படுத்திச் செல்கின்றன. அவளுக்கும் வரைபடத்திற்கும் இடையில் என்னை நுழைத்துக் கொள்கிறேன், அதிலிருந்து அவளைத் தொலைவுக்கு நகர்த்த. காலிக் கோப்பையை அவளிடம் நீட்டுகிறேன். வாங்கிக்கொண்டு சமையலறைக்குச் செல்கிறாள்.

நான் மீண்டும் வரைபடத்தை நோக்குகிறேன். அவள் சொல்வது சரிதான். ஒருவேளை, என்னைப் பிற்சேர்க்கையாக வேண்டுமானால் இணைத்துக்கொள்ளலாம். அல்லது தனி இணைப்பாய். இப்போதளவு சோர்வுற்றிராத நேரத்தில் இதுபற்றி யோசிக்க வேண்டும். அது தவிர, இவள் இப்படி அடிக்கடி தொந்தரவு செய்துகொண்டிருந்தால் என்னால் வேலை செய்யமுடியாது.

கெட்டிலிலிருந்து அடுப்பின் மேல்தகட்டில் நீரைச் சிந்தியிருக்கிறாள் என்பது அதிலிருந்து வரும் உஸ்ஸ் சத்தத்திலிருந்து தெரிகிறது.

– எத்தனை நாள் இங்கு தங்கப் போவதாகச் சொன்னாய்? என்று உரக்கக் கேட்கிறேன்.

அவள் கோப்பையை மீண்டும் நிரப்பிக்கொண்டு அறைவாசலில் வந்து நிற்கிறாள்.

– அதுபற்றி உன்னுடன் பேச வேண்டியிருக்கிறது, என்கிறாள்.

நான் அசையாமல் அவளைப் பார்த்துக்கொண்டிருக்கிறேன்.

– ஏதாவது வேலை தேடிக்கொள்ளலாம் என்று யோசிக்கிறேன், என்கிறாள். – இங்கு, நகரத்தில்.

நான் மூச்சுக்கூட விடாமல் இருக்கிறேன்.

— எனக்கு ஒரு முகவரி தேவைப்படுகிறது. தபால்களைப் பெற்றுக்கொள்ள. எனக்கு நிலையான வாழ்க்கை இருக்கிறது என்பதைக் காண்பிக்க.

— நீ இங்கு தங்கக் கூடாது என்கிறேன்.

அது வெளிப்பட்ட விதம் இருவரையுமே ஆச்சரியப்படுத்துகிறது. இதைவிட நாசூக்காக சொல்ல வேண்டும் என்று நினைத்திருந்தேன். அவள் முகம் சுளிக்கிறாள்.

— நீ உறங்கினாயா? என்று கேட்கிறாள்.

எனக்கு ஆத்திரம் பொங்கி வருகிறது. இவளால்தான் எனக்கு இத்தனை தாமதங்கள் ஏற்பட்டிருக்கின்றன.

— இதோ பார், நீ ஏன் இங்கு தங்க முடியாது என்ற காரணத்தை ஏற்கனவே எடுத்துச் சொல்லிவிட்டேன். நீ என் வேலைக்குத் தடங்கலாக இருக்கிறாய்.

அவள் உண்மையிலேயே அதிர்ச்சி அடைகிறாள்.

— எந்த விதத்தில்?

— உன்னால் அமைதியாக இருக்க முடிவதில்லை. அது என்னை மிகவும் தொந்தரவு செய்கிறது.

— நான் சத்தமே போடுவதில்லை.

— பொருட்களை நகர்த்திக்கொண்டே இருக்கிறாய்.

— எனக்கென்று இருக்கும் பொருட்கள் அதோ அந்த விரிப்பின் மீது இருக்கின்றன. நீ உளறுகிறாய். குறிப்பிட்டுச் சொல்லக்கூடிய விஷயம் ஏதாவது இருந்தால், நான் செய்யக்கூடியது ஏதாவது இருந்தால் சொல்.

— குறிப்பாகவா?... சொல்கிறேன். நீ வந்ததிலிருந்து என் பணி முன்னேற்றம் அடையாதிருக்கும் வகையில் எதையாவது செய்துகொண்டே இருக்கிறாய். முதல் விஷயம்: நீ இங்கு இருப்பது. அதாவது, இந்தச் சூழலின் இன்னொரு பொருளாக நீ ஆகியிருப்பது. இரண்டாவது: இன்னும் வேறு பொருட்களை உள்ளே கொண்டுவந்திருப்பது. செய்தித்தாள்கள், உணவுப் பொருட்கள், அந்தக் கிண்ணம். மூன்றாவது...

மூன்றாவதை நான் தேட வேண்டியிருக்கிறது. அறையைச் சுற்றிப் பார்க்கிறேன். கண்ணில் படுகிறது.

— மூன்றாவது: உன்னுடைய முக்கோண விரிப்பிற்கு அருகில் ஐந்து மில்லிமீட்டர் விட்டமுள்ள பச்சை பெயிண்ட் கறையை நீ ஏற்படுத்தியிருப்பது.

சலிப்போடு கைகளை உதறுகிறாள். காபி கீழே கொட்டுகிறது. நான் புருவங்களை உயர்த்துகிறேன். ஆனால் அதைக் கண்டுகொள்ளாது சமையலறைக்குள் செல்கிறாள். அவளைப் பின்தொடர்கிறேன். அடுத்தடுத்த காரணங்களைச் சொல்வதற்கு ஏதுவாக அங்குள்ள அலமாரிகளையும் மேசை இழுப்பறைகளையும் திறக்கிறேன்.

இழப்பின் வரைபடம்

—நான்கு: சட்டி, கத்தி, மர ஸ்பூன் ஒன்று, தட்டுகள், கண்ணாடிக் கோப்பை ஒன்று ஆகியவற்றை எடுத்த இடத்தில் வைக்காதது.

அவள் காபிக் கோப்பையை மடார் என்று நீர்த்தொட்டியில் போட்டுவிட்டு மீண்டும் வரைபட அறைக்குச் செல்கிறாள். நான் அங்கும் சென்று படுக்கையறையை நோக்கிக் கையைக் காட்டுகிறேன்.

—ஐந்து: ஒவ்வொரு நாளும் உன் துணிமணிகளையும் நீ படுத்துறங்கும் பையையும் வெவ்வேறு வடிவங்களில் கிடக்குமாறு விட்டுச்செல்வது.

—சரி, போதும், என்கிறாள்.

—ஆறு: வீட்டின் வெப்பநிலையையும் ஈரப்பதத்தையும் மாற்றியிருப்பது. அதனால் வீட்டின் பரிமாணங்கள் மாறியிருக்கக் கூடும்.

—போதும். நீ பேசுவது அபத்தமாக இருக்கிறது.

—ஏழு: தொடர்ந்து அசட்டுப் பேச்சுக்களால் என்னைத் தொந்தரவு செய்தபடி இருப்பது, பணியில் கவனம் செலுத்த முடியாமல் செய்வது. எட்டு: நுணுக்கமான பிரச்சினைகளுக்கு அபத்தமான தீர்வுகளை வழங்குவது. அது என் பணியில் தாமதத்தை ஏற்படுத்துகிறது. ஒன்பது: மாற்றுத் தீர்வுகள் தராமல் என் செய்முறையின் வெவ்வேறு அம்சங்களை விமர்சிக்க மட்டும் செய்வது. உதாரணம்: வரைபடத்தைக் குறிக்க வெறும் காகிதத்தைப் பயன்படுத்துவது பற்றி, அல்லது வரையும் பரப்பில் என்னை இணைத்துக் கொள்வது பற்றி. பத்து: இந்த செயல்பாட்டின் அடிப்படைத் தேவையையே கேள்விக்குள்ளாக்குவது.

தட்டுமாடத்தின் மீது சாய்ந்துகொண்டு முகத்தைக் கையால் துடைத்துக் கொள்கிறாள்.—சரி, என்று சொல்லிப் பெருமூச்செடுக்கிறாள்.

காபி குடித்தது நல்லதாய்ப் போயிற்று. விஷயங்கள் விளக்கக் கூடியவையாகத் தோன்றுகின்றன.

—நான் என்னால் முடிந்தவரை பொறுமையாக இருந்து வந்திருக்கிறேன், என்று தொடர்கிறேன்.—என்னால் இயன்றவரை உன்னுடைய தாக்கத்தைக் குறைப்பதற்கும், அதைத் தவிர்க்க முடியாத நேரங்களில் மாற்றங்களைச் செய்துகொள்வதற்கும் முயன்றிருக்கிறேன். ஆனால் தொடர்ந்து அப்படிச் செய்துகொண்டிருக்க முடியாது. இதற்கு ஒரு இறுதிப் புள்ளி தேவை. அப்போதுதான் சேதங்களைக் கணக்கிட்டு எல்லாவற்றையும் மீண்டும் அவை இருந்த நிலைக்கு மீட்க முடியும்.

அவளுடைய தோள்கள் அவளுடைய காதுகள்வரை உயர்ந்திருக்கின்றன. நீண்ட பெருமூச்சாக உள்ளிழுத்திருக்கிறாள். சச்சரவுகளுக்கான தீர்வுகள் காண்பதைப் பற்றி ஒரு வகுப்பில் கேட்டது நினைவிற்கு வருகிறது.—எனவே, இந்தப் பணி எனக்கு முக்கியம். அதை நீ மதிக்க வேண்டும் என்பது என் விருப்பம், என்று சொல்கிறேன்.

அவள் மூச்சை வெளியில் விடும்வரை எல்லாம் அமைதியாக இருக்கிறது. அதற்குப் பல நொடிகள் ஆகின்றன. பின்னர் முன்னங்கைகளைத்

லாரா ஃபெர்கஸ்

தட்டுமாடத்தின்மீது வைத்து, விரல்களை அந்தக் கிண்ணத்தைச் சுற்றி வைத்துக்கொள்கிறாள்.–உன்னுடைய பிரச்சினைகளுக்கெல்லாம் என்னைக் காரணமாக்குகிறாய்.

–இல்லை. என்னுடைய எல்லாப் பிரச்சினைகளும் நீதான்.

அதற்கு அவள் பதிலளிப்பாள் என்று நான் எதிர்பார்க்கிறேன். ஆனால் அவள் கட்டுப்படுத்திக்கொள்கிறாள். பிறகு கையிலிருந்த கோப்பையை ஓசையின்றி மீண்டும் தட்டுமாடத்தின்மீது வைக்கிறாள். அவள் படுக்கையறைக்கு நடந்துசெல்வதன் அதிர்வை என் முதுகுத்தண்டில் உணர முடிகிறது. தன் பொருட்களைத் திரட்டி எடுத்துக்கொள்ளச் செல்கிறாள் என்று அனுமானிக்கிறேன்.

இது இப்படி நடக்கவேண்டும் என்று நான் விரும்பவில்லை. இதை நான் ரசிக்கவில்லை. ஆனால் நான் பழிவாங்குகிறேன் என்றுதான் அவள் நினைத்துக்கொண்டிருப்பாள். அவள் இங்கிருந்து போய்த்தான் தீர வேண்டும். நான் நேர்மையாகச் செய்துகொண்டிருக்கும் பணியிலிருந்தும், பறவையின் கண்கள் உயரத்திலிருந்து பார்ப்பது போன்ற பரந்த என் பார்வையிலிருந்தும் என்னைக் கீழிறக்குகிறாள். அவளுடைய அசட்டு நிலப்பரப்புகளில் நான் தடார் என்று விழுகிறேன்.

நான் வேலைக்குக் கிளம்ப வேண்டும். குடித்த காபியால் மனம் தெளிவாக இருக்கிறது. ஆனால் உடல் இன்னமும் சோம்பலாகத்தான் இருக்கிறது. நான் வரைபடப் பலகையின் அருகில் இருக்கிறேன் என்று நினைக்கிறேன். என் கண்கள் மூடிவிட்டிருக்கின்றன. உடல் எந்த வாக்கில் கிடக்கிறது என்பது எனக்கு நினைவில்லை. தலையைப் பின்னால் சாய்க்கிறேன், புவியீர்ப்பு என் கண்களைத் திறக்கட்டுமென.

நான் வேலைக்குக் கிளம்ப வேண்டும். காற்றில் ஏதோ ரீங்காரமிடுகிறது. அது என்னைச் சுற்றிச்சுற்றிச் சுழல்போல வந்து தரைப்பலகைகள் வழியாகக் கீழிறங்குகிறது. ஐந்து நிமிடங்கள் படுத்துக் கிடந்தால் இதைக் கடந்துவிடலாம். சிதறிக் கிடக்கும் பாகங்களை மீண்டும் ஒன்றுசேர்த்துக் கொள்ளலாம். வரைவுப் பலகையின் அடியில் மண்டியிட்டு அமர்கிறேன். என் கண்கள் மீண்டும் மூடுகின்றன. ஆனால் காதுகளைத் திறந்து வைத்துக் கொள்கிறேன் –வீட்டின் ஓசைகளைக் கேட்பதற்கு.

என் மூடிய கண்ணிமைகளுக்குள் அவளுடைய குழந்தைப் பருவ முகத்தைப் பார்க்கிறேன். தலைமுடி முகத்தில் விழாமல் பின்னிழுத்துக் கட்டப்பட்டிருக்கிறது. சுருக்கங்களற்ற அவளது நெற்றி முழுதும் தெரியும் விதமாக. என்னால் இதுநாள்வரை கண்டெடுக்க முடியாதிருந்த முகம். நான் தொலைத்திருந்த, என்னிடமிருந்து தொலைந்து போயிருந்த முகம். நான் பார்க்க ஏங்கியிருந்த முகம். அந்த வயதில் ஒருவரைப் பற்றி ஒருவர் அவ்வளவு உறுதியாய் இருந்தோம்.

அவளுக்குப் போக வேறு இடமில்லை என்று எனக்குத் தெரியும். எனக்கு மட்டும்? எனக்கிருக்கும் ஒரே இடம் இதுதான். இதை இப்போதுதான் புரிந்துகொள்ளத் தொடங்கியுள்ளேன். இந்த நேரத்தில் இவள் வந்து என்

பொறுமையை சோதிக்கிறாள். கொஞ்சம்கூட வளைந்துகொடுக்காதவள். என்மீது அவளுடைய தாக்கம் மிகக் கடினமானது. நானும் அதே தீவிரத்துடன் அதற்கு பதிலளிக்கிறேன்.

வீடு முணுமுணுக்கிறது. ஒலிக்கிறது. பாடுகிறது. அதன் தந்திகள் அனைத்தும் மீட்டி அதிர அதிர நான் சறுக்கி விழுகிறேன், வீழும்போது வயிற்றில் ஏற்படும் அந்த உணர்வு, இச்சை போன்றது. உறக்கம் போன்றது. தரையின் லயம் என்னைத் தாங்கிப் பிடிக்கிறது. விதானத்தின் மெல்லிசை அதன் மீது வளைவாய்க் கவிகிறது. படுக்கையறையில் அமைதியாக இருக்கும் என் சகோதரியால் வீட்டின் வடபாக ஓசைகள் அடக்கப்பட்டிருக்கின்றன. அவள் என்னிடம் எதையோ சொல்லாமல் மறைக்கிறாள் என்பது எனக்குத் தெரியும். ரகசியங்களை எப்போதும் தெள்ளத் தெளிவாய்க் கண்டுகொள்ளலாம்.

●

20.5

திரும்பவும் அவள் அங்கு வருவதைப் பார்த்ததும், அடுமனைக் கடைப்பெண் கல்லாவை மூடிவிட்டுக் கைகளைத் தன் வயிற்றின்மீது குறுக்காக வைத்துக் கொண்டு நிற்கிறாள். இல்லை, அவர்களைப் பார்க்கவில்லை. இல்லை, அவள் எந்த இராணுவ வீரர்களையும் பார்க்கவில்லை. கையிலிருக்கும் மாவை ஏப்ரனில் துடைத்தவாறு, அடுத்த அறையிலிருந்து ஒரு ஆள் வெளியே வருகிறார். சகோதரியை மேலும் கீழும் பார்க்கிறார். நேற்றெல்லாம் இராணுவ வீரர்கள் சுற்றிலுமிருக்கும் பண்ணைகளுக்குச் சென்றதாகத் தான் கேள்விப்பட்டதாய்க் கூறுகிறார். தற்காலிக சேவைக்கும், உணவு தருவதற்கும் ஆட்களைத் தேடிக்கொண்டிருந்தார்களாம்.

வெளியே மீண்டும் யாரோ தன்னைக் கண்காணிப்பது போலத் தோன்றுகிறது அவளுக்கு. அங்குள்ள தேவாலயத்தையும் மதுக் கூடத்தையும் தாண்டி நடந்துபோகும்போது தனது தோள்பட்டையிலும் கழுத்திலும் தசைகள் இறுகுவதை உணர்கிறாள். இங்கு நடைபாதைகள் குறுகலாக இருக்கின்றன. கிராமவாசிகளுக்கு வழிவிட்டு நடக்க இவள் தெருவை ஒட்டிய சாக்கடைக்குள் இறங்க வேண்டிவருகிறது. இவளை அவர்கள் நிச்சயம் சந்தேகிப்பார்கள். நிற்பதற்கும் இடமில்லை, போவதற்கும் இடமில்லை.

அவளுடைய பயம் நியாயமானது. ஒருவேளை, அதிகாரப்பூர்வமான இராணுவ வீரர்களிடம் சென்று தன்னுடைய காதலியும் அவளுடைய மகனும் காணாமல் போய்விட்டது பற்றி விசாரித்தால், அவர்கள் கைது செய்யப் பட்டிருக்கிறார்களா என்று கேட்டால், இவளுடைய பெயரும், காதலியுடனான தொடர்பும் இவளைக் குற்றவாளியாக்கிவிடும். தண்டனைக்குரியவளாக்கிவிடும். அந்தப் பெண்ணின் பெயரை இவள் அறிந்திருக்கிறாள், அவளைத் தேடிக் கொண்டிருக்கிறாள் என்பதே சந்தேகத்திற்குரிய விஷயங்கள். இவளுக்கு நல்ல நேரமாக இருந்தால், இவள் சந்திக்க நேர்ந்த வீரனைப் பொறுத்து, அவனுடைய மனநிலையைப் பொறுத்து,

அவர்களுக்கு இவளுடன் செலவிட நேரம் இல்லாது போகலாம். இவளை விட்டுவிடலாம். அல்லது இவளை வன்புணர்ந்து, சித்திரவதை செய்து, சுட்டுக் கொன்றுவிடலாம். அல்லது இராணுவ வீரர்களுக்கென்று தற்போது இருப்பதாய்ச் சொல்லப்படுகிற வன்புணர்வு விடுதி ஒன்றிற்கு அனுப்பப்படலாம். அவள் எவ்வளவு முயன்று யோசித்தாலும், காதலியைப் பற்றியோ குழந்தையைப் பற்றியோ அவர்கள் தகவல் தரும் சூழ்நிலையைக் கற்பனைகூடச் செய்து பார்க்க இயலவில்லை.

அவர்கள் எப்படி வேண்டுமானாலும் நடந்துகொள்ளக்கூடும் என்பது தான் பயத்திற்கும் மேலான ஏதோ ஒன்றை மனத்தில் விதைக்கிறது. ஒருவித விரக்தி, நம்பிக்கையிழப்பு, முயற்சியைக் கையிலெடுக்கும் முன்னரே கைவிடுதல். ஆனால் அவளால் முயலாமல் எப்படி இருக்கமுடியும்? அந்த முயற்சியால் ஒரு பயனும் இல்லாமல் போகலாம் என்று தெரிந்திருந் தாலும், அதைச் செய்யாமல் எப்படி இருக்கமுடியும்? செய்யக்கூடிய எல்லாவற்றையும் செய்தாள் என்று சொல்வதற்காகவாவது அவள் செய்தாக வேண்டுமே. நியாயமாக, தன் கொள்கைகளுக்கு ஏற்ப நடந்துகொள்ள விரும்புகிறாளா, அல்லது பயத்துக்கும் பீதிக்கும் அடிபணியப் போகிறாளா? இவற்றையெல்லாம் எதைக்கொண்டு முடிவு செய்வாள்? கூடவே ஒரு அபத்தமான எண்ணம் வேறு: காதலி அருகில் இருந்தால் எல்லாம் சரியாக இருக்கும்.

சிகரெட் சாம்பல் கிண்ணத்தின்மீது அந்த இராணுவ வீரன் பென்சிலைச் சீவிக் கொண்டிருக்கிறான். பென்சில் முனைக்கு அந்தக் கருவி கொஞ்சம் பெரியதாய் இருக்கிறது. ஆனாலும் விடாப்பிடியாகப் பென்சிலை வேகமாக அதற்குள் திணிக்கிறான். பென்சிலின் முனை உடைந்து சேதமடைகிறது. இந்தச் சிறிய காரியம்கூட இவனுக்குக் வசப்படவில்லையே என்ற ஆச்சரியத்தோடு சகோதரி அவனைப் பார்க்கிறாள். இங்கிருந்து ஒருவேளை உயிருடன் போய்விட முடியுமோ என்னவோ என்ற ஒரு மரண நம்பிக்கை பிறக்கிறது. அவன் அவளை நிமிர்ந்துகூடப் பார்க்கவில்லை. காதலியின் பெயரை அவள் சொன்னதும், பென்சிலை மேசைமீது போட்டுவிட்டு அடியிலிருந்து பதிவேடு ஒன்றை எடுக்கிறான். – நாள்? என்கிறான். – நேற்று, என்கிறாள். பெயர் பதிவேட்டில் இருக்கிறது. அதற்கெதிரே ஒரு வட்டம் குறிக்கப்பட்டிருக்கிறது. அந்தப் பெயருக்குக் கீழ் சிறுவனின் பெயர். அதற்கருகிலும் ஒரு வட்டம், ஆனால் அதற்குள் குறுக்குவசமாக ஒரு கோடு போடப்பட்டிருக்கிறது. வீரன் இவளை நிமிர்ந்து பார்க்கிறான். – உறவு? என்கிறான். – சித்தப்பா மகள், என்கிறாள்.

– அவர்கள் எங்கு வைக்கப்பட்டிருக்கிறார்கள் என்பதை மட்டும் நான் தெரிந்து கொள்ள வேண்டும், என்கிறாள் சகோதரி. ஆனால் அவன் எதையும் கேட்டுக்கொள்ளவில்லை. அவள் சொல்வது எதற்கும் இனிப் பயன் இருக்காது. அவன் மேசையைச் சுற்றி இந்தப்பக்கம் வந்து அவள் கையைப் பிடித்து ஒரு சிறிய அறைக்குள் இழுத்துச் செல்கிறான்.

●

21

நான் கண்ணைத் திறக்கும்போது வீடு இருண்டிருக்கிறது. அசையாமல் படுத்திருக்கிறேன். ஒரு நிமிடத்திற்குப் பிறகு என் கண்களுக்கு முன் செங்குத்தாக இருப்பது வரைபட மேசையின் கால் என்பது புரிகிறது. அதற்குப் பின்னால் இருப்பவை அலமாரிகள். என் வரைபட அறையில் உள்ள அலமாரிகள். எல்லாம் அதனதன் இடத்தில் இருக்கிறது. அப்படியே எழுந்து வரைபட மேசைக்கு அடியில் சம்மண மிட்டு அமர்கிறேன். அறையின் மையப் பகுதியைவிட என் சகோதரியின் இடமான அந்த முக்கோண மூலை அதிகம் இருண்டிருக்கிறது. கையை நீட்டி, மேலே தொங்கவிட்டிருக்கும் என் தலைக்கச்சு விளக்கை அந்த மூலையை நோக்கித் திருப்புகிறேன். மூலை காலி. அவள் இல்லை. வீடு அமைதியாக இருக்கிறது.

எழுந்து எல்லா அறைகளுக்குள்ளும் செல்கிறேன், விளக்குகளைப் போட்டபடி, அறைகளின் பரிமாணங்களை கவனித்தபடி. அவளுடைய துணிமணிகளும் உறங்குவதற் கான சுருள்பையும் என் படுக்கையறையிலிருந்து போய்விட் டிருக்கின்றன. குளியலறையிலிருந்த அவளுடைய ஷாம்புவும் போய்விட்டிருக்கிறது. வரைபட அறையின் தரையில் தவழ்ந்து, அவளால் என்னென்ன மாற்றங்கள் ஏற்பட்டிருக்கின்றன என்று பார்க்கிறேன். நான் அந்த விரிப்பை அவளுக்குத் தரும் முன் அவளுடைய ஓவியம் நிறுத்தும் சட்டகம் தரையில் ஏற்படுத்திய கீறல் தெரிகிறது. அது பெரிய பிரச்சினையில்லை. விளக்குகளை அணைக்கும்போது ஆசுவாசம் ஏற்படுகிறது. சமையலறையில் தண்ணீர் குடித்துவிட்டு, கோப்பையை அதனிடத்தில் வைக்கும்போது, அதை இனி யாரும் இடமாற்றம் செய்யமாட்டார்கள் என்றும், அந்த அலமாரியை வேறு யாரும் இனி திறக்க மாட்டார்கள் என்றும் எனக்குப் புரிகிறது. காற்று உலர்ந்திருக்கிறது. அவள் போய்விட்டாள்.

கைபேசியில் சகபணியாளர்களிடமிருந்து மூன்று குறுஞ் செய்திகள் வந்திருக்கின்றன. ஆனால் அவற்றை நாளை

கவனித்துக்கொள்ளலாம். கடிகார விநாடிச் சத்தத்தின் வேகத்திற்கு இசைந்து நள்ளிரவுவரை வேலை செய்கிறேன். பிறகு விளக்கை அணைத்து, கழற்றி மாட்டிவிட்டு, படுக்கச் செல்கிறேன். படுக்கையறையில் அவள் இல்லாதது ஏதோ ஆசீர்வாதம் போல இருக்கிறது. இரவின் அமைதியில் உறக்கம் விட்டுவிட்டு வருகிறது. கடலில் கப்பலைச் செலுத்துவதுபோல ஒரு கனவு. கடல் அமைதியாக இருக்கிறது. முழு நிலா. என் கைகளுக்கடியில் கச்சிதமாய் வரைபடம். கனவில் வரும் வரைபடம் என்னால் வரைய முடிந்ததைவிட இன்னும் துல்லியமானதாய், மேலதிக விஷயங்களைக் கொண்டதாய், நிஜமான நிலப்பரப்பிற்கு இன்னும் ஒத்ததாய் இருக்கிறது. கண்ணோட்டம் என்பதை கணத்தில் புரட்டிப்போடும் ஆற்றல் வாய்ந்ததாய் இருக்கிறது. அளவுகோல் என்பது அதற்கு ஒரு பிரச்சினையே அல்ல. சில சமயங்களில் விரிந்து கண்டங்களின் மொத்த நிலப்பரப்புகளையும், அடுத்துக் கண் சிமிட்டுவதற்குள் கடலோரங்கள் நோக்கிய நெருங்கிய பார்வைக்கோணத்தையும் காட்டுகிறது. அங்கு கிடக்கும் மண் துகள்களைக் கூடக் காட்டியபடி. அத்தனை நுட்பமான கண்ணோட்டம் அர்த்தமற்றது. அத்தனை நுணுக்கமான கண்ணோட்டத்தைத் தாங்கிக்கொள்ளும் சக்தி எனக்கில்லை.

வரைபடம் முனகுகிறது. தடவிச் சமாதானம் செய்கிறேன். என் உள்ளங்கையால் அதன் ஓரங்களைத் தடவிக் கொடுக்கிறேன். –ஷ்ஷ்ஷ், என்கிறேன். ஒரு துடிப்பு, ஒரு நடுக்கம், பின்னர் வரைபடம் இருளை நோக்கிக் கீழே விழுந்து மறைந்துபோகிறது. என் கண்கள் பட்டெனத் திறந்துகொள்கின்றன.

●

21.5

சகோதரி தாக்குதலுக்கோ அல்லது வன்புணர்ச்சிக்கோ ஆளாக்கப்படும்போது, சிலநேரங்களில் அவள் அந்தச் சக்தியால் தான் தன் உடலிலிருந்து எட்டி வெளித்தள்ளப்பட்டு, அந்த ராணுவ வீரர்கள் வேறு யாரோ ஒருத்தியைத் தாக்குவதையோ அல்லது வன்புணர்ச்சிக்கு உள்ளாக்குவதையோ பார்ப்பது போல உணர்வாள். ஆனால் சில நேரங்களில் அவ்வாறு உடலைவிட்டு வெளியேற முடிவதில்லை. உடலுக்குள்ளே சிக்கிக்கொண்டவள்போல வெளியேற வழிதேடி ஓடுகிறாள். அந்த நேரங்களில் அவளுடைய உடல், எத்தனை வலியும் பயமும் இருந்தாலும், அவளை வெளியேற விடாமல் தடுக்கிறமாதிரி உணர்கிறாள். ஒருவேளை, அந்த வலியும் பயமுமே ஆக்கிரமித்துக்கொண்டு தன்னுடைய முழுக் கவனத்தையும் கோருவதாகவும் நினைத்தாள். முதலில் பல நாட்களுக்கு அவர்கள் இவளுடைய காதலியைப் பற்றி விசாரித்தபோதெல்லாம் அவள் தன் சித்தப்பா மகள் என்று ஆரம்பத்தில் கூறியதையே மீண்டும் மீண்டும் சொல்லி வந்தாள். தாங்கள் உறவினர்களெனினும் அதிக நெருக்கம் கிடையாது என்றும், வெளியேறுவதற்காக ஒன்றாய் தெற்கு நோக்கிக் கிளம்பியதாகவும், அது தவிர அவளைப்பற்றி வேறேதும் தெரியாது என்றும், அவளுக்கும் அவளுடைய குழந்தைக்கும் என்னாயிற்று என்று அறிந்துகொள்ள மட்டுமே விரும்பியதாகவும் கூறினாள். ஆனால், அவள் என்ன சொல்கிறாள் என்பது யாருக்கும் முக்கியமே இல்லை என்பதைப் பின்பு உணர்ந்துகொண்டாள்.

பதிவேட்டில், அவளுடைய காதலியின் பெயருக்கு அருகில் அவர்கள் குறித்திருக்கும் வட்டத்திற்கு என்ன பொருள் என்று அவர்கள் அங்கு இல்லாத நேரத்தில் யோசித்துப் பார்த்தாள். அவள் எதிரி என்று பொருளா? அல்லது அவளுடைய இன அடையாளத்தையோ அல்லது அரசியல் சார்பையோ குறிக்கிறதா? சிறுவனின் பெயரின்மீது குறுக்காகக் கோடு போட்டிருந்தார்களே? அதன் பொருள்

என்னவாக இருக்கக்கூடும்? எதிரியின் உறவினர் அல்லது குழந்தை என்று பொருளோ? அல்லது இறந்துவிட்டான் என்று பொருளோ? இப்போது தன் பெயருக்கு அருகில் வட்டம் குறித்திருப்பார்களா அல்லது குறுக்கே கோடு இருக்குமா என்று யோசித்தாள். இருட்டில் தனியாகக் காத்திருக்கும்போதும், இரவோடு இரவாக இந்தப் பூட்டிய அறையில் வைக்கப்பட்டிருக்கும்போதும், அவள் இதைப் பற்றியெல்லாம் எண்ணிய வண்ணம் இருக்கிறாள். இது மூன்றாவது இரவு என்று தோன்றுகிறது. ஆனால் பல நாட்கள் ஆகிவிட்டதுபோல இருக்கிறது. எல்லா ஓசைகளையும் கூர்ந்து கேட்கிறாள் – தன் சருமத்திற்கு அடியில் எழும் ஓசைகளைக்கூட. குறிப்பாக சாவிக்கொத்துகளின் கலகலப்பு கேட்டுவிட்டால் அவர்கள் திரும்பி வந்துவிட்டார்கள் என்று பொருள்.

•

21.75

நான் கண்களைத் திறக்கும்போது அந்த இடம் இருட்டாக இருக்கிறது. தூக்கத்திலிருந்து திடீரென்று வெளியில் தூக்கியெறியப்பட்டவளாய் படுக்கையில் எழுந்து அமர்ந்திருக்கிறேன். அந்த அடுக்குமாடிக் குடியிருப்பில் இருக்கும் என் வீட்டின் கதவைத் தட்டுகிறார்கள். என் மூச்சு தொண்டையில் நிற்கிறது. முதலில் அவள்தான் வந்திருக்கிறாள் என்று நினைத்தேன். ஆனால் சாவி ஓட்டையின் வழியாக அவர்களுடைய பணிச் சீருடையைப் பார்க்க முடிகிறது. இருந்தாலும் முட்டாள்போலக் கதவைத் திறக்கிறேன். இறந்துவிட்ட என் தந்தையின் பெயர், காணாமல் போய்விட்ட என் அம்மாவின் பெயர், என் சகோதரி, என் ஒன்றுவிட்ட சகோதர சகோதரிகள் என்று எல்லோருடைய பெயரையும் கேட்கிறார்கள். என் சகோதரியின் பெயரைத் திரும்பத் திரும்பக் கேட்கிறார்கள். நான் அவளைக் கடைசியாக எப்போது பார்த்தேன், அதற்குமுன் அவளை எத்தனை நாட்களுக்கு ஒருமுறை பார்த்தேன், அவளுடைய அரசியல் நிலைப்பாடுகளில் எனக்கு உடன்பாடிருந்ததா என்றெல்லாம் கேட்டார்கள். கடந்த கோடைக்காலத்தில் அவளை இரண்டொரு முறை பார்த்தேன் என்றும், அவளுடைய அரசியல் நிலைப்பாடுகள் என்ன என்று எனக்குத் தெரியாது என்றும் சொன்னேன்.

முதலில் நான் குற்றமற்றவள் என்றும், எனக்கு அவர்களை ஏமாற்றும் அவசியம் இல்லை என்றும், அவர்களிடம் எதையும் மறைக்கவில்லை என்றும் நம்பினார்கள். ஆனால் பல மணி நேரங்கள் இப்படிக் கேள்விகளிலேயே ஓட ஓட அவர்கள் சந்தேகங்கள் துளியும் தீரவில்லை என்பது எனக்குப் புரிந்தது. நான் பெயர் மட்டும் கேள்விப்பட்டிருந்த ஆனால் வேறெதுவும் அறிந்திராத ஒரு தீவிரக் குழுவுடன் எனக்குத் தொடர்பு இருக்கிறதா என்று விசாரித்தார்கள். அதில் உறுப்பினர்களாக இருந்தவர்களின் பெயர்கள் எனக்குத் தெரியுமா என்று கேட்டார்கள். குறிப்பாக ஒரு பெண்ணின் பெயரைத் திரும்பத்

திரும்பச் சொன்னார்கள். அதைச் சொல்லும்போது என்னுடைய முகத்தைக் கூர்ந்து கவனித்தார்கள். பின்னர், முகத்தில் ஓங்கிக் குத்தினார்கள். இதைத் தொடர்ந்து பெண்களின் பெயர்களைச் சொல்லிக்கொண்டே இருந்தார்கள், என் முகத்தில் ஏதேனும் உணர்ச்சி தெரிகிறதா என்று பார்த்தபடி. என்ன உணர்ச்சியைப் பார்க்க விரும்பினார்கள் என்று தெரியவில்லை.

நாம் தப்பித்து ஓடக்கூடிய ஒரே இடம் நமக்கு உள்ளேதான் இருக்கிறது. அதை நான் வாழ்க்கை முழுக்கச் செய்து வருகிறேன். எதுவுமே எஞ்சியிராத துடைத்த எழுதுபலகைபோல என்னுடைய மனத்தின் கட்டுமானத்தை என்னால் ஒட்டுமொத்தமாகக் கட்டவிழ்க்க முடியும். அவர்கள் கேள்விகளைக் கேட்டபடி இருந்தார்கள். ஆனால் என்னால் அதற்குமேல் அவற்றைப் புரிந்துகொள்ள முடியவில்லை. கேள்வி என்றால் என்ன, பேச்சு என்றால் என்ன என்பதுகூட புரியாத ஒரு இடத்துக்குச் சென்றுவிட்டேன். அதனால் அவர்கள் தந்த வலி குறைந்துவிடவில்லை. எனினும், அதற்கான காரணம், நியாயம் ஆகியவற்றைப் பற்றிச் சிந்திப்பதை நிறுத்திவிட்டது மனம். வலியை அவர்களுடைய விசாரணையிலிருந்து பிரித்தெடுத்தபின், அவர்களுடைய கேள்விகளுக்கு நான் விரும்பினாலும் பதிலளிக்க முடியாது. பதிலளிப்பது என்ற கருத்தாக்கமே அபத்தமாகத் தோன்றும் இடம் அது. 'நீ இந்த இடத்தில் இல்லாமலே போனதுபோல ஆகிவிட்டது' என்று என் அம்மா அடிக்கடி சொல்வாள், கைதுடைக்கும் துண்டை எரிச்சலுடன் வீசியபடி. இந்த விசாரணையின் நடுவில் அது எனக்கு ஒருமுறை நினைவிற்கு வந்தது. நான் சிரித்தேன்.

●

22

நான் கண்களைத் திறக்கும்போது அந்த இடம் இருட்டாக இருக்கிறது. தூக்கத்திலிருந்து திடீரென்று வெளியில் தூக்கியெறியப்பட்டவளாய் படுக்கையில் எழுந்து அமர்ந்திருக்கிறேன். என் கால்களைத் தொட்டுப் பார்க்கிறேன் –விழிப்புடன், உயிருடன், இங்குதான் இருக்கிறேன் என்பதை உறுதிப்படுத்திக்கொள்ள. சுற்றிலும் அமைதி. பின் திடீரென அந்த முனகல் ஒலி மீண்டும் தொடங்குகிறது. சுவர்களுக்குப் பின் இருக்கும் குழாய்களில் நீர் ஓடும் ஓசை. யாரோ ஏதோ குழாயைத் திறந்திருக்கிறார்கள். நீர் ஓசையுடன் விழுகிறது. இடது கையால் போர்வையை விலக்கி, வலது கையால் என் படுக்கைக்கு மேலே இருக்கும் சன்னல் கதவைத் திறந்து, பின் இரு கைகளாலும் அந்தக் கண்ணாடிக் கதவை மேலே தள்ளித் திறந்து வெளியேறி ஓடுகிறேன். வீட்டைச் சுற்றி இருக்கும் புதர்களைக் கிழித்துக் கொண்டு ஓடுகிறேன். சுற்றுச்சுவர்க் கதவைத் தாண்டிக் குதித்து தெருவில் இறங்கி வீட்டின் முன்புறம் வந்து சேர்கிறேன். தாழ்வாக உள்ள வேலியைப் பிடித்துக்கொண்டு மூச்சு விடுகிறேன். வீட்டு சன்னல்களின் திரைப்பட்டைகள் எல்லாம் மூடி இருக்கின்றன. எங்கும் எந்த விளக்கும் எரிவதாகத் தெரியவில்லை. எந்தச் சன்னலும் திறந்திருக்கவில்லை. அவற்றுக்கு வெளியே இருக்கும் புதர்கள் எவையும் கலைக்கப் பட்டிருக்கவில்லை. சிமெண்ட் நடைபாதையின் குளிரை என் வெற்றுப் பாதங்களில் உணர்கிறேன்.

இப்போது என் வீட்டில் யாரோ அத்துமீறி நுழைந் திருப்பதற்கு அவள் காரணமா? நான் யோசித்திராத ஏதோ விதத்தில் அவள் என்னை ஆபத்திற்குள்ளாக்கி விட்டாளா? நான்தான் ஏதாவது பூட்டையோ, அவள் வெளியேறிய பிறகு ஏதோவொரு கதவையோ சரியாக அடைக்காமல் விட்டுவிட்டேனா? இரவின் பனித்துளிகளால் நனைந்திருக்கும் வேலியின் மேற்புறத்தை ஆங்காங்கு பற்றிக்கொண்டு வீட்டின் முன்புற வேலியின் முழு நீளத்தையும் நடந்து கடக்கிறேன்.

தெரு அமைதியாக இருக்கிறது. வேலியின் முனைக்குப் போய் அந்தக் கோடியிலிருந்து வீட்டை கவனமாகப் பார்க்கிறேன். திரை போடப்படாத சமையலறைச் சன்னலில் ஒரு நிழல் தெரிகிறது. சுற்றியிருக்கும் இருட்டைவிட இருண்டதாய் ஒரு நிழல். நான் என் பாவாடையைக் கையில் சற்றுத் தூக்கிக்கொண்டு வேலியைத் தாண்டுகிறேன். புறக்கள் என் பாதங்களை வருடுகின்றன. தோட்டத்தைக் கடந்து வீட்டின் சுவருக்கும் வேலிக்கும் இடையே உள்ள இடத்தை அடைகிறேன். வீட்டின் செங்கற்கள்மீது இரு கைகளையும் பதித்தபடி பக்கவாட்டில் மெதுவாக நகர்கிறேன். சமையலறை சன்னலுக்கு வெளியிலிருந்து உட்புறம் பார்க்க எம்பி நிற்க வேண்டியிருக்கிறது.

சமையறையில் யாருமில்லை. அதன் வாசல் வழியாக அந்தப் பக்கம் வரைபட அறையும், மேசையும் அமைதியாகத் தென்படுகின்றன. பின் எங்கோ ஒரு விளக்கு போடப்படுகிறது. வீட்டின் அந்தப் பக்கம் எங்கோ. ஒளி விழும் கோணத்திலிருந்து அது படுக்கையறை விளக்கு என்று எனக்குத் தெரிகிறது. நான் அப்படியே நகர்ந்து, எந்த வழியாக வீட்டிற்குள் நுழைந்திருப்பார்கள் என்று பார்த்தபடி வீட்டின் பின்புறத்தை அடைகிறேன். பின்புறக் கதவின் கைப்பிடியைத் திருகிப் பார்க்கிறேன். பூட்டியிருக்கிறது. குளியலறை சன்னலும் மூடி வைத்தபடி இருக்கிறது. யாரும் உடைத்திருக்கவில்லை. எந்தத் தடயத்தையும் விடாமல் யாரோ என் வீட்டிற்குள் நுழைந்திருக்கிறார்கள். இது எப்படி நடந்தது? எல்லாவற்றிலிருந்தும் கவனமாக நான் தனித்து வைத்திருந்த வீட்டில் யாரோ எப்படி நுழைந்து குழாயைத் திறக்கவும் விளக்குகளைப் போடவும் முடியும்?

நான் வெளியேறிய படுக்கையறை சன்னலின் வழியே வரும் விளக்கொளி புதர்கள் மீதும் வேலியின் மீதும் விழுகிறது. பின் யாருடைய நிழலோ வீழ்கிறது. நான் நீட்டிய தலையைப் பின்வாங்கி சுவரோடு ஒட்டி நின்றுகொள்கிறேன். அது யார் என்று தெரிந்துகொள்ளும் தேவைக்கும் பயத்திற்கும் நடுவே சிக்கி என் சுவாசம் ஸ்தம்பித்திருக்கிறது. யாராக இருந்தாலும் சன்னலுக்கு முன்னால் சென்று துணிவுடன் எதிர்கொள்வேன் என்று எனக்குள் சொல்லிக்கொண்டிருக்கும்போதே யாருடைய குரலோ என்னுடைய பெயரை அழைப்பது கேட்கிறது.

தலையைத் திருப்பிப் பார்க்கிறேன். கண்ணாடியில் பார்த்துக் கொள்வது போல என் சகோதரியின் தலை சன்னல் வழியாக வெளிப்புறம் திரும்பிப் பார்த்துக்கொண்டிருக்கிறது.

– அங்கே என்ன செய்துகொண்டிருக்கிறாய், என்று கேட்கிறாள். பயத்தை வெளிமூச்சுடன் அனுப்பிவிட்டு கோபத்தை சுவாசிக்கிறேன். நான் சன்னலுக்கு அருகில் போவதற்குள் அவள் படுக்கையறை விட்டுச் சென்றுவிட்டாள். அவள் வாசற்கதவைத் திறப்பதும் என்னைக் கூப்பிடுவதும் கேட்கிறது. ஆத்திரத்துடன் அவளைத் தாண்டிக்கொண்டு வீட்டிற்குள் நுழைந்து, படுக்கையறைக்குப் போய், சன்னலைப் படார் என்று சாத்தித் தாழிட்டுவிட்டு, படுக்கைக்கு அடியில், அலமாரிகளில் என்று வீடு முழுவதும் விளக்கைப் போட்டுப் பரிசோதிக்கிறேன். இவளைத் தவிர

வேறு யாராவது வீட்டிற்குள் நுழைந்திருக்கிறார்களா என்று எனக்குத் தெரிந்தாக வேண்டும்.

அவள் என்னைப் பின்தொடர்கிறாள். என்னை எழுப்ப வேண்டும், பயமுறுத்த வேண்டும் என்று எண்ணவில்லை என்கிறாள். நான் வீட்டிற்குள் இருந்தபடி, கதவுகளையும் ஜன்னல்களையும் சோதனையிடுகிறேன். சேதம் ஏதும் நேர்ந்திருக்கவில்லை. யாரும் நுழைந்திருப்பதாகத் தெரியவில்லை. அவளுக்கு தாகமாக இருந்தது என்று ஏதோ சொல்கிறாள். வேகமாக அவளை நோக்கித் திரும்புகிறேன்.–நீ என் சாவியைத் திருடி நகலெடுத்து வைத்திருக்கிறாய், என்கிறேன். அவள் கோபத்துடன்,–இல்லை, என்கிறாள்.

–அப்படியென்றால், நீ எங்கும் போயிருக்கவில்லை. இவ்வளவு நேரம் இங்கேயேதான் எங்கோ ஒளிந்திருக்கிறாய்.

அவள் பதிலளிக்கவில்லை. ஆனால் குற்றவுணர்ச்சிபோன்ற ஒன்று அவள் முகத்தில்.–எங்கே? என்கிறேன்.

அவள் பெருமூச்சுடன் சொல்கிறாள்,–வீட்டின் அடித்தள அறையில்.

என் கோபத்தைத் திசைதிருப்பவே அவள் இப்படிச் சொல்கிறாள்.

கோபப்படாமல் இருக்க முயன்றுகொண்டு,–இந்த வீட்டிற்கு நிலவறை கிடையாது, என்கிறேன். ஒரு நிமிடம் அவள் குழப்பத்துடன் என்னைப் பார்க்கிறாள். மறுநிமிடம் புருவங்களை உயர்த்தி, நாக்கால் ஏதோ ஓசை எழுப்புகிறாள்.

–இருக்கிறது.

எனக்கு ஆத்திரம் பொங்கியெழுகிறது.

–இந்த வீட்டை நான் இரண்டு ஆண்டுகளாக வரைபடம் வரைந்து வருகிறேன். இங்கு நிலவறை இருந்தால் அது எனக்குத் தெரிந்திருக்கும், என்கிறேன்.

–நான் என்ன சொல்ல வேண்டும் என்று எதிர்பார்க்கிறாய், என்கிறாள்.

நான் கைகளை உயர்த்தி மீண்டும் அவற்றை உதறிக் கீழே இறங்குகிறேன். எனக்குச் சிரிக்க வேண்டும்போல இருக்கிறது. கூடவே, எதையாவது எட்டி உதைக்க வேண்டும்போலவும் இருக்கிறது.

–சரி. எங்கு இருக்கிறது? அது எங்கு தொடங்குகிறது? கீழே செல்வதற்கான வழி எங்கு இருக்கிறது?

–தாழ்வாரத்தில் இருக்கும் கதவைத் திறந்துகொண்டு.

–எந்தக் கதவு? அது ஒரு அலமாரிக் கதவு. வீட்டுச் சொந்தக்காரர்கள் அதில் ஏதோ பொருட்களைப் போட்டு வைத்திருக்கிறார்கள்.

–அங்கு ஏதோ பொருட்கள் இருந்தன.

–வீட்டுச் சொந்தக்காரருடையவை.

–பின்னால் இருக்கும் படிகளை அவை மறைத்துக் கொண்டிருந்தன.

நான் விழுவதுபோல உணர்கிறேன். லிஃப்ட் போலத் தரை சில அடிகள் கீழிறங்கி நிற்கிறமாதிரி உணர்கிறேன். அவள் தாழ்வாரத்தில் நடந்து சென்று அந்தக் கதவைத் திறக்கிறாள்.

—பார்.

நான் வீட்டை முதலில் பார்க்க வந்த நாளுக்குப் பின்பு இந்த அலமாரியைத் திறந்து பார்க்கவே இல்லை. என் கண்முன்தான் வீட்டுச் சொந்தக்காரர் கதவைப் பூட்டினார். தன்னுடைய பொருட்களை இங்கு வைக்க வேண்டியிருக்கிறது என்றும், அதற்கு ஏற்றாற்போல் வாடகையைக் குறைத்திருப்பதாகவும் சொன்னார். போட்டு வைப்பதற்கென்று என்னிடம் பொருட்கள் என்று எதுவும் இருக்கவில்லை. இப்போது என் சகோதரி அவருடைய சாமான்களைக் கொஞ்சம் தள்ளி வைத்திருக்கிறாள். தரையில் இருக்கும் தூசில் அவளுடைய பாதச் சுவடுகள். சுவரில் ஏதோ சுவிட்சைத் தேடுகிறாள். மெல்லிய பல்பு ஒன்று, கீழிறங்கும் குறுகலான படிக்கட்டின் முதல் படியை மட்டும் காட்டுகிறது. அவளுடைய தோளின் மீது கைவைத்து அவளைச் சற்று பின்னால் இழுத்துக்கொண்டு நான் கீழே பார்க்கிறேன். ஒன்பது படிகள்வரை கீழே பார்க்க முடிகிறது. அதற்குப் பின் இருட்டு. வெம்மையான ஈர வாடை.

அந்தப் படிக்கட்டு அங்கிருப்பது என்னை வெட்கப்பட வைக்கிறது. அவள் மீதிருந்த கோபம் எல்லாம் திரும்பி இப்போது என்மீதே பாய்கிறது. இதுபற்றி எனக்கு எப்படித் தெரியாமல் போயிற்று?

—உனக்கு எப்படித் தெரிந்தது? நீ இங்கு என்ன செய்துகொண்டிருந்தாய்?

—இங்கு என்ன இருக்கிறது என்று பார்க்கத் தோன்றியது.

—ஆனால் பூட்டியிருந்ததே? எப்படி உள்ளே வந்தாய்?

—வந்து பார், என்று சொல்லிவிட்டுக் கீழே இறங்கத் தொடங்குகிறாள். நான் என் கண்முன் பார்ப்பது உண்மையிலேயே என் கண்முன் இருக்கிறது என்பது என்னை உறுத்துகிறது. கால்களுக்கு அடியில் நான் இப்போது உணரும் படிக்கட்டுகள் நியாயமாக இங்கு இருக்கவே கூடாது. கைப்பிடி ஏதுமில்லை. சுவரில் கை பதித்து நடக்கிறேன். நாங்கள் கீழே வந்து சேர்ந்ததும் சொல்கிறாள்—பூட்டெல்லாம் ஒரு பிரச்சினையே கிடையாது.

இங்கு மின்சாரம் இருக்கிறது. அடிக்கூரையின் மையத்தில் ஒரே ஒரு விளக்கு. மேலே இருப்பது என்னுடைய வரைபட அறை. 3.4 மீட்டர் நீளமும் 2.6 மீட்டர் அகலமும் என்று முதலில் கண்ணால் அளவெடுக்கிறேன். ஆனால் உடனே அதை சந்தேகிக்கிறேன். பிரமிட் போல சுவர்கள் மேல் நோக்கிக் குறுகலாக இருக்கின்றன. உயரம் 1.7 மீட்டர் என்று என்னால் உடனடியாகக் கூற முடியும். முதுகை நிமிர்த்தி மேலே பார்க்கிறேன். தலைக்கு மேல் 8 சென்ட்டிமீட்டர் கண்டிப்பாக இருக்கும். நான் கொடுத்திருந்த விரிப்பைத் தரைக்கும் துயிற்பைக்கும் இடையே போட்டிருக்கிறாள். முதுகுப் பையை ஒரு மூலையில், வெப்பசாதனக் கருவிக்கு அருகில், வைத்திருக்கிறாள். தடிமனான மர உத்தரங்கள் சுவருக்குக் குறுக்காக அமைந்திருக்கின்றன. அவைதான் இந்த வீட்டின் அஸ்திவாரங்கள் என்று எனக்குப் புரிகிறது.

வெப்பமாக இருக்கிறது. மெல்லிய சட்டைதான் அணிந்திருக்கிறேன். ஆனால் அக்குள்களில் வேர்க்கத் தொடங்கி உடலின் பக்கவாட்டில் வழிகிறது. சுவரில் சாய்கிறேன். உடனடியாய் அது காறையாக என் முதுகிலும் கைகளிலும் பெயர்கிறது. துகள்கள் தரையில் விழும் ஒலி எனக்குக் கேட்கிறது. இங்கிருக்கும் காற்று மிகவும் உலர்ந்து, பிராணவாயு அதிகம் அற்றதாய் இருக்கிறது. எங்கோ தொலைவிலிருந்து ஒரு தலைவலி நெருங்கி வந்துகொண்டிருக்கிறது. அடுத்தடுத்து இருக்கும் சுவர்கள் ஒன்றையொட்டி ஒன்று சரிகின்றன. அறையின் மற்ற பரிமாணங்களையும் அங்கிருக்கும் என்னையும் அவை பொருட்படுத்தவில்லை. தரையில் உள்ள ஓடுகளெல்லாம் அலைபோன்ற வடிவில் உறைந்திருக்கின்றன. அவை எதையோ பொதிந்துகொண்டிருப்பது போலத் தோன்றுகின்றன. என் அம்மாவை, என்று நினைக்கிறேன் நான், துக்கத்துடன். இந்த இடத்தின்மீது வீட்டின்மொத்த பாரமும் வந்திறங்குவதுபோலத் தோன்றுகிறது. இந்த இடத்தால் அவ்வளவு பாரத்தைத் தாங்கிப்பிடிக்க முடியாது. அது என்னைக் நெருக்கிக் கசக்குகிறது.

என் முதுகுக்குப் பின்னால் இருக்கும் சுவர் மேல்நோக்கி நகர்வது போலத் தெரிகிறது. இதெல்லாம் இரத்த அழுத்தத்தின் காரணமாகத்தான் என்று எனக்குப் புரிகிறது. கீழே விழுவதற்குள் எங்காவது படுத்துக்கொள்ள வேண்டும். ஆனால் இங்கே படுக்க இடமில்லை.–அதிர்ச்சிதான் காரணம், என்கிறேன் என் சகோதரியிடம். ஆனால் தெருக்களில் மக்கள் கூவுவதும், வெடிகுண்டுச் சத்தங்களும், நகரத்தின்மீது பொழியும் துப்பாக்கிக் குண்டுகளின் மழையும் எனக்குக் கேட்கின்றன. இது ஒரு மறைவிடம், ஒரு பதுங்குகுழி, ஒரு கல்லறை. நிலத்திற்குக்கீழே எலும்புகள் கிடக்கும். இல்லை. என் உடலில் குருதி பாய்கிறது. என் கோதரி என்னைத் தாங்கிப் பிடித்திருக்கிறாள். – இல்லை, இது நாம் சிக்குவதற்காக வைக்கப்பட்டிருக்கும் பொறி, என்கிறேன் அவளிடம்.

–இங்கே உட்கார். முகத்தை முழங்கால்களுக்கு இடையில் வைத்துக் கொள்.

என்னை முதல் படியின்மீது அமர வைக்கிறாள். மேலே பார்க்கிறேன். நிஜமாகவே ஒன்பது படிகள்தாம். நான் அவ்வளவு அதலபாதாளத்தில் இல்லை. எப்படியோ எழுந்து நிற்கிறேன். என்னால் இங்கிருந்து வெளியே போக முடியும். கால்களில் தெம்பு வந்துவிட்டால் போதும். இதோ, அலமாரி இங்கு இருக்கிறது. இதோ இதுதான் என் வீடு. நான் வெடிகுண்டால் சிதறியதைப்போல உணர்கிறேன். தள்ளாடுகிறேன். அப்படியே வரைபட அறையை அடைந்து தரையில் படுத்துக்கொள்கிறேன்.

என் சன்னலுக்கு வெளியே சிலர், குடித்துவிட்டு உரத்துப் பேசியபடியே செல்வது கேட்கிறது. அதிகாலை நேரத்து டிராம் ஒன்று தூரத்தில் செல்கிறது. என் சகோதரி எனக்குப் பின்னால் படிக்கட்டில் ஏறி இந்த அறைக்குள் வருவது கேட்கிறது. அவள் என் தலைக்குப் பின்புறம் சம்மணமிட்டு அமர்ந்து, தன் வெதுவெதுப்பான கையை என் நெற்றிமீது வைக்கிறாள்.– காய்ச்சல் இல்லை, என்கிறாள். உடல்வெப்பத்தை அளக்க இது சரியான முறையல்ல என்று வாதிட்டுப் பயனில்லை என்பதால் விட்டுவிடுகிறேன். – வாந்தி எடுக்கப் போகிறாயா? என்கிறாள்.

—அந்த வெப்பசாதனக் கருவியை எப்போது வாங்கினாய்?

—என்ன?

—அதை உன் முதுகுப் பையில் கொண்டுவந்திருக்க முடியாது. நான் வெளியில் போயிருந்தபோது நீ கொண்டுவந்திருக்க வேண்டும்.

—இன்றுதான் வாங்கினேன்.

—உன்னிடம் சாவி இல்லை. வீட்டைத் திறந்து வைத்துவிட்டு வெளியே போய் வந்திருக்கிறாய். நான் அப்போது உள்ளே உறங்கிக்கொண்டிருந்திருக்கிறேன்.

—இல்லை.

—அப்படியென்றால் நீ உடைத்துக்கொண்டு உள்ளே வந்திருக்க வேண்டும்.

அவள் பதில் சொல்லாமல் இருக்கிறாள்.

—என் வீட்டிற்குள் உடைத்துக்கொண்டு நுழைவது அவ்வளவு எளிதா?

—இல்லை. மிகக் கடினம்.

பெருமூச்சு விடுகிறாள். —இப்போது உனக்கு எப்படியிருக்கிறது? உடல்நிலை பற்றிக் கேட்கிறேன், என்கிறாள்.

—பரவாயில்லை.

—அப்படியென்றால் நான் உறங்கப் போகிறேன்.

—எனக்கு இதுபற்றிப் பேச வேண்டும் — இந்த நிலவறையைப் பற்றி.

—காலையில் பார்த்துக்கொள்ளலாம்.

எழுந்துபோகிறாள். அவள் அலமாரியை நோக்கிப் போவதைத் தலையைத் திருப்பிப் பார்க்கிறேன். உள்ளே சென்று கதவை மூடிக் கொள்கிறாள். அவளைப் பின் தொடர்ந்து அங்கே செல்லும் துணிவு எனக்கில்லை என்பது அவளுக்குத் தெரியும்.

●

லாரா ஃபெர்கஸ்

22.5

அந்தச் சகோதரி அடித்து உதைக்கப்படும்போதும் வன்புணர்ச்சிக்கு உள்ளாக்கப்படும்போதும், தன் மனத்தின் அறைகளுக்குள் புகுந்து தன் சகோதரியைத் தேடியபடி ஓடுகிறாள். இவையெல்லாம் ஏன் நடக்கின்றன என்று அவளால் புரிந்துகொள்ள முடியும். இதை எப்படி அலசி ஆராய்ந்து அர்த்தப்படுத்திக்கொள்வது என்றும் தெரிந்திருக்கும். கோட்பாட்டளவில் இவற்றை விளங்கிக்கொள்ள அவளால் உதவ முடியும். தன் சகோதரி சுவர்களைத் தூக்கிப் பிடிப்பது போலவும், சுவர்களுக்குப் பின்னால் ஒளிந்துகொள்வது போலவும் அவளுக்குத் தோன்றுகிறது. தானே தன் மனத்திற்குள் நிர்மாணித்துக்கொண்டிருக்கும் சிறு சிறு அறைகள் வழியாக, அவற்றின் சுவர்களையும் வாசல்களையும் கடந்து செல்கிறாள். அது விரைவில் ஒரு புதிர்வழி போலவும், வெளியேறுவதற்கான சாத்தியங்கள் குறைந்துகொண்டே வருவது போலவும் தோன்று கிறது. ஓடி ஓடி, கடைசியில் தன்னுடைய சகோதரியை, தன் இரட்டைப் பிறவியைப் பார்த்துவிடுகிறாள். அவள் தூரத்தில், சிறியவளாக, நடுவில் எங்கோ நின்றுகொண்டு கடைசிச் சுவரைக் கட்டியபடி இருக்கிறாள். இவளை அவளிடமிருந்து நிரந்தரமாகப் பிரித்துவிட்டுக் கடைசிச் சுவரை, காற்று புகும் அளவுகூட ஓட்டை இல்லாத சுவரை அவள் எழுப்பிக்கொண்டிருக்கிறாள். அந்தச் சுவரை அடைந்து, அதன்மீது உள்ளங்கைகளால் ஓங்கி அறைந்து தன் சகோதரியின் பெயரை உரக்கச் சொல்லி அழைக்கிறாள். அப்படியே திரும்பி, தான் வந்த வழியைப் பார்க்கும்பொழுது சுவர்கள் அவை இருந்த இடத்தில் இல்லை. அவளுக்கு மயக்கம் வருகிறது. நிலை தடுமாறுகிறாள். தரைதான் சுவரோ என்று எண்ணி, அதன்மீது சாய்கிறாள். ஆனால் அது நகர்ந்து வழி கொடுக்கவில்லை. உறைந்துபோய், திடத்தன்மையுடன், ஏதோ எலும்பு போல இருக்கிறது. தன்னுடைய சகோதரி ஏன் இப்படிச் செய்கிறாள் என்று இவளுக்குப் புரிகிறது. அவளுடைய உலகம் இன்னும் சிதைந்துவிடாமல் பாதுகாக்கவும், அவளுடைய மனநிலை நிலைகுலையாமல் பார்த்துக்கொள்ளவும்தான் இதைச் செய்கிறாள். அது புரிந்தாலும் இந்தச் சகோதரி, கைவிடப் பட்டவளாய் உணர்கிறாள். தன் சகோதரி விட்டுத் தப்பிச் சென்று விட்ட ஒரு உலகில் தான் சிக்கிக்கொண்டதாக உணர்கிறாள்.

●

இழப்பின் வரைபடம்

23

நான் கண் விழிக்கும்போது என் வீட்டையே என்னால் அடையாளம் கண்டுகொள்ள முடியவில்லை. வீடும் நானும் ஒருவரிடமிருந்து ஒருவர் தனிமைப்படுத்தப் பட்டிருக்கிறோம். விதானம் என்னைப் பார்த்து துரோகச் சிரிப்பு சிரிக்கிறது. அது என்னிடமிருந்து எதை மறைத்து வைத்திருக்கிறதோ? கடவுளுக்கே வெளிச்சம். ஒருக்களித்துப் புரண்டு கண்களை மூடிக்கொள்கிறேன். தலையணையை நோக்கி என் சுவாசத்தைத் திருப்பி அதில் ஒரு லயத்தைக் கொண்டுவர முயல்கிறேன். சுவாசத்தின் கதியை என்னால் நிர்ணயிக்க முடியுமா என்றும், என்னால் அதைத் துளியாவது கட்டுப்படுத்த முடியுமா என்றும் முயன்று பார்க்கிறேன். கட்டுப்பாடு என்பது கண்ணோட்டம் சார்ந்த விஷயம்தான் என்றும், நாமாக வரையறுப்பதுதான் என்றும் சொல்லிக்கொள்கிறேன். அதில் மூன்று பிரச்சினைகள் இருப்பதாக எனக்குப் படுகிறது. என் சகோதரி இங்கு இருப்பது, இந்த வீட்டிற்கு நிலவறை இருக்கிறது என்ற விஷயம், வரைபடப் பணியில் நான் தோல்விகண்டிருக்கிறேன் என்ற உண்மை.

கண்களை மூடியபடியே வெளியே கேட்கும் ஓசையின் மீது கவனத்தைச் செலுத்துகிறேன். அடுத்தவீட்டுக் கார் புறப்பட்டுப் போகும் சத்தம். பின்னர் அதுவுமில்லை. காற்று சற்றும் அசையாமல் நிற்கிறது. இசையின் இரு அசைவுகளுக்கு நடுவே வீடு நிற்கிறது.

இத்தகைய இடைவெளிகள் அபாயகரமானவை. மனத்திற்கு யோசிக்கவும், நாடிச் செல்லவும் ஏதோ தேவைப்படுகிறது. அது இல்லாதபோது மனம் வீழ்ச்சியுறத் தொடங்குகிறது. அப்படியே எவ்வளவு நேரம் இருந்தேன் என்ற பிரக்ஞை இல்லை. கடிகாரத்தின் டிக் டிக் ஒலி கேட்கிறது, மீண்டும் தூக்கத்திற்குள் ஆழ்ந்துவிட்டேன். போருக்குள். என்னைச் சுற்றிலும் போரின் வாடை. முன்னிருந்ததைவிட மிக அருகில், மிக நெருக்கமாக, மிகப் பெரியதாகப் போரை என்னால் உணர முடிகிறது. காலையில் எழுந்து வேலைக்குப்

போவது என்பது இனி இல்லை. அன்றாடச் செயல்பாடுகள் என்பது இனி கிடையாது. கடிகாரத்தின் டிக் டிக் ஒலி கேட்டபடி இருந்தாலும் காலத்தின் நகர்வு என்று ஒன்று இல்லை. நான் என்னைப் பாதுகாத்துக் கொள்ள வேண்டும். இராணுவ வீரர்கள், வெடிகுண்டுகள் ஆகியவற்றைத் தவிர்க்க வேண்டும். எப்படியாவது இங்கிருந்து தப்பித்துச் செல்ல வேண்டும். காவல் நிலையம் நோக்கிப் பார்வையைத் திருப்பாமல் எதிர்த்திசையில் நடந்து சென்றுவிட வேண்டும். காயம்பட்ட என் கால்களால், சரிந்துவிழும் மண்மூட்டை போல இருக்கும் இந்தக் கால்களால், விரைந்து நடக்க வேண்டும். இருக்கும் பொருட்களை எல்லாம் கார்களில் ஏற்றிக்கொண்டு செல்லும் மக்களையும், சாலையில் உள்ள பள்ளங்களையும், இடிந்து திறந்துகிடக்கும் வீடுகளின் அடித்தளங்களையும் தாண்டிச் சென்றுகொண்டே இருக்க வேண்டும். நொறுங்கிப்போன இந்த மக்களுள் ஒருத்தியாய் என்னை மறைத்துக்கொண்டு, என் வீட்டை அடைய வேண்டும். அந்த வேளையில், அருகில் எங்கோ வீழும் வெடிகுண்டின் அதிர்ச்சி காரணமாக, சுவரை இறுகப் பற்றியபடி. சுவர்களைப் பற்றிப் பற்றி என் கைரேகைகள் அழிந்துவிட்டிருக்கின்றன.

கண்களைத் திறக்கும்போது கடிகாரத்தின் நிமிட முள் 6–ஐக் கடந்து கொண்டிருக்கிறது. நொடிமுள் அமைதியாய் 3,6,9,12 என்று வட்டமுகத்தைச் சுற்றி வருகிறது. அலாரம் அடிக்கத் தொடங்குகிறது. போர்வைக்குள்ளிருந்து கைகளை எடுத்து கடிகாரத்தின் தலையில் தட்டுகிறேன்.

வீட்டுக்குத் திரும்பிய பிறகு உடலில் வலி இல்லை என்பதே ஒரு பெரிய விஷயமாகத் தோன்றுகிறது எனக்கு. அதுவே நான் மீண்டும் என் உடலில் இருக்கிறேன் என்பதற்கான அறிகுறியாக இனிக்கிறது. எனக்குக் கை கால்களும், தலையும், அவற்றிற்கு இடையே உடலும் இன்னும் இருந்தன என்பதே என்னை நன்றியுணர்ச்சியில் ஆழ்த்தியது. எனது உடலின் அங்கங்கள் தங்கம் போல கனத்தன. அந்த இருட்டில் பைகளைத் தயாராக வைத்துக்கொண்டு, கதவைத் தாழிட்டு, விளக்குகளை அணைத்து, வெடிகுண்டுகளின் சத்தத்தையும், சைரன்களின் சத்தத்தையும், வெளியே வீடுகளை இணைக்கும் நடைபாதையில் மக்கள் கூச்சலிடுவதையும் கேட்டபடி என் சகோதரிக்காகக் காத்துக்கொண்டிருக்கிறேன். அவள் மூன்று நாட்கள் தாமதமாக வந்து சேர்ந்தாள். வந்து சேர்ந்து, என் கால்களைக் கட்டிப்பிடித்தபடி கிடந்தாள்.

நான் எதற்கும் நன்றியுடையவளாக உணர்ந்திருக்க வேண்டிய அவசியமே இல்லை என்பது எனக்குத் தெரியும். இதுபோன்ற நெருக்கடியான சமயங்களில் உறுதியிழக்காமல் இருக்க மேற்கொள்ளும் ஒரு தந்திரம்தான் அது. வேறெதையும் எதிர்பார்க்காமல், நாம் நாமாக இருப்பதே அதிர்ஷ்டம் என்று உணர்வது. ஆனால் அந்த உணர்வு நீடிப்பதில்லை. விரைவில், உண்மையாகவே நம்முடைய கட்டுப்பாட்டில் இருப்பது என்ன என்பது நமக்கு மறந்துபோகிறது. மற்றவர்கள்மீது எதிர்பார்ப்புகளை வைக்கத் தொடங்குகிறோம். அல்லது, நம்மைக் கொஞ்சமும் பொருட்படுத்தாத அமைப்புகள்மீது எதிர்பார்ப்புகளை வைக்கிறோம். அவர்கள் நமக்கு ஆதரவாக இருப்பதாகத் தெரிந்தால் அது எதேச்சையான ஒன்றுதானே தவிர, நமக்கு உதவ வேண்டும் என்று அவர்கள் எண்ணுவதாகப் பொருளல்ல.

காற்றில் ஒரு நுண் அதிர்வை உணர்கிறேன். அது சிறுகச் சிறுக அதிகரித்து, கூரைமேல் விழுகிறது. போர்வையை என் உடலைச் சுற்றி இழுத்துக் கொண்டு எழுந்தமர்ந்து சன்னல் வழியாகப் பார்க்கிறேன். மழை. விடியலுக்கு முந்தைய இருட்டில் சாலைகளை வழுவழுப்பாக்கியபடி, நடைபாதைகளின் மீது சேற்றை அப்பியபடி, தொலைத்தொடர்புக் கம்பங்களை பளபளப்பாக்கியபடி மழை பெய்கிறது.

நான் முன்சொன்ன பிரச்சினைகளில், கடைசியானதுதான் மிகவும் மோசம். வரைபடத்தின் இப்போதைய நிலை வெறும் சமரசம் அன்று. அதை முடிவடையாத நிலை என்றோ, குறியீட்டளவிலானது என்றோகூடச் சொல்ல முடியாது. முற்றிலும் தவறானது என்பதே எளிமையான உண்மை. நிலவறை இல்லாத ஒரு வீட்டின் வரைபடம் அது, ஆனால் இந்த வீட்டிற்கு நிலவறை இருக்கிறது. எனவே, வரைபடத்தில் இருக்கும் வீடு நிஜத்தில் இல்லை. தான் பிரதிபலிக்க விரும்பும் பரப்பு பற்றிய முழுப் பிரக்ஞையற்ற, அறியாமையில் உதித்த வரைபடம் அது. அது ஒரு மாயை, கட்டுக்கதை; நிஜம் என்று தன்னைச் சொல்லிக்கொள்ளும் புனைவு. அதை அழித்தாக வேண்டும்.

போர்வையை விலக்கிவிட்டு வெறுங்காலோடு குளியலறைக்குச் செல்கிறேன். அங்கிருக்கும் ஒரு பாத்திரத்தைக் கையிலெடுத்துக்கொண்டு தீக்குச்சி எடுப்பதற்காக சமையலறைக்குச் செல்கிறேன். வரைபட அறையில் நான் என் கண்ணால் பார்ப்பது மனத்தில் பதிவதற்கு நேரமெடுக்கிறது. வரைபட மேசையின் மேற்பரப்பு வெறிச்சென்றிருக்கிறது. அதன் இதயத்தில் ஒரு ஓட்டை – தொடக்கப்புள்ளியில் இருந்திருக்க வேண்டிய ஆணியின் இடத்தில் வெறும் ஓட்டை. வரைபடம் அங்கு இல்லை.

•

23.5

போரின் ஓசைகள் இன்று மிக அருகாமையில்: துப்பாக்கிகள், எறிகுண்டுகள், அலறல்கள். இவற்றிற்கு நடுவே கதவு உதைத்துத் திறக்கப்படுகிறது. இரு போர்வீரர்கள் உள்ளே விரைந்து வருகிறார்கள். தடுமாற்றம் அடங்கியதும் ஒருவன் அந்தச் சகோதரியின் தலையில் துப்பாக்கிமுனையைப் பதிக்கிறான். மற்றவன் வீடு முழுவதும் தேடுகிறான். தான் இருக்கும் மூலையிலிருந்து சகோதரி அவர்களை வெறித்துப் பார்க்கிறாள். தலையில் துப்பாக்கியை வைத்துப் பிடித்திருப்பவன் அவளை மேலும் கீழும் பார்த்துவிட்டு அவளுடைய மொழியில் பேசுகிறான். இவர்கள் தற்காலிகப் போர்வீரர்கள். அவளை உடனே வெளியேறும்படி சொல்கிறான்.

வாசல் நிலையில் தன் முதுகைப் பதித்து நின்றவாறு, அவர்கள் அந்தக் கட்டிடத்தில் உள்ள மற்ற கதவுகளையும் காலால் உதைத்துத் தகர்த்துக் கொண்டு உள்ளே செல்வதைப் பார்க்கிறாள். புகையும் பீதியும் மண்டிக் கிடக்கும் அந்தக் கட்டிடத்திற்குள் அவர்கள் சென்றபடி இருக்கிறார்கள். அவளுடைய கண்ணெதிரே இப்போது இருக்கும் அறைக்குள் தான் மூன்று நாட்களுக்கு முன்னால் அவள் தன்னிச்சையாக வந்திருந்தாள். இருட்டையும் புகையையும் மீறி, மேசையில் கிடக்கும் பென்சில் சீவல்களை அவளால் பார்க்க முடிகிறது. மேசைக்குப் பின்புறம் இருக்கும் சிறிய அறையை நோக்கி ஓடுகிறாள். அன்று பென்சில் சீவிக்கொண்டிருந்த வீரனின் உடல் அங்கே குறுக்குவசமாகத் திணித்து வைக்கப்பட்டிருக்கிறது. அவனைத் தாண்டிச் செல்கிறாள். அவனுக்கும் சுவருக்கும் இடையே தரையில் இருக்கும் இரத்தத்தின்மீது பாதம் பதித்து நின்று அலமாரியிலுள்ள பதிவேட்டை எடுத்துக்கொண்டு ஓடுகிறாள்.

எவ்வளவு தூரம் ஓட முடியுமோ ஓடுகிறாள். முன்பு முழங்கால்களில் மட்டும்தான் வலி இருந்தது. இப்போது உடல் முழுவதும் வலித்தது. ஆடைக்குள் காற்று தன் மார்பையும் வயிற்றையும் நேரடியாகத் தாக்காதபடி அந்தப் பதிவேட்டை வைத்துக்கொள்கிறாள். எந்தத் தோட்டப் பகுதியில் காதலியும் அவளுடைய மகனும் காணாமல் போனார்களோ அங்கு மீண்டும் வருகிறாள். கிளைகளுக்கும் இலைகளுக்கும் இடையில் அவள் மறைத்து வைத்திருந்த முதுகுப்பை பத்திரமாக இருக்கிறது. அதைத் தோளில் போட்டுக்கொண்டு, நிற்காமல் செல்கிறாள். எங்கிருந்து கிளம்பினாள் எங்கு செல்கிறாள் என்று தெரியாமலே, முன்னேறிச் சென்றபடி இருக்கிறாள். அடுத்தநாள், யாருமில்லாத பண்ணையின் பின்புறக் கட்டிடமொன்றில் பதுங்கி அமர்ந்துகொண்டு பதிவேட்டைத் திறந்து பார்க்கிறாள். ஏதோ ஒரு விடையை, இரகசியத்தை அது உள்ளடக்கியிருப்பதுபோல அதற்குள் தேடினாள். அதில் குறிக்கப்பட்டிருக்கும் வட்டத்தின் பொருள் என்ன, குறுக்குக்கோட்டின் அர்த்தமென்ன என்பதை ஏதோ ஒன்று தனக்கு எடுத்துச் சொல்லும் என்ற நம்பிக்கையில். ஆனால் அப்படி எதுவுமில்லை. வெறும் பெயர்கள், தேதிகள், அவற்றிற்கு அருகில் ஏதேதோ குறிகள். சில இவளுடைய காதலியின் பெயருக்கும், சிறுவனின் பெயருக்கும் அருகில் போட்டிருந்தது போன்றவை. மற்றவை, வெவ்வேறு வடிவங்களில். இது ஒரு இரகசிய மொழி. அவர்களுடைய கொள்கைகள் பற்றி, என்ன நடந்தது என்பது பற்றி, அவர்கள் கைது செய்த நபர்களில் எத்தனையெத்தனை பேருக்கு என்னென்ன ஆயிற்று என்பது பற்றி தகவல்கள் இருந்தால் இந்த இரகசிய மொழியை உடைத்துவிட முடியும். ஆனால் அவளிடம் அந்தத் தகவல்கள் இல்லை. வேறு யாரிடமாவது இருக்குமா என்று யோசித்துப் பார்க்கிறாள். பதிவேட்டில் இவளுடைய பெயரும் இருக்கிறது. அதற்கருகில் ஒரு வட்டமும், வட்டத்திற்குள் குறுக்குக் கோடும் போடப்பட்டிருக்கின்றன. அருகில் ஒரு எண்ணும் குறிக்கப்பட்டிருக்கிறது. காதலியின் பெயருக்குமுன் குறிக்கப்பட்டிருக்கும் அதே எண். சிறுவனின் பெயருக்கு அருகிலும் அதே எண் குறிக்கப்பட்டிருக்கிறது. எனவே அந்தக் குறுக்குக் கோடு உறவினர் என்பதைக் குறிக்கிறது என்று அனுமானித்துக்கொண்டாள். வேறு சாத்தியங்களும் உண்டு, ஆனால் இந்தக் குறிப்பிட்ட விளக்கத்தை நம்புவது என்று தீர்மானிக்கிறாள்.

பதிவேட்டைத் தன்னிடமே வைத்துக்கொள்கிறாள். அவளுக்குப் புரியாவிட்டாலும் அதில் ஏதோ அர்த்தம் அடங்கியிருக்கிறது.

அடுத்தநாள் ஒரு கடற்கரையை வந்தடைகிறாள். ஆனால் அங்கு பாதுகாப்பின்றி உணர்ந்ததால், கொஞ்சம் உட்புறம் சென்று, பதுங்குவதற் கான இடங்களிருக்கும் பகுதிக்குச் செல்கிறாள். அடிவானம்வரை தெளிவாகப் பார்க்கக்கூடிய மலையுச்சியின்மீது ஏறி நிற்கிறாள். தெற்கில், அடிவானத்திற்கு அப்பால் உள்ள நகரத்தில், இவளுடைய சகோதரி இவளுக்காகக் காத்திருக்கிறாள். அவள் இப்போதும் ஒருவேளை காத்திருந்தால்... ஐந்து நாட்களுக்கு முன்வரை படகுகளும் விமானங்களும் போய்க் கொண்டுதான் இருந்தன. தன்னுடைய படுக்கையறையில் காதலியுடன்

இருந்தபோது வானொலியில் கேட்டது நினைவிற்கு வருகிறது. ஆனால் சர்வதேச அமைப்புகள் அங்கிருந்து வெளியேறத் தொடங்கிவிட்டன. அவர்கள் போய்விட்டால் அகதிகளைப் பாதுகாப்பாக வெளியேற்றும் பணி நின்றுவிடும். என்ன செய்யலாம் என்று யோசிக்கிறாள். வாழ விரும்புவதாக முடிவுசெய்கிறாள். கடற்கரையோரம் தெற்கு நோக்கி நடக்கத் தொடங்குகிறாள்.

●

24

நான் குப்பைத் தொட்டியைத் தலைக்கு மேலே தூக்கி வேகமாகத் தரையில் ஓங்கி அடித்த அந்த வேளையில், வீடு என்னுடைய கோபத்தால் ஒளிர்ந்தது. குப்பைத்தொட்டி தரையில் உருண்டு ஓடியதன் அதிர்வு சுவரெங்கும் பிரதிபலித்தது. ஒலி அலைகள் உருண்டோடி தாழ்வாரத்தைத் தாண்டி, சமையலறையை அடைந்து வீடெங்கும் பரவின.

—அதைத் திருப்பிக் கொடு, என்று கத்துகிறேன். என் குரல் எதிரொலித்து அடங்குகிறது. அதற்குப் பின், வெளியே பெய்துகொண்டிருக்கும் மழையின் மங்கிய அதிர்வு மட்டுமே கேட்கிறது.

ஒரு நொடி —நிதானமற்ற, ஆனந்தம் தரும் ஒரு நொடிக்கு —என் சகோதரியும் போய்விட்டாள் என்று கற்பனை செய்து கொள்கிறேன். தாழ்வாரத்தைப் பார்க்கிறேன். அதன் மறுகோடியில் அலமாரிக் கதவு சாத்தியிருக்கிறது. அதன் சட்டத்திற்குள், சிறியதாய். யாரோ ஓவியனுக்குப் பார்வைக்கோணப் பயிற்சி அளிப்பதற்காக நிறுவப்பட்டிருக்கும் காட்சி போல. கதவின் கைப்பிடி திரும்புகிறது.

வெறுங்கையோடும் வாடிய முகத்தோடும் என் சகோதரி வெளியே வருகிறாள். இன்னமும் உருண்டுகொண்டிருக்கும் குப்பைத்தொட்டியைப் பார்த்தபடி வருகிறாள்.

—நீ செய்ய வேண்டிய விஷயங்கள் இரண்டு. ஒன்று, வரைபடத்தைத் திரும்பக் கொண்டு வந்து வைக்க வேண்டும். இரண்டு, இங்கிருந்து வெளியேறிவிட வேண்டும்.

அவள் நிலவறைப் படிகளை நோக்கித் திரும்பி நடந்தபடி, —இரண்டையுமே செய்ய எனக்கு விருப்பமில்லை, என்று சொல்லி, அலமாரிக் கதவைத் தனக்குப் பின்னால் மூடிவிட்டுச் செல்கிறாள்.

தரையில் படுத்து, தரைப்பலகைகள் வழியாகக் கீழே பார்க்கமுடிகிறதா என்று முயல்கிறேன். எதுவும் சரியாகத்

லாரா ஃபெர்கஸ்

தெரியவில்லை. சமையலறையிலிருந்து கூர்மையான கத்தி ஒன்றை எடுத்துவந்து பலகைகளுக்கு இடையே செருகி மேலும் கீழும் நெம்புகிறேன். ஒரு இடத்தில் பலகைகளை இணைக்கும் பகுதி இற்றுத் தளர்ந்திருந்தது. அந்த இடத்தில் கத்தியைச் செலுத்தி சிறு இடைவெளியை ஏற்படுத்துகிறேன். அப்படியும் தெளிவாக எதையும் பார்க்கமுடியவில்லை. அசைவுகளை மட்டும் உணர்ந்துகொள்ள முடிகிறது. அவள் தன் பையை வைத்திருக்கும் இடத்திற்கு நேர்மேலே நான் இருக்கிறேன் என்று புரிகிறது.

– நீ சென்றுவிடுவதாகக் கூறினாய், என்கிறேன் இடைவெளி வழியாக.

– இல்லை, நான் அப்படிச் சொல்லவில்லை, என்கிறாள்.

நான் யோசிக்கிறேன். அவள் அப்படிச் சொன்னாள், இல்லையா?

– நீ போக வேண்டும் என்பதுதான் என் விருப்பம். இது என்னுடைய வீடு.

– இந்த நிலவறை உன் வீடல்ல, என்கிறாள்.

– என்ன?

– இந்த நிலவறை. இது இருப்பது உனக்குத் தெரியவில்லை என்றால் உன் வாடகை ஒப்பந்தத்தில் இது அடங்காது என்றுதான் பொருள். எனவே இந்த நிலவறை உன் வீடல்ல.

– கிண்டல் செய்கிறாயா?

– இல்லை. இது சரியான வாதம்தான்.

– இல்லை. நீ அங்கு வசிக்க முடியாது. அங்கு குடிதண்ணீர் வசதி கூடக் கிடையாது.

– சமையலறைக் குழாய்கள் இதன் வழியாகத்தான் செல்கின்றன. அவற்றைக் கொஞ்சம் திசைதிருப்புவது ஒன்றும் கடினமான காரியமில்லை. கடைக்குப் போய் வேண்டிய கருவிகளை வாங்கலாம். என்ன செய்ய வேண்டும் என்று எனக்குத் தெரியும்.

– நீ இங்கு இருப்பது எனக்குப் பிடிக்கவில்லை.

– நான் அங்கு இல்லையே. இங்கேயல்லவா இருக்கிறேன்.

– சாப்பாட்டுக்கு என்ன செய்வாய்? குளிக்க? கழிப்பறை? நீ மேலே வந்துதான் ஆக வேண்டும்.

– நீ எப்போதாவது வீட்டைவிட்டு வெளியே போக வேண்டியிருக்குமே, தூங்க வேண்டியிருக்குமே, அப்போது மேலே வருவேன். நீ என்னைப் பார்க்கவே வேண்டி வராது.

உருண்டு படுத்து எனக்கு மேலே இருக்கும் வரைபட மேசையைப் பார்க்கிறேன். தொடக்கப் புள்ளியில் உள்ள ஓட்டை வழியாக வெளிச்சம் வானத்து நட்சத்திரம் போலத் தெரிகிறது.

இழப்பின் வரைபடம்

—வரைபடம் எனக்கு வேண்டும், என்கிறேன் மெல்லிய குரலில். அதைக் கேட்பேன் என்று நான் எதிர்பார்க்கவில்லை. சில நொடிகளுக்கு பதில் ஏதும் இல்லை. அவள் காதில் விழுந்திருக்காது என்று நினைக்கிறேன். பின், நான் அதை பத்திரமாக வைத்திருக்கிறேன், என்கிறாள்.

நான் வேலை செய்யும் இடத்தில் கவனிக்க வேண்டிய கோப்புகளை அவசரத்தின் அடிப்படையில் ஒன்றன்பின் ஒன்றாக அடுக்கி வைத்துக் கொண்டிருந்தேன். என் சகோதரி இப்போது செய்துகொண்டிருப்பது என்ன? ஏன் எங்களுடைய கருத்துவேறுபாட்டை அதிகாரப் பிரச்சினை யாக்குகிறாள்? பேச்சுவார்த்தைக்கு அப்பாற்பட்ட ஒன்றாக ஏன் மாற்று கிறாள்? நியாயம் என் பக்கம் இருக்கிறது. உரிமைகளும் என் பக்கம். நான் இந்த வீட்டில் வாடகைக்கு இருக்கிறேன். அந்த வரைபடம் என்னுடைய உடைமை. நான் நினைத்தால் கீழே போய் அவளிடமிருந்து நானே எடுத்துக்கொள்ள முடியும்.

வீட்டை விட்டுப் போகச் சொன்னால், எப்படியாவது மீண்டும் வந்து விடலாம் என்று நினைக்கிறாளா? என்னால் கீழே செல்ல முடியாது என்று நினைக்கிறாளா? காவல்துறையினரை அழைக்க மாட்டேன் என்று ஏன் நினைக்கிறாள்? இந்த ஊர்க் காவல்துறையினர் எங்கள் நாட்டுக் காவல்துறையினர் மாதிரி என்று நினைத்துக்கொண்டிருக்கிறாளா? இல்லை, எனக்குத்தான் அந்த வித்தியாசம் தெரியாமல் பயம் கண்ணைக் கட்டியிருக்கிறது என்று நினைக்கிறாளா?

இணையத்தில் சென்று வீட்டுச் சாமான்களை மூட்டைகட்டி இடம் மாற்ற உதவும் நிறுவனங்களின் எண்களைத் தேடுகிறேன். வீட்டு முதலாளியை அழைத்து, இருக்கிறது என்றே இதுநாள்வரை எனக்குத் தெரியாத வீட்டின் நிலவறையில் என் சகோதரி குடியேறியிருக்கிறாள் என்றும், நான் வெளியேறுகிறேன் என்றும் சொல்லிவிட்டு, இன்னொரு இடம் பார்த்துக் கொண்டு, லாரியில் சாமான்களை ஏற்றிச் செல்ல முடியும். புதிய முகவரியை யாரிடமும் தரக் கூடாது. தபால் நிலையத்திடம்கூட.

ஆனால் அதற்குமுன் வரைபடத்தை எப்படியாவது திரும்பப் பெற்றுவிட வேண்டும். இனி இல்லாதுபோன அந்த வரைபடத்தை. தவிர, அந்த நிலவறை இருப்பது என்னை உறுத்துகிறது. பொதுவாக இந்த நாட்டில் வீடுகளுக்கு நிலவறைகள் இருப்பதில்லை. எனக்குத்தான் பிரமை பிடித்திருக்கிறதோ. அல்லது அவளுக்கா? அவள்தானே அந்த இடத்தைக் கண்டுபிடித்திருக்கிறாள்.

நான் கொஞ்சம் அமைதியாக யோசிக்க வேண்டும். என் மேசைமீது வாசிக்க ஏதாவது இருக்கிறதா என்று தேடுகிறேன். வாசிக்கக் கூடிய, இரண்டு பரிமாணங்கள் கொண்ட ஏதாவது ஒன்று எனக்கு இப்போது தேவைப்படுகிறது. கடற்கரைப் பகுதிகளைப் பற்றிய வரைபடங்களைப் புரட்டிப் பார்க்கிறேன். அவற்றால் எனக்கு எந்தப் பயனுமில்லை. அந்தப் பகுதிகளுக்கு நான் ஒருநாளும் போகப் போவதில்லை. எனக்கு புரியக்கூடிய, என்னால் உண்டாக்கப்பட்ட, என்னுடையதான ஒரு இடத்தை நான் பார்க்க வேண்டும். என் வரைபடம் எனக்குத் திரும்ப வேண்டும்.

ஆனால் என்னிடம் வேறொன்றிருப்பது எனக்கு நினைவுக்கு வருகிறது. அது என் உடலோடு ஒட்டிக்கொண்டிருக்கிறது. திடீரென்று என்னுடைய நாட்டை மீண்டும் ஒருமுறை பார்க்க வேண்டும் என்ற ஆசை ஏற்படுகிறது. முன்பு இருந்தபடி, நான் அறிந்திருந்தபடி அது இப்போதும் இருக்கிறதா என்று பார்க்கும் ஆசை. ஒருவேளை அதுவும் என்னிடமிருந்து எதையாவது மறைத்து வைத்திருக்கிறதா?

நான் என் ஆடைக்குள்ளிருந்து யூஎஸ்பி கருவியை வெளியே எடுத்துக் கணினியில் பொருத்துகிறேன். அதிலிருக்கும் கோப்புகள் திரையில் வருகின்றன. ஆனால் அவற்றை என்னால் திறக்க இயலவில்லை. உலகளாவிய வரைபடத்துக்கான இயக்கிகளைத் திறந்து பார்க்கிறேன். அனைத்துமே திறக்க முடியாதபடி பாதுகாக்கப்பட்டிருக்கின்றன. அனுமதி இல்லை என்று திரும்பத்திரும்ப எரிச்சலூட்டும் ஓசையுடன் எச்சரிக்கை விடுக்கிறது.

– ஏய்!

கணினியை மூடிவிட்டு நிமிர்ந்து பார்க்கிறேன். கதவருகில் அந்தக் கணிதவியலாளர் நின்றுகொண்டிருக்கிறாள்.

– நீ பிரபலமானவள் என்று எனக்குத் தெரிந்திருக்கவில்லை.

அவள் சொல்வது எனக்குப் புரியவில்லை. அது கேள்வி போலவும் தோன்றுகிறது. ஆனால் இந்த ஊர்க்காரர்களின் பேச்சு அம்மாதிரி.

– என்ன?

–நான் உன்னை கூகிளில் தேடிப் பார்த்தேன். சில செய்திக் கட்டுரைகள் வந்தன. புரியவில்லை. ஆனால் நிறைய ஓவியங்களின் படங்கள் இருந்தன. நீ ஒரு ஓவியருமா?

புருவங்களை உயர்த்துகிறேன். அது என் சகோதரி, என்கிறேன்.

– ஓ! அது உன்னுடைய பெயர் போல இருந்தது.

எங்களுடைய பெயர்கள் எல்லாமே இவர்களுக்கு ஒன்றுபோலத்தான் தோன்றுகின்றன. அதனால்தான் அவற்றை அத்தனை மோசமாக உச்சரிக்கிறார்கள்.

– இல்லை, என்கிறேன்.

அதுகுறித்து என்னுடன் வாதிடத் தொடங்குவது போலத் தலையை அசைக்கிறாள். ஆனால் மனதை மாற்றிக்கொண்டது போல அமைதி யாகிறாள். கதவு நிலையை ஒருமுறை தட்டிவிட்டு, சிறு புன்னகை புரிந்து விட்டுப்போகிறாள்.

கணினியின் விசைப் பலகையை இரு கைகளாலும் எடுத்து மேசைமீது சீராகத் தட்டுகிறேன். சுருங்கிவரும் மகாணங்கள் பற்றிய அறிக்கையை நான் எழுதி முடிக்கவேண்டும். செய்யாவிட்டால் வேலையை இழக்க வேண்டிவரும். வேலை போய்விட்டால் வீட்டு வாடகை கொடுக்க முடியாது. வீட்டை இழந்தால் அதனோடு இணைந்த எல்லாவற்றையும் இழக்க நேரிடும். யூஎஸ்பி கருவியைக் கணினியிலிருந்து நீக்கி மீண்டும்

ஆடைக்குள் அணிந்துகொள்கிறேன். அறிக்கையின் இறுதிப் பகுதியான 'ஆய்வு முறைமை' அத்தியாயத்தில் கவனம் செலுத்துகிறேன். நான் எப்பொழுதும் கடைசியாக எழுதும் அத்தியாயம் அது. பின்னோக்கிய பார்வையும் கண்ணோட்டமும் இருந்தால்தான் என்னால் அதை எழுத முடியும்.

அப்போதுதான் எனக்குத் தோன்றுகிறது, கடலின் நீர்மட்டம் உயர்ந்தபடி இருக்கையில் முன்பு குறித்திருந்த 'கடல் மட்டத்திலிருந்து உயரம்' என்ற கணக்குகள் எவ்வாறு பயனற்றவை என்பதை விளக்க முயன்று கொண்டிருந்தபோது என்னுடைய பிரச்சனை எனக்குப் புரிந்தது. அது வெறும் நிலை, மட்டம் குறித்த பிரச்சனை அல்லவா? எந்தச் சமதளத்தை பூஜ்யம் என்று நிர்ணயிக்கிறோம், எது மேல் எது கீழ் என்று எதைக்கொண்டு தீர்மானிக்கிறோம் என்பதைப் பொறுத்ததல்லவா? எனில், நாம் வரைந்து கொண்டிருக்கும் வெளிக்கு மேலும் கீழும் தோன்றும் பரப்புகளை என்ன செய்வது? வரைபடவியலில் இது அபூர்வமானதுதான்.

என்னுடைய வரைபடத்தைப் பொறுத்தவரை சமதளத்தின் பூஜ்யம் என்ற அளவு நான் தொடக்கப் புள்ளி என்று குறித்திருக்கும் புள்ளிக்கு சற்று மேலே இருக்கிறது. அதற்குக் கீழே தரையை நோக்கி இருக்கும் இடம் எதிர்மறைப் புள்ளிகளாகவும், மேலே சுவர்களையும் அலமாரிகளையும் குறிக்கும் புள்ளிகள் நேர்மறைப் புள்ளிகளாகவும் இருக்கின்றன. கீழே தரையையும், மேலே விதானத்தையும் இரு எல்லைகளாகக் குறித்திருக் கிறேன். ஆனால் வேறு என்ன தளங்கள் குறுக்கிடக்கூடும் என்று நான் யோசித்திருக்கவில்லை. உதாரணத்திற்கு, அடிக்கூரைக்கும் மேல்கூரைக்கும் இடையில் இருக்கும் இடம்கூட வரைபடத்தில் கணக்கில் எடுத்துக்கொள்ளப்படாத பகுதிதான். அதைப் பற்றி நான் இவ்வளவு கவலைப்பட்டிருக்கவில்லையே. பின் ஏன் நிலவறையைப் பற்றி இவ்வளவு வேதனைக்குள்ளாகிறேன். ஆனால், இந்த எல்லாத் தளங்களையும் வரைபடத்திற்குள் கொண்டுவர முடியாது என்று அர்த்தமில்லையே. ஒன்றன் மீது ஒன்றாக அடுக்கிய பல சமதளங்களை வரைபடங்களாக்கி மொத்தமாகத் தொகுக்க இயலும். நான் அவசரப்பட்டுவிட்டேன். அந்த வரைபடம் தவறானதல்ல. மொத்தத்தையும் குறிக்காத, ஒரு பகுதியை மட்டும் குறிக்கும் ஒன்று அது. ஒரு பெரிய வரைபடத்தின் ஒரு அங்கம். அவ்வளவே.

வரைபடத்தைத் திரும்பப் பெற்று அதில் இந்த விஷயங்களைச் சேர்க்க வேண்டும். நானே நிலவறைக்குச் சென்று அவளிடமிருந்து அதை எடுத்துக்கொள்ளலாம். தராமல் சண்டைபோடுவாளா என்ன? ஆனால் எனக்கு பயமாக இருக்கிறது. அவளை நினைத்தல்ல. நிலவறையை நினைத்து. நான் அறிந்திராத ஒன்றைப் பற்றிய அச்சம்தான் என்று சொல்லிக்கொள்கிறேன். அதைப் புரிந்துகொண்டு, அதை முறையாக அளவிட்டு வரைபடமாக்கியதும் என் பயம் போய்விடும்.

கீழே செல்லாமலே நிலவறையை அளவெடுப்பதற்கு வழிகாண வேண்டும்.

●

24.5

தன்னுடைய சகோதரியின் வீட்டுக் கதவுக்கு வெளியே அந்தச் சகோதரி நிற்கிறாள். சற்று திறந்திருக்கும் அடுத்த வீட்டின் கதவு வழியே அங்கு ஒளிந்து நிற்கும் பெண்மணியின் கண்கள் தன்னைப் பார்ப்பதை உணர்கிறாள். கதவைத் தட்டுகிறாள். பதிலேதும் இல்லை. விளக்குகள் அணைந்திருக்கின்றன. ஆனால் கதவின் மறுபுறம் யாரோ சுவாசிப்பது இவளுக்குக் கேட்கிறது.

– நான்தான், என்கிறாள்.

கதவு திறக்கிறது. சகோதரி இவளைப் பார்க்கிறாள். சன்னலில் வந்தமரும் சிறிய பறவைபோல வெளிச்சத்தின் கீற்றில் நின்றுகொண்டிருக்கும் தன் சகோதரியைப் பார்க்கிறாள். அவளுடைய முகமெங்கும் காயங்கள்.

– தாமதமாய் வந்திருக்கிறாய்.

– மன்னித்துவிடு.

– உன்னுடன் யாரையோ அழைத்துவரப் போகிறாய் என்று நினைத்தேன்.

– இல்லை.

தன்னுடைய காதலியைப் பற்றியோ, அவளுடைய மகனைப் பற்றியோ எதுவும் சொல்லப் போவதில்லை என்று அந்தச் சகோதரி தீர்மானிக்கிறாள். அதை இரகசியமாக வைத்துக்கொள்ள வேண்டும் என்ற எண்ணமில்லை. ஆனால் அதை வாய்விட்டுச் சொன்னால் அதன் கனம், அதன் முக்கியத்துவம் போய்விடும் என்று தோன்றுகிறது. அது தவிர, அவர்களைத் தேடிக் கண்டுபிடிக்க, காப்பாற்ற இவள் இன்னும் தீவிரமாக முயன்றிருக்க வேண்டும் என்ற உணர்வு வேறு இருக்கிறது. தான் மட்டும் உயிரோடிருக்கிறோம் என்ற குற்றவுணர்ச்சி. அதிர்ஷ்டசாலிகளுள் ஒருத்தியாக இருப்பது பற்றிய குற்றவுணர்ச்சி.

●

24.75

என் சகோதரி ஒரு வழியாக நான் வசித்து வந்த நகரத்து வீட்டை வந்தடைந்தபோது முதலில் என்னால் கதவைத் திறக்கமுடியவில்லை. கதவில் என் நெற்றியைச் சாய்த்துக்கொண்டு இருட்டில் நின்றிருந்தேன். இரண்டு நாட்களுக்கு முன் காவல்துறையினர் தட்டியது போலல்ல இந்தத் தட்டல் என்று எனக்குத் தெரிந்தது. இந்தத் தட்டலில் ஒரு மென்மை இருந்தது. ஒரு தயக்கம். என்னவோ, என் கை கைப்பிடியின் மீது இருந்தாலும், என்னால் கதவைத் திறக்க முடியவில்லை. அவளுடைய குரல்தான் என்னை விடுவித்தது.

—நான்தான், என்றாள். உடனே என் கை நகர்ந்தது. அந்தக் குரலில் குழந்தைப் பருவத்தின் உறுதி இருந்தது. அந்தக் குரல் எனக்கு முழுதும் பரிச்சயமான ஒன்றாக இருந்தது.

அவளைப் பார்த்ததுமே அவள் வந்துசேர்வதற்கு ஏன் தாமதமாயிற்று என்பது எனக்குப் புரிந்தது. அவளுடைய முகமும் என் முகம் போலவே காயப்பட்டிருந்தது. அவள் இங்கு வந்தபோது செய்தது போலவே முதுகுப்பையுடன் என்னைத் தாண்டிக்கொண்டு வீட்டிற்குள் நுழைந்தாள். இங்கு எல்லாம் வழக்கம்போலவே இருப்பது போலவும் என் சகோதரியான அவள் என்னைச் சும்மா பார்த்துப்போகவந்திருப்பது போலவும். அவள் இன்னும் யாரையோ உடன் அழைத்துவரப் போகிறாள் என்று நினைத்துக்கொண்டிருந்தேன், ஆனால் அவள் இல்லை என்று சொன்னாள். அதற்குமேல் நான் ஒன்றும் கேட்கவில்லை. இன்றுவரை. என்னுடைய அனுபவத்தைக் கட்டுக்குள் வைக்கவே நான் அத்தனை சிரமப்பட வேண்டியிருந்தது. என்னால் அவளுடைய அனுபவத்தையும் சேர்த்துச் சுமக்க முடியாது.

ஆனால், எங்கள் இருவருக்கும் ஏற்பட்ட அந்த அனுபவங் களுக்குப் பிறகு நானாக முன்வந்து எந்தக் காவல் நிலையத்திற் குள்ளும் நுழைய மாட்டேன் என்று அவளுக்குத் தெரியும். அவள் என்னை எவ்வளவு தொந்தரவு செய்தாலும் அவளை அவர்கள் கையில் ஒப்படைக்க மாட்டேன் என்றும் அவளுக்குத் தெரியும்.

•

25

நான் திரும்பும்போது வீடு வெளிச்சமாக இருக்கிறது. உள்ளிருந்து சன்னல் வழியாக வெளிச்சத்தை சிந்திக்கொண்டு, இருட்டில் அமர்ந்திருக்கும் அந்நியனைப்போல இருக்கிறது. நெருங்க வேண்டாம் என்று தோன்றினாலும் அதையும் மீறி வீட்டை நெருங்குகிறேன் – வாங்கி வந்திருக்கும் கருவிகளை முதுகுக்குப் பின்னால் ஒளித்துக்கொண்டு. சாவி பூட்டிற்குள் சற்று சிக்கிக்கொள்கிறது. மழை காரணமாக இருக்கும் என்று சொல்லிக்கொள்கிறேன். முதலில் கதவு திறக்க மறுக்கிறது. பின்பு ஒரு அதிர்வுடன் திறந்துகொள்கிறது. வாங்கி வந்திருக்கும் உலோகத்துண்டை தரையில் வரைபட மேசையை நோக்கித் தள்ளிவிட்டுக் கதவை மூடித் தாழிடுகிறேன். எல்லாம் அமைதியாக அசைவற்று இருக்கிறது. அந்த அலமாரிக் கதவு மூடியிருக்கிறது.

ஒவ்வொரு அறையாகச் சென்று விளக்குகளை அணைக்கிறேன். தரைப் பலகைகளுக்கு நடுவே இன்று காலை நான் ஏற்படுத்திய இடைவெளி வழியாக மங்கிய ஒளி கசிகிறது. அவள் அங்குதான் இருக்க வேண்டும். இருண்ட சமையலறையில் நின்றுகொண்டு தண்ணீர் குடித்தபடி அறையின் வாசல் வழியாகப் பார்க்கிறேன். வரைபட மேசை வரைபடமின்றி வெறுமையாய் இருக்கிறது. அந்த வெறுமையில் அதன் பரிமாணங்கள் சுருங்கிப்போனதுபோலத் தெரிகின்றன. தன் தனித்துவத்தை இழந்து அதுவும் இன்னொரு மேசை என்பது போல தெரிகிறது. வரைபட அறையில் பார்வையைப் பதித்தபடியே தண்ணீர்க் கோப்பையை கழுவி வைக்கிறேன். பிறகு ஒரு நீண்ட மூச்செடுத்து அது என்னுடைய இடம் என்ற உணர்வோடு அந்த அறைக்குள் நுழைக்கிறேன்.

வரைபட அறை அமைதியாகவும் குளிர்ச்சியாகவும் இருக்கிறது. வாங்கிவந்த உலோகத்துண்டைக் கொண்டுவந்து தரைப்பலகைகளின்மீது கிடத்துகிறேன். மண்டியிட்டு அமர்ந்து, கண்ணாடியை அணிந்துகொண்டு, முழங்கைகளைத் தரையில் பதித்துக்கொள்கிறேன். வரைபட மேசையின் அடியிலிருந்து தலைக்கச்சையும் விளக்கையும் எடுத்துத் தலையில் பொருத்திக் கொண்டு விளக்கைத் திருகி ஒளிரச் செய்கிறேன்.

வகுப்பியை வலது கையில் எடுத்துக்கொண்டு, அதன் கூரிய முனையால் உலோகத் துண்டில் மில்லிமீட்டர் அளவுகளை அடிப்பகுதியிலிருந்து குறிக்கத் தொடங்குகிறேன். இதுதான் என்னிடம் இருப்பதிலேயே மிக நீளமான அளவுகோலாகப் பயன்படப் போகிறது. அதில் தவறுகள் இருக்கக் கூடாது. இடையிடையே வகுப்பி கையிலிருந்து தவறி எகிறி என் கழுத்தைக் கீறுகிறது. இந்த அளவுக் குறிப்புகள் துல்லியமானவை அல்லதான். ஆனால் இப்போதைக்கு இது போதும்.

தரைக்கு மிக அருகில் இருப்பதால், என் விளக்கின் வெளிச்சத்தில் தரைப்பலகையின் கோடுகள் மிகப் பெரிதாய்த் தெரிகின்றன. அவற்றையும் அளவெடுக்க வேண்டும் என்ற எண்ணத்தை அடக்கிக்கொள்கிறேன். தவிர, அளவிடப்படுவதை அந்தக் கோடுகளும் வளைவுகளும் எதிர்க்கும். திடீரென்று பலகைகளின் இடைவெளி வழியாகக் கீழிருந்து வரும் வெளிச்சம் என் கண்களைக் கூசச் செய்கிறது. அந்த வெளிச்சத்திற்கு நேர் எதிராக என் தலைக்கச்சு விளக்கின் ஒளியை செலுத்துகிறேன். திடீரென்று இடைவெளி வழியாக ஒரு காகிதத் துண்டு வருகிறது. மனத்தில் ஊக்கம் எழுவதுபோல எழுந்து பக்கவாட்டில் சரிகிறது. என் சகோதரி அனுப்பியிருக்கிறாள். வகுப்பியின் நுனிகளைக் கொண்டு அந்தக் காகிதத் துண்டை எடுக்கிறேன். –உன்னுடைய நாள் எப்படி இருந்தது? என்கிறது அது.

●

25.5

மோட்டல் அறையிலிருந்து வெளியேறியதும் சகோதரி அருகில் இருக்கும் சாலை சந்திப்பிற்குச் செல்கிறாள். அங்கு சிகப்பு விளக்கின் நிறுத்தத்தில் லாரிகள் புகை உமிழ்ந்தபடி நின்றிருக்கின்றன. நிற்கும் வண்டிகள் ஒவ்வொன்றினுள்ளும் கண்ணாடி வழியாக உற்றுப் பார்க்கிறாள். இறுதியில், ஒரு சிறிய காரில் அமர்ந்திருக்கும் பெண்மணியைப் பார்த்ததும் பாதுகாப்பானவள் என்று தோன்றுகிறது. காரின் சன்னல் கண்ணாடியைத் தட்டுகிறாள். கண்ணாடியைக் கீழிறக்கி அந்தப் பெண் "ஹலோ" என்கிறாள். நகரத்திற்குள் தன்னை அழைத்துச் செல்லுமாறு அந்த மொழியில் கேட்க சகோதரி தடுமாறுகிறாள். தனக்கு இவள் சொல்வது புரியவில்லை என்கிறாள் அந்தப் பெண். அதற்குள் சிக்னல் விளக்குகள் மாற, அவள் சென்றுவிடுகிறாள். சாலையின் பெயர்ப்பலகைகளைப் பார்த்தவாறு, முதுகுப் பையின் நாடாவை இறுக்கிக்கொண்டு, நடக்கத் தொடங்குகிறாள்.

அவளுக்குத் தேவை தனிமை; அடையாளம் காணப்படாமல் இருப்பது. மாலை நேரங்களில் அவளுடன் பேசுவதற்கு யாரும் இருக்கக் கூடாது. தனக்குப் பேச வேண்டும் என்று தோன்றும் ஒரே நபரும் போய்விட்டாள். இதுவரை கடந்து வந்திருக்கும் எல்லா நிகழ்வுகளையும் ஆராய்ந்து புரிந்துகொள்ள வேண்டும் என்று தொடங்கினால் அதற்கு ஒரு வாழ்நாள் எடுக்கும், எஞ்சியிருக்கும் நேரம் எல்லாம் அதற்கே செலவாகி விடும். மற்ற எல்லாவற்றையும் ஓரங்கட்டிவிடும். அவள் செய்ய விரும்பும் வேறு பல விஷயங்களும் இருக்கின்றன.

அவளுடைய இரட்டைப் பிறவியான மற்ற சகோதரிக்கு இனி அவளுடைய தேவை இல்லை. அவளுடைய உதவியின்றி மற்றவளால் தானாக ஊருக்குள் செல்ல வழி தேடிக்கொள்ள முடியும். மதிப்பிற்குரியவளாக, நம்பத் தகுந்தவளாகத் தன்னைக் காட்டிக்கொள்வது எப்படி என்று அவளுக்குத் தெரியும். தன்னுடைய கல்வி, மொழித்திறன், வேலை தேடிக் கொள்வதற்கான திறமை ஆகியவற்றை அவளுக்குப் பயன்படுத்திக்கொள்ளத் தெரியும். இந்த ஊரில் தனக்கென்று ஒரு இடத்தை அவள் ஏற்படுத்திக் கொள்வாள் என்று அந்த சகோதரிக்குத் தன்னுடைய சகோதரியைப் பற்றித் தோன்றியது.

•

25.75

அவள் என்னை விட்டுச் சென்றபோது அது நான் செய்ய வேண்டிய தியாகம் என்று எனக்குத் தெரிந்திருந்தது. வேறு வழி இருக்கவில்லை. உயிர்வாழ்வது என்பதே குறிக்கோள். அவள் இருந்திருந்தால் என்னிடம் எதையாவது எதிர்பார்த்துக்கொண்டே இருந்திருப்பாள். நான் இருக்கும் இடத்தை நான் என்னுடையதாக்கிக்கொள்ள வேண்டும் என்று எதிர்பார்ப்பாள். நாங்கள் விட்டு வந்த வாழ்க்கையை எண்ணி ஏங்கியபடி இருந்திருப்பாள். ஓவியம் வரைவதற்காக அவள் வைத்திருந்த ஸ்டூடியோ அறை, கான்வாஸைச் சாய்த்து வைக்கும் பலகை, பெண்கள் எல்லோரும் சேர்ந்து காய்கறி விளைவித்துக்கொண்டிருந்த வீடு என எல்லாவற்றையும் எண்ணி ஏங்கிக்கொண்டிருந்திருப்பாள். அவற்றை இழந்தது பற்றித் துயரமடைவாள். அது அவளைச் சுக்குநூறாக்கும். என்னால் அந்த மாதிரி வாழ முடியாது – அத்தனை ஏக்கங் களுடன்.

ஆனால் தன்னுடன் எதையெல்லாம் எடுத்துச் செல்வாள் என்று நான் யூகித்திருக்கவில்லை.

•

26

நான் வேலை செய்து முடிக்கும்போது வீட்டில் கீழிருந்து வெளிச்சம் வந்தபடி இருக்கிறது. நள்ளிரவு நேரம். ஒவ்வொரு மூன்றாவது தரைப் பலகைக்கு இடையிலும் உள்ள இணைப்புகளைத் தளர்த்தி இடைவெளி உண்டாக்கி யிருக்கிறேன். அவற்றின் வழியாக அடித்தள அறையிலிருந்து சாரல்களாய் வெளிச்சம் வருகிறது. உலோகத்துண்டை அறையின் தென்கிழக்கு மூலையில் உள்ள முதல் இடைவெளி யின் அடியில் இருக்கும் ஓட்டைத் தொடும்வரை செருகு கிறேன். 1.713 என்று அளவெடுக்கிறேன். குண்டு நூலை அதன் மேற்பகுதியில் வைத்து சமன்படுத்தியபடி உலோகத் துண்டை இடைவெளியில் நகர்த்துகிறேன். ஒவ்வொரு ஐந்து சென்ட்டிமீட்டர் இடைவெளிக்குள்ளும் ஏற்படும் ஏற்ற இறக்கங்களைக் குறித்துக்கொள்கிறேன். குறுக்குவாட்டில் ஓடும் உத்தரங்கள்தாம் பிரச்சினை. அவை இடைப்படும்போது உலோகத்துண்டை வெளியில் உருவி, பின்னர் மீண்டும் செருகி அளவெடுக்க வேண்டியிருக்கிறது. இதனால் அளவுகளில் இடைவெளி விழுகிறது என்பது உண்மைதான். ஆனால் இப்போதைக்கு வேறு வழியில்லை.

தொடக்கப்புள்ளியைச் சுற்றி நான் உருவகப்படுத்தி யிருந்த, கண்களுக்குத் தெரியாத சமதளம் பிரச்சினைகளற்றது. ஆனால் அறையின் தரையில் இருக்கும் ஏற்ற இறக்கங்களை நான் எப்படியாவது வரைபடத்தில் குறிக்க வேண்டும். இதற்கு நிறைய நேரம் எடுக்கும்; ஆனால், செய்ய முடியும். பல மணி நேரம் நான் இப்படித் தரையில் நகர்ந்தபடி இருக்கிறேன். என் அசைவுகளுக்கு நடுவில் வரும் அமைதியான தருணங்களில், கீழே அவள் ஓவியம் வரைவது கான்வாஸ்மீது தூரிகை நகரும் ஓசையாய் எனக்குக் கேட்கிறது. அதை ஓசை என்று சொல்வதைவிட ஒரு கருத்து என்றே சொல்ல வேண்டும். கருத்து என்பதைவிட, ஏதோ ஒன்று நழுவுவது போன்ற உணர்வு; என் வயிற்றில் ஏற்படும் ஓர் உணர்வு.

அளவுகோலை ஒரு மூலையில் சாய்த்து வைத்துவிட்டு தரையின் இடைவெளிகள் வழியாகப் பார்க்கிறேன். அவள் என் கண்ணுக்குத் தென்படும்வரை தரையில் அப்படியே நகர்ந்து நகர்ந்து செல்கிறேன். என்னுடைய வரைபட மேசைக்கு நேர்கீழே நிலவறையில் அவள் இருக்கிறாள். இந்தத் தரையின் அடிப்பகுதி அவளுடைய அறைக்குக் கூரை. அது மிகவும் தாழ்வாக இருப்பதால் அவளால் நிச்சயமாக நிமிர்ந்து நிற்க முடியாது. முதுகைச் சற்று வளைத்துக்கொண்டும், தலையைக் குனிந்துகொண்டும்தான் நிற்க வேண்டியிருக்கும். அவளுடைய அசைவுகளைக்கொண்டு, அவள் ஓவியம் வரைகிறாள் என்பது புரிகிறது. ஆனால் என்ன வரைகிறாள் என்பது தெரியவில்லை. அவள் அனுப்பிய காகிதத் துண்டு எங்கே என்று என்னைச் சுற்றித் தேடுகிறேன். ஒளிக் கோடுகளுக்கு நடுவில் பதில் எழுதப்படாமல் கிடக்கிறது.–உன் பொருட்கள் அனைத்தையும் தயவுசெய்து அறையின் வடபகுதிக்கு நகர்த்த முடியுமா?, என்று அதன் மறுபக்கத்தில் எழுதி இடைவெளி வழியாகக் கீழே அனுப்புகிறேன். விரல்நுனிகள் அதை இழுத்துக்கொள்வதை உணரமுடிகிறது. மீண்டும் அது மேலே வரும்போது அதில் பெயிண்ட்டால் பதில் எழுதப்பட்டிருக்கிறது.–முடியாது, என்று. கருநீல நிறத்தில்.

நான் எதிர்பார்த்திருக்கக் கூடியதுதான். என் அதிகாரத்தை எப்படி உறுதிப்படுத்திக்கொள்வது என்று யோசிக்கிறேன். அவளுடைய பயங்கள் என்னென்ன, அவளுக்கு வேண்டியிருப்பது என்ன என்று எனக்குத் தெரியாது. அவள் இன்னும் ஏன் இங்கு இருக்கிறாள் என்றுகூடத் தெரியாது.

புதிய வெற்றுக் காகிதம் ஒன்றை வரைபட மேசை மீது பரப்பி, புதிதாக அதுவரை எடுத்திருக்கும் அளவுகளைக் குறிக்கத் தொடங்குகிறேன். தன்னுடைய குப்பைகளை அவள் நகர்த்தப்போவதில்லை என்றால் அதையும் எப்படியாவது வரைபடத்தில் குறித்துக்கொள்ள வேண்டியதுதான். கீழே இருக்கும் அவளுடைய முதுகுப் பை, துயிற்பைச் சுருள் ஆகியவை இருக்கும் பகுதிக்கு நேர்மேலே இருக்கும் இடைவெளிகளில் அளவுகோலை நகர்த்திச் செல்கிறேன். மேசை போன்ற செவ்வக வடிவிலான ஒரு புதிய பொருள் அங்கு நுழைந்திருப்பது தெரிகிறது. அதன்மீதுதான் கான்வாஸை விரித்து அவள் ஓவியம் தீட்டிக்கொண்டிருக்க வேண்டும் என்று அனுமானிக்கிறேன். ஆனால் என் அளவுகோலின் நுனி எதையும் தொடாமல் நகர்ந்தவாறிருக்கிறது. ஒருவேளை நான் அளவெடுக்கும் பாதைகளிலிருந்து அவள் நகர்ந்தபடி இருக்கலாம். நல்லதுதான்.

இந்த வரைவுப்பிரதியை செய்து முடிக்க மூன்று மணிநேரம் ஆகிறது. என்னிடமிருந்து திருடப்பட்ட வரைபடத்தின் நேர்த்தி இதில் இல்லை; எனினும் என்னைப் பாதுகாப்பாக உணரச் செய்கிறது. சுருட்டி என்னுடன் எடுத்துச் செல்கிறேன்.

உறக்கத்தில், அவள் இருக்கும் தளத்திற்கு மேலே மிதக்கிறேன். அவளைப் பொறுத்தவரை நான் ஒரு சலசலப்பு. எனக்கு அவள் ஒரு கறையான். அவள் என்னை நிலைகுலையச் செய்துவிடுவாள் என்றும், என் வீடு இடிந்து விழுந்துவிடும் என்றும், என் வரைபடம் அர்த்தமற்றதாகிவிடும் என்றும் நான் அஞ்சுவதாகக் கனவு காண்கிறேன். என் பயங்கள் அனைத்தும்

உண்மையாகிவிடும் என்ற பயத்தில், கனவில் அழுகிறேன். வழிந்தோடும் கண்ணீர் தரைப் பலகைகளின் இடைவெளிகள் வழியாகக் கீழே சொட்டி அவளுடைய ஓவியத்தை நனைக்கிறது.

அவள் அங்கிருந்து கத்துகிறாள், – ஒரு அளவீட்டை நிர்ணயித்துக்கொள்; அதில் உறுதியாக இரு.

நான் பதிலுக்குக் கீழ்நோக்கிக் கூவுகிறேன், – அத்தோடு என் பிரச்சினைகள் முடிவடைந்துவிடும் என்று நினைக்கிறாயா?

ஆனால் அவளுடைய எரிச்சல் எனக்கொரு உபாயத்தைத் தருகிறது. ஒரு வாளியும் துடைப்பமும் கொண்டுவந்து தரையில் தண்ணீர் ஊற்றித் துடைக்கிறேன். நீர் தாரைதாரையாய் ஓடி இடுக்குகள் வழியாகக் கீழே வழிகிறது. அவளுடைய அச்சம் இன்னது என்று எனக்குத் தெரிந்து விட்டது என்ற நம்பிக்கையில் சிரிக்கிறேன்.–நீ என் ஓவியத்தை நாசமாக்கு கிறாய், என்கிறாள். நான் நினைத்தது சரிதான்.–நீ என் வரைபடத்தின் அடிப்படைகளையே அழித்துக்கொண்டிருக்கிறாய், என்கிறேன். நான் சொல்வது உண்மை என்பதுபோல அடுத்த நிமிடம் அவள் கீழே அறிமுகப் படுத்தியிருக்கும் செயற்கை வெப்பம் மரத் தூண்களில் ஏறுகிறது. பின் வீட்டின் ஒரு பகுதி ஒருசில மில்லிமீட்டர்கள் இறங்குகிறது. அதன் சாய்வில் தன்னுடன் தரையையும், வரைபட மேசையையும், தொடக்கப்புள்ளியையும் இழுத்துச் செல்கிறது.

போர்வைக்குள் நிலவறையின் வரைபடத்தை என் மார்பை ஒட்டி இழுத்து அணைத்துக்கொள்கிறேன். நாளை நிலவறைக்கு நானே இறங்கிச் செல்வேன்.

•

இழப்பின் வரைபடம்

26.5

சகோதரி விழித்துக்கொண்டு, தன் துயிற்பையிலிருந்து வெளியே வருகிறாள். நிலவறையின் தரையில் ஒரு பெரிய வட்டத்தை வரைகிறாள். அந்த அறையின் சுவர்கள் வட்டத்தின் விளிம்பைத் தொட்டுச்செல்லும் தொடுகோடுகளாய் அமைகின்றன. அந்த வட்டம் ஒரு பெரிய ஓட்டை என்றும், அந்த வீட்டையும் அதில் பயணிப்பவர்களையும் உள்ளிழுத்துக் கொள்ளக்கூடிய வெற்றிடம் என்றும் உணர்கிறாள். அந்த வட்டம் ஒரு துப்புக் குறிப்பு என்றும், ஆனால் அதைப் புரிந்துகொள்ள இன்னொரு குறிப்பு தேவைப்படுகிறது என்றும் அவளுக்குத் தோன்றுகிறது. பையிலிருக்கும் அந்தச் சிறைச்சாலைப் பதிவேட்டை வெளியில் எடுத்துப் புரட்டிப்பார்க்கிறாள். அதில் ஏதோவொரு பொருள் அடங்கியிருக்கிறது, ஆனால், தனக்குத்தான் அதைப் படித்துப் புரிந்துகொள்ள இயலவில்லை. நிலவறையின் தரையில் பதித்திருக்கும் ஓடுகளைப் பார்க்கிறாள். அவளுக்கு இப்பொழுது ஒரு ரொஸட்டா கல் தேவைப்படுகிறது.

•

27

நான் எழுந்திருக்கும்போது வீடு சுவாசித்துக் கொண்டிருக்கிறது – படுக்கையறையின் சுவர்கள் சுவாசப்பை போலத் திறந்து மூடுகின்றன. நிலவறையின் வரைபடத்தை இறுகப் பற்றி நெஞ்சோடு அணைத்து உறங்கியிருக்கிறேன். அதைச் சுருட்டி வயிற்றுக்கும் நெஞ்சுக்கும் இடையே வைத்துக் கொண்டு உறங்கியிருக்கிறேன். என் சுவாசத்தின் ஏற்றத் தாழ்வுக்கிசைய அதுவும் ஏறி இறங்கியபடி இருக்கிறது. இசை ஒலிப்பது கேட்கிறது. நிலவறையிலிருந்து இசை மேலே எழும்பி எல்லாவற்றையும் தள்ளிக்கொண்டு வருகிறது. அதன் கதி விரிந்துவிரிந்து இந்த வெளியைச் சுருக்குகிறது.

வரைபடத்தைச் சுருட்டிப் பிடித்தபடியே படியில் இறங்கிச் செல்கிறேன். இசையின் கதிக்கேற்ப நடக்காமல் இருப்பதற்கு முயல்கிறேன். குனிந்து, தலையை உள்ளிழுத்துக்கொண்டு நடக்கிறேன் – ஊரில் வெடிகுண்டுவீச்சுக்கான அபாயச் சங்கு ஒலியைக் கேட்டதும் தலையை உள்ளிழுத்துக்கொள்வது போல.

படியிறங்கியதும் நிலவறைமீது கவனத்தைச் செலுத்தாமல், வரைபடத்தை எனக்கும் அறைக்கும் இடையே இருக்கும்படி விரித்துப் பிரிக்கிறேன். சகோதரி படுத்திருப்பதை என் பார்வையிலிருந்து மறைக்கிறது அது. வரைபடத்தைச் சுற்றிலும் அறையின் சுவர்களும், தரையும், கூரையும் சமதளங்களாய்த் தெரிகின்றன.

கண்ணுக்கு முன் நான் விரித்து வைத்திருக்கும் வரைபடம் இந்த நிலவறையில் இருப்பது என்ன என்பதை எனக்குக் குறிப்பால் உணர்த்துகிறது. என்னைத் தயார்ப்படுத்துகிறது. முந்தைய தடவைபோல இந்த இடம் என்னை ஆச்சரியப் படுத்தித் தடுமாற வைக்காது. சுவாசத்தின் மீது கவனத்தைச் செலுத்துகிறேன். பெயிண்ட்டின் நெடி என் தொண்டையை, நுரையீரல்களைத் தாக்கித் தலைசுற்றச் செய்கிறது. நான் உலகத்திற்கு அடியில் இருப்பதாக உணர்கிறேன். இசை

இழப்பின் வரைபடம் 143

இன்னமும் நுணுக்கங்கள் கொண்டதாய் விரிந்துகொண்டிருக்கிறது. இன்னும் உயர்ந்த ஸ்தாயியில். ஆனால் வேகமின்றி, மெதுவாக. என் சகோதரிக்குப் பிடித்த இசைக்கலைஞர் அமைத்திருக்கும் இசை.

நான் தயாராக உணரும்போது கையிலிருக்கும் வரைபடத்தைத் தாழ்த்திப் பிடித்து எனக்கு முன்னால் இருப்பவற்றைப் பார்க்கிறேன். ஒரு மேசையின் பின்புறத்திலிருந்து என் சகோதரி என்னைப் பார்த்துக் கொண்டிருக்கிறாள். சிறு சிறு மரப் பலகைகளை வீட்டுச் சொந்தக்காரர் விட்டுச் சென்றிருக்கும் பெட்டிகள்மீது வைத்து இவளாக ஒரு மேசை போல ஆக்கிக்கொண்டிருக்கிறாள். அதன்மீது தடிமனான ஒரு காகிதத்தை விரித்துவைத்து வரைந்துகொண்டிருக்கிறாள். எழுந்து சென்று குறுவட்டு சுழலும் கருவியை நிறுத்துகிறாள். இசை ஓய்கிறது. அது ஏற்படுத்தியிருந்த ஒருவித அவசர உணர்வும் கரைந்துபோகிறது.

–ஸாரி, உன்னை எழுப்பிவிட்டேனா?

இசை நின்றுவிட்டதாலும், கையில் வரைபடம் இருப்பதாலும் ஓரளவு அமைதியாக உணர்கிறேன். தரையின் பரப்பையும், சகோதரியின் உடைமைகளையும் நோட்டமிட்டு வரைபடத்தில் இருக்கும் தகவல்களோடு ஒப்பிட்டுக்கொள்கிறேன். முன்பைவிட இப்போது இந்த அறையைக் கொஞ்சம் புரிந்துகொள்ள முடிகிறது.

இசைப்பெட்டியை நோக்கித் தலையசைத்து, – அது எங்கே கிடைத்தது? என்கிறேன். நேற்றிரவு நான் இந்த இடத்தை மேலே இருந்தவாறு அளவெடுத்து வரைந்தபோது இங்கு இருந்திராத இரண்டு பொருட்களில் அதுவும் ஒன்று.

–மேல் படிக்கட்டில் இருக்கும் பெட்டி ஒன்றில் இருந்தது.

–வீட்டுச் சொந்தக்காரரின் பெட்டியிலா? அவருடைய பெட்டியி லிருந்தா திருடி வைத்திருக்கிறாய்?

–திருடவில்லை. அங்கிருந்து இங்கு நகர்த்தியிருக்கிறேன். அவ்வளவுதான். அவர் இப்போது இதைப் பயன்படுத்திக்கொண்டிருக்கிறாரா என்ன?

இடத்தையும் உடமைகளையும் பகிர்ந்துகொண்டு வாழப் பழகியவர் களிடம் இதுதான் பிரச்சினை. நான் வரைபடத்தில் குறிக்கத் தவறியிருக்கும் விஷயம் ஒரு குழாய். மேலே சமையலறைக்குச் செல்லும் குழாயில் மலிவான இன்னொன்றைப் பொருத்தியிருக்கிறாள். அது நான் அளவெடுப்பதெற்கென ஏற்படுத்திய இடைவெளிகளுக்கு நடுவில் இருக்கிறது. அதிலிருந்து ஒரு வாளியைத் தொங்கவிட்டிருக்கிறாள். வாளிக்குள்ளிருந்து தூரிகைகள் நீட்டியிருக்கின்றன.

பிறகுதான் சுவர்களைச் சரியாகக் கவனிக்கிறேன். வெறும் சுவர்கள் என்று நினைத்திருந்தேன். ஆனால் அவற்றில் படாதவாறு, துணிகளைத் தொங்கவிடுவதுபோல, தன் ஓவியங்களை உத்தரங்களிலிருந்து தொங்க விட்டிருக்கிறாள். சுற்றிலும் உள்ள சுவர்களில் அவை தொங்குகின்றன.

அது மட்டுமல்ல – வலது பக்கம், தெற்குச் சுவரில் காகிதங்கள் பல ஒன்றன் நுனி அடுத்ததன்மீது இருக்கும்படி ஒட்டப்பட்டிருக்கின்றன. அவற்றில் பெயர்களும் குறியீடுகளும் அம்புக்குறிகளும் குறிப்புகளும் அவளுடைய கையெழுத்தில் இருப்பதை இவ்வளவு தொலைவிலிருந்தே என்னால் பார்க்க முடிகிறது. வரைபடத்தைக் கையில் வைத்துக்கொண்டே அந்தச் சுவருக்கு அருகில் செல்கிறேன் – தரையின் மேடுபள்ளங்கள் இப்போது என் பாதத்துக்குப் பழகிவிட்ட உணர்வுடன். அந்த மங்கிய வெளிச்சத்தில், எழுதியிருப்பவற்றை ஓரளவு மட்டுமே வாசிக்க முடிகிறது. தெரிந்த பெயர்கள். எங்கள் ஊரைச் சேர்ந்தவை. நூல்களிலிருந்து கிழித்து எடுக்கப்பட்டவை போலச் சில காகிதங்களின் ஓரங்கள் சிதைந்திருக்கின்றன. மற்றவை நகல்கள்.

– என்ன இது? என்று கேட்கிறேன்.

கைக் கோப்பையில் இருக்கும் அழுக்கு நீரை அந்த வாளியில் கொட்டிவிட்டு, – நான் ஒருவரைத் தேடிக்கொண்டிருந்தேன்; இன்னமும் தேடிக்கொண்டிருக்கிறேன் என்றே சொல்ல வேண்டும், என்கிறாள்.

நான் கேட்ட கேள்விக்கு முழுமையான பதில் அல்ல. எனினும் குறிப்பிட்ட இரண்டு பெயர்கள் மீண்டும் மீண்டும் குறிக்கப்பட்டிருப்பதைக் காண முடிகிறது.

– பார், என்று சொல்லிவிட்டுக் கையை ஒரு கிழிந்த துணியில் துடைத்தபடியே என் சகோதரி அருகில் வருகிறாள். வேறொரு பெயரைக் காட்டுகிறாள். அது பேனா மையால் அடிக்கோடிடப்பட்டிருக்கிறது. – இப்படித்தான் நம் பெரியம்மாவையும் அவருடைய குழந்தைகளையும் தேடிக் கண்டுபிடித்தேன், என்கிறாள்.

பெரியம்மாவின் பெயர் பென்சிலால் எழுதப்பட்டிருக்கிறது. அதிலிருந்து பேனா மையாலான மூன்று அம்புக்குறிகள் அடுத்த காகிதத்திற்குச் செல்கின்றன. அவற்றின் முனையில் பெரியம்மாவுடைய குழந்தைகளின் பெயர்கள். அவற்றில் இரண்டின்மீது கோடுகள். அருகில் ஒரு வட்டமும் அதற்குள் குறுக்குக்கோடும். மீதமிருக்கும் பெயருக்கு அருகில், மை நிரப்பிய வட்டம். இந்தப் பெயர்களை இங்கே பார்ப்பது அதிர்ச்சியளிக்கிறது. நான் இவர்களைப் பற்றியெல்லாம் நினைத்து எவ்வளவோ காலம் ஆகிவிட்டது என்பதுகூட அதிர்ச்சிக்குக் காரணமல்ல; இந்தப் பெயர்கள் வேறொரு உலகத்தைச் சேர்ந்தவை என்று எனக்குத் தோன்றுவதுதான் அதிர்ச்சியளிக்கிறது. நான் இனி வசிக்கவியலாத வேறொரு உலகம்.

– என்ன இது? என்று மீண்டும் கேட்கிறேன். இவை எங்கிருந்து வந்தன?

– சிறைச்சாலைகளிலிருந்து. இராணுவத் தடுப்பு முகாம்களிலிருந்து. இது ஒரு இரகசிய மொழி. வட்டங்கள் அந்த நபர்கள் ஒரு குறிப்பிட்ட பட்டியலில் இருப்பதைக் குறிக்கின்றன. அரசியல் எதிரிகள், அல்லது 'விரும்பத்தகாதவர்கள்.' வட்டத்திற்குக் குறுக்காகக் கோடு இடப்பட்டிருந்தால், அந்த நபருடைய உறவினர் என்று பொருள். பெயரின் மீது கோடிடப்பட்டிருந்தால் விடுவிக்கப்பட்டுவிட்டார் என்றோ, தப்பிச் சென்றுவிட்டார் என்றோ பொருள். மை நிரப்பிய வட்டமாக இருந்தால்

அவருக்கு மரண தண்டனை நிறைவேற்றப்பட்டுவிட்டது என்று பொருள். போர்க்குற்றங்களை ஆராயும் நபர்களிடம் கேட்டு என் புரிதலை உறுதி செய்துகொண்டேன்.

இதுபற்றி அவள் மின்னஞ்சல் ஒன்று அனுப்பியிருந்தது நினைவிற்கு வருகிறது.

என் பெரியம்மா மகளின் பெயருக்கு அருகில் இருந்த மை நிரப்பிய வட்டத்தைக் கையால் தொட்டுப் பார்க்கிறேன். அங்கிருந்து அம்புக்குறியின் வழியே விரலை நகர்த்தி, பெரியம்மாவின் பெயருக்கு அருகிலும் மை நிரப்பிய வட்டமொன்றிருப்பதைப் பார்க்கிறேன். அந்த மின்னஞ்சலில் இருந்த தகவலை இது உறுதிப்படுத்துகிறது: பெரியம்மாவும் ஒரு மகளும் இறந்துவிட்டனர். மற்ற இருவர் எங்கோ அகதிகளாகப் பாதுகாப்பாக இருக்கின்றனர்.

இந்தக் கொடூரங்களெல்லாம் எனக்குக் கீழே அலைபோல எழுந்து அமிழ்வதாகவும் நான் அதில் படகுபோல மெதுவாக மேலும் கீழும் அசைவதாகவும் உணர்கிறேன். இந்தக் கொடுமைகள்கூட எழுதி ஆவணப் படுத்தப்பட்டிருக்கின்றனவே, அவற்றிற்கான குறியீடுகளுடன். இப்படிச் செய்வதனால் தாம் ஏதோ நியாயமான செயல்களைத்தான் செய்துகொண்டிருப்பதான உணர்வு அவர்களுக்கு ஏற்பட்டிருக்க வேண்டும். பதிவேட்டில் எழுதிக் குறிப்பெடுக்கும் வேறெந்தப் பணியையும்போலவே அவர்கள் இதையும் நினைத்திருக்க வேண்டும். வரைபடம் சரிந்து என் கால்களைச் சுருண்டு தழுவியபடி இருக்கிறது. வலதுகையால் என் பெரியம்மாவின் பெயருக்குக் கீழ் இருக்கும் பெயர்களைத் தொடர்ந்து பார்க்கிறேன். அந்தப் பெயர்களும், அவற்றில் மெய்யெழுத்துக்கள் அமைந்திருக்கும் விதமும், அவை என் தாய்மொழிபோல இருப்பதும் என்னை ஈர்க்கிறது. இரும்புத் துகள்களை காந்தம் இழுப்பதுபோல இந்தப் பெயர்கள் என் கண்களை இழுத்துச் செல்கின்றன. பிற உறவினர்களின் பெயர்களைத் தேடுகிறேன். இறுதியில் அதிர்ச்சி. என்னுடைய பெயர்.

இல்லை. என் சகோதரியின் பெயர். மீண்டும் சுவாசிக்கத் தொடங்கு கிறேன்.

நகரத்தில் என் வீட்டை வந்தடைந்தபோது அவளுடைய முகத்தில் இருந்த காயங்கள் நினைவிற்கு வருகின்றன. அவளும் இந்தப் பதிவேட்டில் இருப்பதில் ஆச்சரியமில்லை.

–உன் பெயர், என்கிறேன்.

அவள் எனக்கு அருகில் நிற்கிறாள். நான் காண்பிப்பதைப் பார்க்காமல், என்னைப் பார்த்தபடி இருக்கிறாள். ஆனால் என்னால் அந்தப் பெயரிலிருந்து கண்களை அகற்ற முடியவில்லை. வேறொருவருடைய கையெழுத்தில் எழுதப்பட்டிருக்கிறது. ஒரு காவலாளியாக இருக்கலாம். அல்லது சித்திரவதை செய்பவன். அல்லது கொலையாளி. அதற்கருகில் இருக்கும் குறி வரை விரலை நகர்த்துகிறேன்.

–குறுக்கே கோடுடன் வட்டம், என்கிறேன்.

அந்தப் பெயருக்கும் அவளுடைய பார்வைக்கும் நடுவில் சிக்கிக் கொண்டவளாக உணர்கிறேன். பேசுவதற்கு உதடுகளை அசைக்கக்கூட இயலவில்லை.

– நம் உறவினர்களில் யார் அரசுக்கு எதிரானவர்களாகக் கருதப் பட்டவர்கள், என்று இறுதியில் கேட்கிறேன். – பெரியம்மாவையா அப்படி நினைத்தார்கள்?

– இல்லை, முதலில் அப்படி நினைக்கவில்லை, என்கிறாள். தன் பார்வையைத் தாழ்த்துகிறாள். விடுவிக்கப்பட்டவளாய் உணர்கிறேன். ஆனால் அந்தப் பெயர் மீதிருந்து கண்களை அகற்றவில்லை. அவள் தன் கைகளை நீட்டிக் காகிதங்களை மரச் சட்டங்களில் அழுத்திப் பிடித்திருக்கும் ஆணிகளை இன்னும் அழுத்துகிறாள், அவை கழன்றுவிடுமோ என்று அஞ்சியவள் போல.

– பின் வேறு யார்? என்கிறேன்.

– யாருமில்லை. உனக்குத் தெரிந்தவர் யாருமில்லை. உறவினர் என்று அவர்களிடம் பொய் சொன்னேன். நான் அந்த நபரைத் தேடிக் கொண்டிருந்தேன்.

– எனக்குப் புரியவில்லை.

–நான் அந்தப் பெண்ணின் உறவினர் என்று அவர்களிடம் சொன்னேன்.

முதலில், அவள் சொன்ன இந்த விஷயத்திற்கும் எனக்கு நிகழ்ந்த வற்றிற்கும் இடையே உள்ள தொடர்பை நான் கவனிக்காது போகிறேன். என் விரல் நுனியில் இருக்கும் அந்தப் பெயர் என்னை அதன் கட்டில் வைத்திருக்கிறது. அது ஏறத்தாழ என்னுடைய பெயரைப் போலவே இருப்பது என்னை நிலைகுலையச் செய்கிறது. எனக்கு மெல்லப் புரியத் தொடங்குகிறது.

– நம் இருவருக்கும் ஒரே உறவினர்கள்தாம்.

மீண்டும் என்னைப் பார்க்கிறாள். இந்தமுறை சுவரிலிருந்து கண்களை அகற்றி அவளைப் பார்க்கிறேன். ஒரு நிமிடத்திற்குப் பின் பெருமூச்செறிகிறாள் – ஆமாம், என்கிறாள்.

– அதனால்தான் உனது உறவினர் எனக்கும் உறவினர்களாக இருக்க வேண்டும் என்று அவர்கள் நினைத்திருக்கிறார்கள்.

அவள் சலிப்போடு என்னைப் பார்க்கிறாள்.

– ஆமாம்.

அவர்கள் என் வீட்டிற்கு ஏன் வந்தார்கள், என்னை ஏன் தேர்ந்தெடுத் தார்கள் என்பது இப்போது எனக்குத் தெளிவாகிறது. அவர்கள் தவறு செய்வதில்லை. ஆனால் எனக்கு என் சகோதரிமீது கோபமில்லை. அப்படி நடக்கும் என்று அவள் எதிர்பார்த்திருக்க நியாயமில்லை. நான் அவளைக் குற்றம் சொல்லப் போவதில்லை – இந்த விஷயத்திற்கு.

—யாரைத் தேடிக்கொண்டிருந்தாய்? என்று கேட்கிறேன்.

—நான் நேசித்த ஒருவரை. ஒரு பெண்ணையும் அவளுடைய மகனையும்.

அழுத்திக் குறிக்கப்பட்டிருந்த அந்த இரு பெயர்கள். நான் திரும்பவும் அவற்றைப் பார்க்கிறேன். இரண்டு பெயர்களும் முதலில் சேர்த்தும், பிந்தைய தேதிகளில் தனித்தனியாகவும் எழுதப்பட்டிருக்கின்றன. கடைசிவரை அந்தப் பெயர்களின் மீது கோடுகளில்லை. வட்டங்கள் நிரப்பப்பட்டிருக்கவில்லை. அவர்கள் விடுவிக்கப்பட்டிருக்கவில்லை. அவர்கள் கொல்லப்படவில்லை.

—நீ என்னிடம் சொல்லாமல் வைத்திருந்தது இதுதானா? என்று கேட்கிறேன்.

—என்ன சொல்கிறாய்?

—நீ என்னிடம் எதையோ மறைத்து வைத்துக்கொண்டிருந்தாய். அது இது தானா?

சலிப்புடன் பின்னகர்ந்து செல்கிறாள்.

—ஏன் இதைப் பற்றிப் பேசவில்லை? என்ன நடந்தது என்று ஏன் என்னிடம் சொல்லவில்லை?

—என்ன நடந்தது என்று உனக்குத் தெரியும்.

—உனக்கு நடந்ததைச் சொல்கிறேன்.

—உனக்கு நடந்த அதே விஷயம்தான்.

தொடர்ந்து என்னால் கேள்வி கேட்க முடியுமா என்று சவால் விடுவது போலப் பார்க்கிறாள்.

அந்தத் தாள்களில் இருந்த கடைசித் தேதிகளைக் கையால் சுட்டிக் காட்டியபடி – அவர்கள் கடைசியாக எங்கு வைக்கப்பட்டிருந்தார்கள் என்பதைக் கண்டுபிடிக்க முடியாதா? அங்கிருந்து எங்கே கொண்டு செல்லப்பட்டார்கள் என்று கண்டறிய முடியாதா? என்கிறேன்.

அவள் என்னைப் பார்த்துப் பின் தன் கைகளைப் பக்கவாட்டில் உயர்த்தி பின்னர் மீண்டும் இறக்குகிறாள். நான் மேற்கொண்டு எதுவும் சொல்லாமல் இருக்கவே அருகில் வந்து அவளும் அந்தக் குறிப்புகளைப் பார்த்துக்கொண்டு நிற்கிறாள்.

—இல்லை. பிரச்சினையே அதுதான். யார் எங்கே கொண்டுசெல்லப் பட்டார்கள், எதற்கு, எத்தனை நாட்களுக்கு என்பது போன்ற தகவல்கள் இதில் கிடைக்கின்றன. ஆனால் எங்கு என்ற தகவல் இல்லை. இடங்களின் பெயர்கள் எதுவும் இந்தப் பதிவேடுகளில் இல்லை. முகாம்கள் இருந்த இடங்கள் இரகசியமாக வைக்கப்பட்டிருந்தன. நான் எங்கே வைக்கப் பட்டிருந்தேன் என்று எனக்குத் தோராயமாகத் தெரியும். ஆகவே இந்தத் தேதிகளுக்கு இடத்தைக் குறிக்க முடியும், என்று ஒரு இடத்தைச் சுட்டிக்காட்டுகிறாள். பிறகு நகலெடுக்கப்பட்ட சில காகிதங்களைக் காட்டி – இவற்றிற்கும் இடங்களை அனுமானிக்க இயலும், மற்ற கைதிகள் தந்த

தகவல்களைக் கொண்டு. ஆனால் இவற்றைப் பற்றி எங்களுக்கு எந்தத் தகவலும் இல்லை, என்கிறாள், அந்த இரு பெயர்களும் இறுதியாகக் குறிக்கப்பட்டிருக்கும் இடத்தைச் சுட்டிக்காட்டியபடி.

–'எங்களுக்கு' என்றால்? என்கிறேன்.

– அதுவா, போர்க்குற்றங்களை ஆராயும் நபர்கள். தொலைந்த நபர்களைத் தேடிக் கண்டுபிடிக்க உதவும் ஐ.நா. அமைப்பும்தான். அவர்கள் தான் தரவுத் தளங்களை உருவாக்குகிறார்கள்.

இவள் என்னை விட்டுப் பிரிந்த நாளிலிருந்து நான் எந்த அமைப்புடனும் தொடர்பில் இல்லை. அவள் சோர்ந்திருக்கிறாள். ஆறுதலாக ஏதாவது சொல்ல வேண்டும் என்று எனக்குத் தோன்றுகிறது. ஆனால் என்ன ஆறுதல் இருக்க முடியும்? தவிர, அதற்கான காலம் கடந்துவிட்டது. இவற்றையெல்லாம் நான் தெரிந்துகொள்ள வேண்டும் என்றுகூட அவள் விரும்பியிருக்கவில்லை.

மேலே வரைபட அறையின் தரைப்பலகைகள் வழியாக காலை ஒளி கோடுகளாக வீழ்வதை நிமிர்ந்து பார்க்கிறேன். ஆனால் அந்தப் பெயர்கள் என் மனக் கண்ணை விட்டு அகலாதிருக்கின்றன. குறிப்பாக என் சகோதரியின் பெயர். மீண்டும் மீண்டும்.

–நீ அங்கிருந்து வெளியேறியபோது உன் பெயரின்மீது ஏன் கோடிடப் படவில்லை?

அவள் என்னிடமிருந்து விலகி நடந்து அறையின் நடுவில் இருந்த ஓவியப் பலகையை அடைகிறாள்.

–நான் தப்பியபோது பதிவேட்டை எடுத்துவந்துவிட்டேன், என்கிறாள்.

உரத்து சுவாசிக்கிறேன். என் விலாக்கூடு விரிந்து சுருங்குகிறது. நான் மூச்சை வெளிவிடும்போது அந்தக் காகிதங்கள் சற்றுப் படபடக்கின்றன.

–வேறு ஏதாவது சொல்ல இருக்கிறதா? என்கிறேன், தொடர்ந்து உத்தரத்தைப் பார்த்தபடி.

–இல்லை.

அவள் குழாய்க்குச் சென்று கோப்பையில் நீர் நிரப்பிக்கொள்வதும், பின் மீண்டும் கான்வாஸை நோக்கி நடந்து, ட்யூபிலிருந்து பசையைப் பிதுக்கி எடுப்பதும் கேட்கிறது. இதெல்லாம் அவளுக்குப் பழகிவிட்டிருக்கிறது என்பது எனக்குப் புரிகிறது. சித்திரவதை செய்பவர்களின் கையெழுத்துக்கள் தன்னைச் சுற்றிலும் இருப்பது அவளுக்குப் பழகிவிட்டிருக்கிறது.

என்னால் அந்த இடத்திலிருந்து திரும்பக்கூட இயலவில்லை. மேலிருந்து வரும் வெளிச்சத்தைப் பார்த்தபடி இருக்கிறேன். என்னுடைய உலகம், நான் அப்போதுதான் வரைந்து விளங்கிக்கொள்ளத் தொடங்கியிருந்த அந்த உலகம், அங்கே மேலே இன்னமும் இருக்கிறது என்பதை என்னால் நம்பமுடியவில்லை. கழுத்து வலிக்கிறது. தலையைத் தாழ்த்தியதும் மீண்டும் அந்த எழுத்துக்களின் குறிகளின் பெருங்குழப்பம் என்னை எதிர்கொள்கிறது.

எண்களும்கூட. இப்போது திடீரென்று எண்கள் என் கண்ணுக்குத் தெரிகின்றன. அவற்றை ஏன் நான் முன்பு பார்க்கவில்லை? ஒவ்வொரு பெயருக்கு முன்னாலும் எண்கள். பதிவேட்டின் ஒவ்வொரு பிரிவிலும் எண்கள் வரிசைக்கிரமமாக இருக்கின்றன. பின் ஏதோ ஒரு பெயரில் முடிந்து, இன்னொரு பிரிவாக, வேறொரு எண் வரிசையாகத் தொடர்கின்றன.

—இந்த எண்கள் எதைக் குறிக்கின்றன, என்கிறேன், அவளை நோக்கித் தலையைத் திருப்பி.

ப்ளாஸ்டிக் தட்டில் வண்ணங்களைக் குழைத்துக்கொண்டிருந்தவள், நிமிர்ந்து பார்க்காமலே பதில் சொல்கிறாள்.

—முதலில் இருப்பவை கைதிகள் வரும்போது கொடுக்கப்படும் எண்கள். இரண்டாமவை, எதிர்ப்பாளர்களின் உறவினர்கள். அவர்கள் பிடிபடும் போது, முதலாவது பட்டியலில் இருக்கும் எண்ணுடன் தொடர்புடைய எண்ணை இவர்களுக்குக் குறிப்பார்கள்.

நான் மீண்டும் அந்தப் பெயர்களைப் பார்த்தபடி என் பெரியம்மாவிற்கும் அவருடைய குழந்தைகளுக்கும் கொடுக்கப்பட்டிருக்கும் எண்களைக் கவனிக்கிறேன். புரியத் தொடங்குகிறது.

—இந்த எண்களுக்கு என்ன பொருள்?

—எந்த எண்கள்? நிமிர்ந்து பார்க்கிறாள்.

சுட்டிக் காட்டுகிறேன். ஒவ்வொரு பக்கத்தின் தலைப்புப் பகுதியிலும் இடது அல்லது வலதுமூலையில் (ஏட்டின் எந்தப் பக்கத்திலிருந்து தாள்கள் கிழிக்கப்பட்டன என்பதைப் பொறுத்து) சில எண்கள் குறிக்கப் பட்டிருக்கின்றன. எனக்குப் பரிச்சயமானவைபோலத் தோன்றுகின்றன. இரண்டு பெரிய எழுத்துக்கள், அவற்றைத் தொடரும் மூன்று எண்கள், ஒரு கோடு, மீண்டும் மூன்று எண்கள்.

—ஓ! தெரியாது. முகாம்களுக்கு அவர்கள் கொடுத்திருந்த எண்களாக இருக்கலாம்.

அவள் சொல்லிக்கொண்டிருக்கும்போதே என் விரல் நகத்திற்குமேல் இருக்கும் எண்ணைப் பார்க்கிறேன். என்னுள் ஏதோ எழுகிறது. இது என்ன என்பது எனக்குத் தெரியும் என்ற உணர்வு. இது எனக்குப் பரிச்சயமான ஒன்று என்ற உணர்வு.

— அல்லது, தண்டனையின் அளவைக் குறிப்பதாக இருக்கலாம். ஒவ்வொரு பிரிவிலும் எண்கள் மாறுவதை நீ பார்க்கலாம். வெவ்வேறு சிறைச்சாலைப் பதிவேடுகளிலிருந்து எடுக்கப்பட்ட பக்கங்கள், என்கிறாள்.

இல்லை. இந்த எண்கள் எதைக் குறிக்கின்றன என்று எனக்கு முன்பு தெரிந்திருந்த அந்த அலுவலக அறையை என்னால் இப்போது மனத்திற்குள் பார்க்கமுடிகிறது. அதன் மங்கிய பச்சைநிறச் சுவர்கள், அலமாரிகள், என்னுடைய தாய்மொழியில் குறிக்கப்பட்ட கோப்புகள். அந்த எண்கள் ஒவ்வொரு நாளும் என் கண்முன் வந்துசென்ற கணினியைக்கூட என்னால் பார்க்க முடிகிறது. போருக்குமுன் நான் பணியாற்றிய இடத்தில்

என்னுடைய அறை—எனக்கு ஞாபகம் வருகிறது. ஒவ்வொரு பக்கத்தின் தலைப்பிலும் குறித்திருக்கும் எண்களை மீண்டும் பார்க்கிறேன். இந்த எண்களை நான் பார்த்துப் பல ஆண்டுகள் ஆகியிருக்கலாம், ஆனால் அவை என்ன என்பது எனக்குத் தெரியும்.

என் இரத்த அழுத்தம் குறைகிறது. தலை கிறுகிறுக்கிறது. கால்கள் கனக்கின்றன. பார்வையின் வட்டம் சுருங்குகிறது. நான் எதன்மீதாவது சாய்ந்துகொள்ள வேண்டும். சுவர்களின் மீதல்ல. வரைபடத்தை விரித்து வைத்துக்கொள்கிறேன். ஆனால் அதுவும் என் தடுமாற்றத்தை நிறுத்தவில்லை. தரையைத் தொட்டுக்கொண்டிருக்கும் திடமான ஏதோ ஒன்றின்மீது நான் சாய்ந்துகொள்ள வேண்டும். அவளுடைய மேசையை நோக்கி நகர்கிறேன். ஆனால் மொத்தச் சுவரும் ஒன்றாய் நகர்ந்து என்னைத் தொடர்கிறது. ஒவ்வொரு பக்கத்தின் தலைப்பிலும் நுனியில் அந்த எண்கள். இரண்டு பெரிய எழுத்துக்கள், மூன்று எண்கள், ஒரு சிறிய கோடு, இன்னும் மூன்று எண்கள். அவையும் சுவரோடு சேர்ந்து என்னைப் பின்தொடர்ந்துவிட்டு, பின் மீண்டும் அடங்குகின்றன. நான் அவளைப் பார்க்கிறேன். ஆனால் அவள் இன்னும் என்னை நிமிர்ந்து பார்க்கவில்லை. நாங்கள் கடைசியாக என்ன பேசிக்கொண்டிருந்தோம் என்று அவளுக்கு மறந்துகூடப் போயிருக்கும். தன்னுடைய கான்வாஸை உற்றுப் பார்த்துக் கொண்டிருக்கிறாள்.

அவள் பெயரைச் சொல்லி அழைக்கிறேன்.

நிமிர்ந்து என்னைப் பார்க்கிறாள். என் இடது கையால் அவளுடைய மேசையை இறுகப் பற்றிக்கொள்கிறேன். மயங்கி விழுந்துவிடக் கூடாது. அதற்குமுன் அவளிடம் சொல்லியாக வேண்டும். மயக்கத்திற்குப் பின் மறந்துவிடக் கூடும்.

—அவை இடங்களைக் குறிக்கின்றன, என்கிறேன்.

—என்ன?

—அந்த எண்கள். மூலையில். அவை புவியியல் கூறுகள்.

அவள் மெலிதாகச் சிரிக்கிறாள்.

—இல்லை, என்று என்னைப் பார்த்துப் புன்னகைக்கிறாள். அதையும் நாங்கள் யோசித்துப் பார்த்தோம். ஆனால் அந்த எண்கள் எந்த வரைபடக் குறிப்புகளையும் ஒத்திருக்கவில்லை—இராணுவ வரைபடங்களைக்கூட.

தலையை அசைக்கிறேன். ஒவ்வொரு அசைவிலும் என் பார்வை நழுவுகிறது. என் கைக்குக் கீழே மேசை ஊஞ்சல்போல ஆடுகிறது.

—இது ஒரு குறிப்பிட்ட விதமான புவியியல் குறிப்பு. இதைப்பற்றி இன்று வரை பொதுத்தளத்தில் எந்தத் தகவலும் இல்லை. பத்தே பத்துப் பேருக்குத்தான் தெரிந்திருந்தது. 'உலகளாவிய வரைபடம்' என்ற பணியில் ஈடுபட்டிருந்தவர்களுக்கு மட்டும்தான் தெரிந்திருந்தது.

சகோதரி தூரிகையையும் ப்ளாஸ்டிக் தட்டையும் கீழே வைக்கிறாள். அவள் என்னை அப்படிப் பார்க்க வேண்டிய அவசியம் இல்லை என்று எனக்குத் தோன்றுகிறது.

—அவர்களுள் நீயும் ஒருத்தியா? என்று கேட்கிறாள்.

—ஆமாம்.

இராணுவத்திடம் எப்படி அந்தக் கூறுகள் சென்றடைந்தன என்று எனக்குத் தெரியாது. அவர்கள் அவற்றைப் பயன்படுத்தத் தீர்மானித்தது ஏன் என்பதும் புரியவில்லை. ஒருவேளை மிகச் சிலருக்கே அதுபற்றித் தெரிந்திருந்தது என்பதால் இரகசியம் காக்க உதவும் என்று அவர்கள் எண்ணியிருக்கலாம். அல்லது எனக்குக் கீழே பணிபுரிந்த எவராவது இதில் சம்பந்தப்பட்டிருக்கலாம். ஒருவேளை அந்த வரைபடம் நான் நினைத்ததை விடவும் வேறு பலவிதங்களில் அவர்களுக்குப் பயனுள்ளதாக இருந்திருக்கலாம். எனக்கு உடனடியாக எங்காவது படுத்துக்கொள்ள வேண்டும். இடது கையால் மேசையைப் பிடித்துக்கொண்டு வலது கையைத் தரையை நோக்கி நீட்டுகிறேன். தரை சில்லிட்டிருக்கிறது. படுத்துக் கொள்கிறேன். அவள் அருகில் வந்து குனிந்து என்னைப் பார்க்கிறாள்.

—எனக்கு மயக்கம் வருகிறது, என்கிறேன்.

எங்களுடைய அம்மா கைகளைக் கட்டிக்கொண்டு பார்ப்பதுபோல் நின்று என்னைப் பார்க்கிறாள். படுத்துக்கொண்டதும் என் மூளையை நோக்கி இரத்தம் பாய்ந்தோடுவதுபோல உணர்கிறேன். பார்வை மீண்டும் விரிவடைகிறது. நிலைகொள்கிறது. குமட்டல் உணர்வு விலகிச் செல்கிறது.

தரையில் சிதறிக்கிடக்கும் கரித்துண்டுகளுள் ஒன்றைக் கையிலெடுத்துக் கொண்டு, இடதுபுறம் திரும்பிப் படுத்து, பார், என்கிறேன். வலதுகையால் எங்களுடைய நாட்டின் எல்லைகளைத் தரையில் வரைகிறேன்.

—இந்தப் பரப்பைத்தான் வரைபடமாக்கிக்கொண்டிருந்தோம்.

ஓவியப்பலகையைச் சற்று நகர்த்திவிட்டு, ஒரு காலிலிருந்து இன்னொரு காலுக்கு உடலின் பாரத்தை மாற்றியபடி, பொறுமையின்றிப் பார்க்கிறாள்.

—புரியவில்லை, என்கிறாள்.

—நாட்டின் வரைபடம். அதன்மீது, இந்தத் தரையில் ஓடுகள் இருப்பதைப் போலக் கட்டங்களைப் பொருத்துவது.

ஓடுகள் இணையும் கோடுகளைச் சுட்டிக் காட்டுகிறேன். ஒருமுறை மட்டும் தலையை ஆட்டுகிறாள்.

—ஒவ்வொரு க்ரிட் கட்டத்திற்கும் இரண்டு எழுத்து வடிவம் கொடுக்கப்பட்டிருக்கிறது, என்று சொல்லி அவற்றை அந்தப் படத்தில் குறித்துக்காட்டுகிறேன். பின் ஒவ்வொரு கட்டத்தையும் மேற்கொண்டு பிரித்துக்கொண்டே செல்லலாம்.

ஒரு கட்டத்தை ஐந்திற்கு ஐந்தாகப் பிரித்துக் காட்டுகிறேன்.

—அந்த ஒவ்வொரு சிறிய கட்டத்தையும் குறிக்க எழுத்து வடிவம் உண்டு. அதாவது, முதலில் வந்த எழுத்து, அதைத் தொடர்ந்து இன்னொரு எழுத்து. அப்படிப் போய்க்கொண்டே இருக்கலாம். ஆனால் நாங்கள் இரண்டு எழுத்து வடிவங்கள் கொண்ட குறிப்பையே பயன்படுத்தினோம்.

நான் வரைந்த கோடுகளின்மீது மீண்டும் கரித்துண்டை வைத்து அவற்றைச் சீரான நேர்க்கோடுகளாக்க முயல்கிறேன்.

– அந்த ஆறு எண்கள் எதைக் குறிக்கின்றன? என்று கேட்கிறாள்.

– அந்த க்ரிட் கட்டத்தின் தென்மேற்குக்கோடியிலிருந்து வடக்குத் திசைக்கும் கிழக்குத் திசைக்கும் உள்ள தொலைவு.

– அது இடத்தைத் துல்லியமாகக் குறிக்குமா?

– கிட்டத்தட்ட. இந்தத் திட்டத்தைப் பொறுத்தவரை, நூறு சதுர மீட்டர் பரப்புக்குள்.

அவள் சுவருக்கு அருகில் செல்கிறாள். அந்த இரண்டு பெயர்களுள் ஒன்று கடைசியாகக் குறிக்கப்பட்டிருக்கும் இடத்தின்மீது கையை வைக்கிறாள். இந்தக் கூறுகளை நீங்கள் மட்டும்தான் பயன்படுத்தினீர்கள் என்கிறாயா?

– ஆமாம். ஆனால், உண்மையில், இல்லை. இந்த வழிமுறை எல்லோரும் அறிந்த ஒன்று. ஆனால் இதற்கான புவியியல் குறிப்புகள் முற்றிலும் புதியவை.

அவள் முகம் சுளிக்கிறாள்.

– அதாவது நாங்கள் இந்தக் க்ரிட் கட்டங்களை எங்கு வைப்பது என்று நிர்ணயித்த முறை, என்று விளக்குகிறேன். ஆனால் அவள் இன்னமும் முகம் சுளித்தபடி இருக்கிறாள்.

– இந்த க்ரிட் ஒரு காகிதத்தின்மீது வரையப்பட்டிருக்கிறது என்று வைத்துக்கொள். அதை நாட்டின் வரைபடத்தின்மீது எங்கு வேண்டுமானாலும் நகர்த்திக்கொண்டு போகலாம். கட்டங்களைப் பெரியதாகவோ சிறியதாகவோ ஆக்கமுடியும். அது எப்படி நிர்ணயிக்கப்பட்டிருக்கிறது என்பது தெரிந்தால்தான் புவியியல் கூறுகளைக் கண்டுபிடிக்க இயலும். புரிகிறதா? அதனால்தான் உனக்குத் தெரிந்த அமைப்புகளால் இந்த எண்களை எந்த வரைபடத்துடனும் பொருத்த இயலவில்லை. காரணம், இந்தக் கூறுகள் நாங்கள் தயார் செய்துகொண்டிருந்த அந்தக் குறிப்பிட்ட வரைபடம் ஒன்றிற்குத்தான் பொருந்தும்.

– ஆனால் இவை உங்களுடைய கூறுகள்தாம் என்று உனக்கு எப்படித் தெரியும்?

–என்னால் சொல்ல முடியும். நாங்கள் கணக்கிடும்போது கூறுகளை இந்தக் குறிப்பிட்ட வடிவத்தில்தான் எழுதினோம்.

– அப்படியென்றால் இந்த இடம் எங்கிருக்கிறது என்று உனக்குத் தெரியுமா? என்று அவளுடைய கைக்குக் கீழிருந்த பக்கத்தின் கோடியில் இருந்த எண்ணைக் காட்டினாள். தேவைக்கதிகமாக உரத்து அந்த எண்களை வாசித்தாள்.

– அந்த எழுத்துக்கள் வடகிழக்குத் திசையைக் குறிக்கின்றன. ஆனால் எண்களை என்னால் நினைவில் வைத்துக்கொள்ள இயலாது. வரைபடத்துடன் பொருத்திப் பார்க்க வேண்டும்.

– நம்மிடம் ஒரு வரைபடமிருந்தால் இந்த இடத்தைத் தெரிந்து கொள்ளலாம் என்கிறாயா?

– இல்லை. அதைத்தான் சொல்ல முயன்றுகொண்டிருக்கிறேன். வேறெந்த வரைபடத்திலும் முடியாது. இந்தக் கூறுகள் அந்த உலகளாவிய வரைபடத்திற்கு மட்டுமே பொருந்தும்.

அவள் விரக்தியுடன் கைகளைத் தொங்கவிட்டுக்கொண்டு என்னைப் பார்க்கிறாள். இத்தனை நாட்கள் இந்தத் தொடர்புகளைப் புரிந்துகொள்ள முடியாமல் போனதற்கு நான்தான் காரணம் என்று நான் குற்றவுணர்ச்சி கொள்ளவேண்டும் என்று சொல்வது போலிருந்தது அவளுடைய பார்வை.

இறுதியில்,–எங்கிருக்கிறது அந்த உலகளவிலான வரைபடம்? என்று கேட்கிறாள்.

அவளுக்கு தெரிந்திருப்பதை நானும், எனக்குத் தெரிந்திருப்பதை அவளும் அறியாதிருந்ததால் ஏற்பட்டிருக்கும் நிலைமை இது. இதற்கு அவள் என்னை மட்டும் பொறுப்பாளியாக்க முடியாது. ஆனாலும் என்னால் அவளை நிமிர்ந்து பார்க்க முடியவில்லை. கைகளால் முகத்தை மறைத்துக்கொண்டு, கண்களையும் மூடிக்கொள்கிறேன்.

●

பாகம் மூன்று
பெருங்குழப்பம்

28

நான் கண்களைத் திறக்கும்போது வீடு வெளிச்சமாக இருக்கிறது. முகத்தை மறைத்திருக்கும் என் விரல்களின் இடுக்குகள் வழியாக அந்த வெளிச்சம் வந்தடைகிறது. முகத்தின் மீதிருந்து கைகளை எடுத்துவிட்டுப் பார்க்கும்போது மேலே வரைபட அறையின் தரைப்பலகைகள் வழியாகச் சூரியஒளி கீழே பாய்ந்துகொண்டிருக்கிறது. அது நிலவறையின் தரையில் க்ரிட் போலக் கோடுகளிட்டு என்னையும் என் சகோதரியையும் அவளுடைய உடமைகள் அனைத்தையும் கைப்பற்றுகிறது. ஒன்றன்மீது ஒன்றாக விளையாட்டுச் சீட்டுகள்போல வைத்துக் கட்டப்பட்டிருக்கும் வீட்டின் பல்வேறு சமதளங்கள் ஒன்றன் மீதொன்று உரசிக் கிரீச்சிடுகின்றன. நான் மூச்சை அடக்கிக்கொள்ள முயல்கிறேன். எனக்குமேலே நின்று என் சகோதரி ஊசலாடியபடி இருக்கிறாள். அல்லது இந்தத் தரைதான் ஊசலாடுகிறது. அல்லது நான்; இது என் பிரமை, எல்லாம் என் தலைக்குள் நடக்கிறது.

அடியில் என் சட்டை கசங்கியிருக்கிறது. தரை ஓடுகள் என் முதுகு வழியே சில்லிடுகின்றன. குளிர்ச்சி என் எலும்புகள் மூலம் உடலுக்குள் கசிகிறது. குளிர்ச்சியை எதிர்த்து, பீதியடைந்து, என் இதயம் துடிப்பதையும், காற்றை நாடி மேலெழும்புவதையும், குளிர்ச்சியை நீங்கி எழுவதையும் உணர்கிறேன். இதயம் என் மார்பெலும்புகளுக்குள் துடிப்பதையும், அந்தத் துடிப்பில் என் சட்டைப் பொத்தான்கள் நடுங்குவதையும் என்னால் உணர முடிகிறது. பொத்தான்களுக்குக் கீழே, யூஎஸ்பி கருவி என் விலாக்கூட்டுக்கும் சட்டைக்கும் இடையே சிக்கிக் கொண்டதுபோலத் துடிக்கிறது.

என்னால் இங்கேயே படுத்துக் கிடக்க முடியாது. எழுந்து நின்று படிக்கட்டை நோக்கி நடக்கிறேன். கைகளால் உந்தித் தவழ்ந்து மேலே செல்கிறேன். வழியில் இருக்கும் பெட்டிகளைத் தள்ளிக்கொண்டு, குறுகிய அலமாரிக் கதவைத் தள்ளித் திறந்துகொண்டு, வீட்டின் வெளிச்சத்திற்குள், காலைக் கதிரவனின் ஒளியில் பளிச்சென்று இருக்கும் வரைபட

அறைக்குள் நுழைகிறேன். புத்தம்புதிய காற்றை நுரையீரல்களுக்குள் உறிஞ்சிக் கொள்கிறேன். உயிர்க்காற்று என் உடலெங்கும் பரவி சகலத்தையும் சமநிலைப்படுத்துவதாக உணர்கிறேன். இப்படியெல்லாம் நான் பீதியடைய வேண்டிய அவசியமே இல்லை. சமையலறைக்குப் போய் கையிலிருக்கும் நிலவறை அழுக்கைக் கழுவிக் கைகளைத் துவாலையில் துடைக்கிறேன். துவாலையை மீண்டும் உலை அடுப்பின் கதவுமீது மடித்துப் போடுகிறேன்.

நான் திரும்பும்போது என் சகோதரி குளிர்சாதனப் பெட்டிமீது சாய்ந்து நின்றுகொண்டிருக்கிறாள். மூச்சை உள்ளிழுத்துக்கொண்டு அவளுடைய கேள்விகளுக்குத் தயாராகிறேன். ஆனால் அவள் அசையாமலிருக்கிறாள். நான் ஏதோ சொல்லவேண்டுமென்றோ, செய்யவேண்டுமென்றோ எதிர்பார்ப்பவள்போல நின்றுகொண்டிருக்கிறாள். அவள்மீது படாமல் சமையலறையைவிட்டு வெளியேற பக்கவாட்டில் நடக்க வேண்டியிருக்கிறது. அங்கிருந்து நேரே வரைபட அறையைக் கடந்து தாழ்வாரத்தை நோக்கி நடக்கிறேன். அவள் அமைதியாக என்னைப் பின்தொடர்கிறாள். அவளுடைய நிழல் மூன்று நொடி தாமதித்து, என்னை வந்து சேர்கிறது. படுக்கையறைக்குள் நுழைந்ததும் நான் திரும்பி அவளைப் பார்த்து, கைகளை உயர்த்தி 'நில்' என்று காட்டி, கதவை மூடி, உட்புறம் தாழிடுகிறேன்.

இந்த ஆட்டத்தின் நல்ல சீட்டுகள் அத்தனையும் தன் கையில் இருப்பதாகவும், நான் அவளுக்கு உதவித்தான் ஆகவேண்டும் என்றும் நினைத்துக்கொண்டிருக்கிறாள். எங்களுடைய சகோதரித்துவத்தின் மீது நம்பிக்கை வைத்து எதிர்பார்ப்புகளுடன் இருக்கிறாள். அவளுக்கு உதவுவதன் மூலம் நான் எனக்கும் உதவிகரமாய் இருப்பேன் என்று எண்ணுகிறாள். ஆனால் எனக்கு இவற்றையெல்லாம் நம்புவதற்கான எந்தக் காரணமும் கிடையாது. உடைமாற்றும்போது நான் வலுவிழந்தவளாக, அவளுடைய ஆறுதலுக்கு ஏங்குபவளாக உணர்கிறேன். ஆனால் எனக்கு ஆறுதல் தேவைப்படுவதற்குக் காரணமே அவள்தான். எனவே, என்னை திடப்படுத்திக் கொள்கிறேன். அவளிடமிருந்து ஒரு குறிப்பிட்ட தூரத்தைக் கடைப்பிடிக்க வெண்டும் என்று முடிவு செய்கிறேன். இந்தப் புதிய சூழ்நிலையை நான் எதார்த்தம் என்று ஏற்றுக்கொள்ள வேண்டும்.

நான் இந்த நாட்டுக்கு முதலில் வந்துசேர்ந்தபோது நல்லெண்ணம் கொண்ட ஒரு உதவிப் பணியாளர் என்னிடம் சொன்னார். கடந்த காலத்தை, அதன் இழப்புகளை, அவை அவ்வாறிருந்தன என்பதை, மறுக்காமல் நிஜங்களென ஏற்றுக்கொள்ளுதல் பற்றி ஏதோ சொன்னார். அதுபற்றி நான் முன்னர் கேட்டிருந்ததில்லை. ஆனால் அவர் பயன்படுத்திய மொழி ஒரு தாக்கத்தை ஏற்படுத்தியது. இராணுவப் பேச்சுவார்த்தைகளில், அதிகாரத் தோரணையில் தோன்றிய மொழியாக இருக்க வெண்டும். நான் அந்தப் பணியாளரிடம் கேட்டேன், சொல்லுங்கள், கடந்த காலத்தை எந்த வகையிலான எதார்த்தங்களாக நான் ஏற்றுக்கொள்ள வேண்டும்? அவற்றிடம் தர என்னிடம் என்ன இருக்கிறது? ஏற்றுக்கொள்ள நான் தயாராக இருந்தாலும் அதற்குக் கடந்தகாலம் இணங்க வேண்டுமே. எதை வைத்து மிரட்டி இணங்க வைக்க முடியும்? எனக்கு இருந்தது இரண்டு சாத்தியங்கள்: ஒன்று சரணடைவது, அல்லது தப்பி ஓடுவது.

ஆனால் இப்போது அப்படியல்ல.

படுக்கையறைக் கதவைத் திறக்கிறேன். அவள் போய்விட்டிருக்கிறாள். ஆனால் நான் வரைபட அறைக்குப் போகும்பொழுது அவள் சமையலறை வாசலில் நின்று கோப்பையில் நீர் அருந்திக் கொண்டிருக்கிறாள். நான் உள்ளே செல்ல விரும்பவில்லை. எங்களுக்கு இடையிலான தொலைவைக் குறைக்கும் எண்ணமில்லை. அவள் கண்ணாடிக் கோப்பையைக் கழுவி, உலர்த்தி, அதன் இடத்தில் சேர்க்கிறாள். பின்னர் சமையலறை வாசல்நிலையின்மீது சாய்ந்து, என்னுடைய கண்ணாடிப் பிம்பம்போல நிற்கிறாள்.

நான் அவளைக் கண்ணுக்குக்கண் பார்க்க விரும்பவில்லை. வரைபட அறையைச் சுற்றிலும் நோட்டம் விடுகிறேன். கீழேயுள்ள அறையில் அவள் எவ்வளவு மாற்றங்களை ஏற்படுத்தியிருந்தபோதிலும் இந்த அறையில் உள்ள பொருட்கள் நேர்த்தியாக அதனதன் இடத்தில் இருப்பதைப் பார்க்கிறேன். எல்லாமே அதனதன் இடத்தில் இருக்கின்றன. ஒரேயொரு பொருளைத் தவிர. அது மட்டும் இருக்கவேண்டிய இடத்தில் இல்லை. வரைபட மேசை சூரியனை நோக்கித் திரும்பிய தகடுபோல மின்னுகிறது. கீழே நிலவறையில் இருந்தபோது வரைபடத்தை அங்கே பார்க்கவில்லை என்பது நினைவுக்கு வருகிறது. எங்கோ ஒளித்து வைத்திருக்கிறாள்.

இதுதான் யதார்த்தம் என்று நான் ஏற்றுக்கொள்ள வேண்டியது இவளைத் தான்.

அவள் என்னைப் பார்த்துக்கொண்டிருக்கிறாள். நான் காத்துக் கொண்டிருக்கிறேன்.

– வரைபடத்திற்கு பதில் வரைபடம், என்கிறேன்.

– புரியவில்லை, என்கிறாள்.

– அந்த உலகளாவிய வரைபடத்தைத் தருகிறேன். நீ என்னுடைய வரைபடத்தைத் தந்துவிடு.

அவள் உதட்டை இறுக்கமாக வைத்துக்கொண்டு தாடையை ஒருபுறம் சாய்த்துப் பார்க்கிறாள். படுக்கையறைக் கடிகாரத்தில் முட்கள் நகரும் ஓசை கேட்கிறது. கடைசியில், சரி, என்கிறாள்.

– எனக்கு அந்தப் புவியியல் கூறுகள் தேவைப்படும், என்கிறேன், அவள் போவதற்கு வழிவிட்டு சன்னலை ஒட்டி நின்றபடி.

கீழே அவள் பென்சிலைத் தேடுவது கேட்கிறது. தரைப்பலகைகளுக்கு இடையில் நான் ஏற்படுத்தியிருக்கும் விரிசல்கள் இப்போது என்னை அசவுகரியமாக உணர வைக்கின்றன. அறையில் ஓட்டைகள் போட்டிருப்பது போலத் தோன்றுகிறது. ஆனால் அவை பயனுள்ளவை, மறுபக்கம் இருப்பவற்றைப் பார்க்க உதவுகின்றன என்று சொல்லிக்கொள்கிறேன். தரையில் படுத்து, இடதுகண்ணை மூடி, வலது கண்ணால் இடுக்கு வழியே பார்க்கிறேன். அவளுடைய உச்சந்தலையும் கைகளும் தெரிகின்றன. சுவருக்கு அருகில் நின்று அந்த எண்களை எழுதிக்கொண்டிருக்கிறாள். எழுதி

இழப்பின் வரைபடம்

முடித்ததும் நிமிர்ந்து என்னைப் பார்க்கிறாள். நான் பின்வாங்குகிறேன். மடித்த செய்தித்தாள் ஒன்றை இடுக்கு வழியாக மேலே தள்ளுகிறாள். அதிலிருக்கும் எண்களைப் பார்த்துவிட்டு, மீண்டும் மடித்து பாக்கெட்டில் வைத்துக்கொள்கிறேன்.

—எனக்குச் சில நாட்கள் தேவைப்படும், என்கிறேன்.

நாங்கள் அந்த க்ரிட் கட்டங்களை உருவாக்கப் பயன்படுத்திய முறை பற்றிச் சர்ச்சைகள் இருந்தன. அதுவரை அந்த நிலப்பரப்பிற்கென இருந்த நிலவியல் கணக்கெடுப்புகள் எல்லாம் வேறு புவியியல் கூறுகளைப் பயன்படுத்தி வந்தன. அவற்றிற்கான க்ரிட் குறிப்புகள் வேறுவகையானவை. அந்த நிலப்பரப்பு. என்னுடைய நாடாக இருந்த, இப்போதும் இருக்கின்ற அந்த நாட்டின் நிலப்பரப்பு. முதலில், ஏற்கனவே வழக்கில் இருக்கும் கூறுகளுள் ஏதாவதொன்றைத் தேர்ந்தெடுத்துப் பயன்படுத்திக்கொள்ளலாம் என்றுதான் நினைத்தோம். அவற்றில் சில மாறுதல்களைச் செய்து தரப்படுத்தப்பட்ட வரைபடமொன்றை உருவாக்கிவிடலாம் என்று நினைத்தோம். ஆனால் அரசியல் குறுக்கிட்டது. நான் என்னுடைய நாடு என்று சொல்லிக்கொள்ளும் அந்த நிலத்திரள் சமீப வரலாற்றில் பலரின் அதிகாரத்திற்குக் கைமாறியிருந்தது. அதன் வடிவமும் உருவளவும் மாறியிருந்தன. வெவ்வேறு அரசுத்துறைகள் பலவிதமான கூறுகளையும் வரைபடவியல் திட்டங்களையும் கையாண்டிருந்தன.

இவ்வளவு முக்கியமான தேசிய, சர்வதேசிய வரைபடப் பணியில் ஈடுபட்டிருந்தபோது நான் முன்னரே இருந்த திட்டம் எதையாவது வைத்து வேலை செய்ய முனைந்திருந்தால் அது ஒரு அரசியல் பாரபட்ச நிலைப்பாடாகப் பார்க்கப்பட்டிருக்கும். பழைய பிளவுகளை மீண்டும் கிளறியிருக்கும். எனவே கூடுதல் வேலையாக இருந்தாலும், என்னுடைய நேரத்தையும் நிதித் திட்டத்தையும் பாதித்தாலும் புதிதாகப் புவியியல் கூறுகளைக் கணக்கிட்டுக்கொள்வது என்று முடிவுசெய்தேன். பழைய கணக்கெடுப்புகளிலிந்து மீண்டும் தொடங்க வெண்டியிருந்தது. வரைபடத்தையும் சீர்செய்ய வேண்டியிருந்தது. ஆனால் இவற்றின் மூலம் முன்பு ஏற்பட்டிருந்த தவறுகளைக் கணிசமாகத் திருத்திக்கொள்ளவும் பணியின் தரத்தை உயர்த்தவும் முடிந்தது. ஒருவேளை அதனால்தான் அது இராணுவத்திற்குப் பயனுள்ளதாக இருந்திருக்கலாம்.

●

29

வீடு என் மனத்தில் வெளிச்சமாக இருக்கிறது. வரைபடத்தை நான் திரும்பப் பெறும்வரை வீட்டை நான் மனத்தில் நினைவில் வைத்துக்கொண்டே இருக்கவேண்டும் என்று தோன்றுகிறது. எனவே ஒவ்வொரு அறையாக நினைத்துப் பார்க்கிறேன். என் மனத்திற்குள் வீடு அறை அறையாகப் பிரிந்துகொள்கிறது.

மின்தூக்கியின் கதவுகள் மூடிக்கொண்டதும், எவ்வளவு சிறிய அறையை ஒருவரால் சகித்துக்கொள்ள இயலும் என்று யோசித்துப் பார்க்கிறேன். இந்தப் பயணம் விரைவில் முடிந்து விடும் என்ற காரணத்தினால்தான் என் சக ஊழியர்கள் மின்தூக்கிக்குள் அடைபட்டிருப்பதை சகித்துக்கொள்கிறார்கள். இங்கே சிக்கிக்கொள்ள நேர்ந்தால் அவர்களால் தாங்கிக்கொள்ள முடியாது; சிறைபட்டிருப்பதுபோல உணர்வார்கள். ஆனால் தற்காலிகமாக, சென்று சேர்வதற்கான வழியாக, அதை நாள்தோறும் பொறுத்துக்கொள்கிறார்கள். நான் அதை ஏற்றுக்கொள்ள வேண்டும் என்பதல்ல – அதனுடன்தான் வாழ்கிறேன்.

ஆனால் இப்போது அது விரிவடைந்து வருகிறது. என் கவனத்தை விரிவுபடுத்த வேண்டும். நான் வெளியில் விரிந்தும், காலத்தில் பின்னோக்கியும் செல்ல வேண்டும்; என்னைச் சூழ்ந்திருக்கும் இந்த நான்கு சுவர்களையும் தாண்டி என்னுடைய நாட்டின் பரப்பு முழுவதையும் கருத்தில் கொள்ள வேண்டும்; இந்த உலகத்தைச் சேர்ந்தவளாக என்னைக் கருதிக்கொள்ள வேண்டும்.

அந்தக் கணிதவியலாளரிடம் என்ன கதை சொல்லலாம் என்று யோசிக்கிறேன். இங்கு நடக்கும் உலகளாவிய வரைபடத் திட்டத்திற்கு அவள்தான் ஆலோசனை வழங்கி வருகிறாள் என்பது எனக்குத் தெரியும். அதற்குரிய மென்பொருள்களை அவளால் அணுகிப் பெற முடியும். என்ன கதை சொன்னால் அவளுடைய அனுதாபம் கிடைக்கும் என்று யோசிக்கிறேன் – உண்மையைத் தவிர.

அவளுடைய அலுவலகத்தில் மேசைக்கு மறுபுறம் அமர்ந்துகொண்டு அவளைச் சுற்றிலுமிருக்கும் காகிதங்களில் மண்டிய எண்களின் ஆரவாரத்தைப் பொருட்படுத்தாமல் இருக்க முயல்கிறேன். அவள் என்னைப் பார்த்துக்கொண்டிருக்கிறாள். இறுதியாக, – இன்னுமா அந்த முயற்சியைத் தொடர்கிறாய்? என்கிறாள்.

– என்ன? என்கிறேன்.

– அந்த சீனோ விதிமுறை. முடிவிலியை அளப்பது.

– இல்லை. இப்போது வேறு முறையைக் கையாள்கிறேன்.

அவள் புன்னகைக்கிறாள்.

– நல்ல முடிவு என்று படுகிறது.

அவளுடைய தொலைபேசி ஒலிக்கிறது. அதை லேசாக எடுத்து, மணி அடிப்பது நின்றதும் அதை மீண்டும் கீழே வைத்து, பின்னர் எடுத்து, இனி அடிக்காதபடி விலக்கி வைக்கிறாள். பிறகு தன்னுடைய நாற்காலியில் சாய்ந்து, கால்மேல் கால் போட்டுக்கொண்டு என்னைப் பார்க்கிறாள்.

இங்கிருப்பவர்கள் எல்லோரும் ஏனோ அத்தனை நேர்மையானவர்களாய், அப்பாவிகளாய்த் தெரிகிறார்கள். நாம் இவர்களிடம் பொய் சொல்வோம் என்று எதிர்பார்க்காதவர்கள்போல. இது, அவளுடைய நம்பிக்கைக்கு உரியவளாய் ஆக வேண்டும் என்று என்னை எண்ண வைக்கிறது. ஆனால் இப்போது நடைமுறைக்கு ஒத்துவராது.

சட்டையின் கழுத்துப்பகுதியின் கீழேயிருந்து, யூஎஸ்பி கருவி பிணைத்திருந்திருக்கும் சுற்றுப்பட்டையை விரலால் நெம்பி சட்டைக்கு வெளியே எடுத்து தலை வழியாகக் கழற்றி அவளிடம் நீட்டுகிறேன். அதன் உலோக மேல்பரப்பு எனது வலது உள்ளங்கையில் மினுங்குகிறது. அதன் சுற்றுப்பட்டை என் விரல்களுக்கிடையில் நழுவுகிறது. அவள் என் முகத்தையும் உள்ளங்கையையும் மீண்டும் முகத்தையும் பார்க்கிறாள்.

– அதில் என்ன இருக்கிறது? என்கிறாள்.

எனக்கு எங்கே தொடங்குவது என்று தெரியவில்லை. அவள் முதலில் தயங்குகிறாள். பின் அதை என் கையிலிருந்து எடுத்துக்கொள்கிறாள். அவளுடைய விரல் நுனி என் உள்ளங்கைமீது பட்டும்படாது உரசுகிறது. அந்தச் சுற்றுப்பட்டை என் விரல்களினிடையிலிருந்து பிரிந்து செல்கிறது.

எல்லாம் போய்விட்டது. இப்போது அவள் கையில் இருக்கிறது. என்னுடைய தோலின் மேற்பரப்பு நீக்கப்பட்டது போல, காற்றின் சிறு மாற்றங்கள்கூட என்னை பாதிப்பதுபோல உணர்கிறேன். யூஎஸ்பி கருவியின் மூடியைக் கழற்றி, அதைத் தன் கணினியில் பொருத்துகிறாள். பின் என்னைப் பார்க்கிறாள். – இது என்ன? என்கிறாள்.

கையை மூடிப் பாக்கெட்டுக்குள் நுழைத்து, அதிலிருக்கும் மடித்த செய்தித்தாள் துண்டை எடுத்து என் மடிமேல் வைத்து விரிக்கிறேன்.

திசைக்கூறுகள். என் சகோதரியின் கிறுக்கலான பென்சில் கையெழுத்தில். அடியில் வைக்க எதுவும் இல்லாமல் அவள் சுவருக்கு அருகில் நின்று எழுதியதால், பென்சில் முனை ஆங்காங்கு துளைகளை ஏற்படுத்தியிருக்கிறது. நிமிர்ந்து பார்க்கிறேன். கணிதவியலாளர் கணினித்திரையைப் பார்த்துக் கொண்டிருக்கிறாள்.

– நான் இந்தக் கோப்புகளைத் திறக்கலாமா? என்கிறாள்.

வேண்டாம் என்று சொல்லி, அதை அவள் கையிலிருந்து பிடுங்கிக் கொண்டு வெளியேறிவிடலாம் என்று தோன்றுகிறது. அவள் மௌஸை அழுத்திய மாத்திரத்தில், நானே திறக்கப்பட்டு அவள்முன் கிடப்பேனோ என்று அஞ்சுகிறேன் – தேவையில்லாமல். நான் எந்தக் குற்றமும் செய்யவில்லை. என்னுடைய நாட்டின் வரைபடத்தை வைத்திருப்பதற்கும் நான் செல்லுமிடந்தோறும் எடுத்துச் செல்வதற்கும் எனக்கு உரிமை உண்டு. இவை என்னுடைய தரவுகள். இவற்றை உருவாக்கியது நான். அவள் என்னைப் பார்க்கிறாள். – நான் இந்தக் கோப்புகளைத் திறந்து பார்க்க வேண்டும் என்று விரும்புகிறாயா?

நாற்காலியை இப்படியும் அப்படியுமாகக் கொஞ்சம் அசைக்கிறேன். எனக்கு என் வரைபடம் வேண்டுமென்றால் நான் இதைச் செய்துதான் ஆக வேண்டும்.

ஆமாம் என்று தலையசைக்கிறேன்.

அவள் இருமுறை இரட்டை க்ளிக்குகள் செய்வது எனக்குக் கேட்கிறது. திரையைப் பார்த்து முகம் சுளிக்கிறாள். இது என்ன மொழி? என்று கேட்கிறாள்.

– என்னுடைய மொழி, என்கிறேன்.

அவள் என்னை நிமிர்ந்து பார்த்துவிட்டு மீண்டும் திரையில் உள்ள கோப்புகளை ஒன்றன்பின் ஒன்றாகப் பார்ப்பதைப் பார்த்துக் கொண்டிருக்கிறேன். நான் விளக்க வேண்டியிருக்கும். எதைக் கவனிக்க வேண்டும் என்று அவளுக்குத் தெரிந்திருக்காது. அப்போது அவள், – இவை எங்கிருந்து கிடைத்தன? உலகளாவிய வரைபடத்திற்கான கோப்புகள்போல இருக்கின்றனவே, என்கிறாள்.

எல்லா நாடுகளிலுமே இந்தக் கோப்புகளை ஒரே சீரான முறையில் ஒழுங்குபடுத்தி வைக்கும் வழக்கம் இருக்கிறது என்பது எனக்கு அப்போது நினைவிற்கு வருகிறது. முதல் அடைவைத் திறந்த பின் எல்லாவற்றுக்கும் அதே வழிமுறைதான். இறுதி அடைவுகளுக்கெல்லாம் ஒரே எழுத்தினாலான பெயர்கள். சர்வதேச அளவில் ஒரே வழிமுறையைப் பின்பற்ற வேண்டும் என்பதுதானே அந்தத் திட்டத்தின் குறிக்கோள். அவள் க்ளிக் செய்வதை நிறுத்திவிட்டு என்னைப் பார்க்கிறாள்.

– இந்தத் தரவுகள் உனக்கு எப்படிக் கிடைத்தன? என்கிறாள்.

– இவை என்னுடையவை.

இழப்பின் வரைபடம்

—எந்த நாட்டிற்கானவை?

—என்னுடைய நாட்டிற்கானவை.

அவள் பின்னால் சாய்ந்து, கைகளைக் கட்டிக்கொண்டு, தலையைச் சாய்த்து என்னைப் பார்க்கிறாள். இவையெல்லாம் தொலைந்துபோனதாக நினைத்துக்கொண்டிருந்தேன், என்கிறாள்.

அது நகைப்பிற்குரிய விஷயம் என்பதுபோல, சிரிக்கிறேன்.

—நானும் அப்படித்தான் நினைத்திருந்தேன், என்று பொய் சொல்கிறேன்.

அவள் அசையாமல் அமர்ந்திருக்கிறாள். நான் புன்னகைப்பதால் அவளும் லேசாகப் புன்னகைக்கிறாள். நான் நிறுத்தியதும் அவளும் புன்னகைப்பதை நிறுத்திவிடுகிறாள்.

அவளிடம் சொல்லிவிடுவது என்று தீர்மானிக்கிறேன். எல்லாவற்றையும் அல்ல. பெரும்பாலானவற்றை. என் சகோதரி போன்ற சில விஷயங்களைச் சொல்லாமல் விடுகிறேன். சில விஷயங்களை நானே சேர்த்துக்கொள்கிறேன். நான் இந்த யூஎஸ்பி கருவியைத் தொலைத்துவிட்டதாக நினைத்திருந்ததாகவும், என்னுடைய பெட்டியின் மூடியின் உட்புறத்தில் வைத்திருந்ததாகவும். எதேச்சையாகப் பெட்டியை அலமாரியின்மேல் வைப்பதற்காகச் சாய்த்த போது அது கீழே விழுந்ததாகவும், நல்லவேளை அப்படி ஆகாமல் இருந்திருந்தால் இன்னும் இரண்டு ஆண்டுகள் கிடைக்காமல் இருந்திருக்கும் என்றும் சொல்கிறேன்.

இதுபோன்ற தகவல்கள்தாம் ஒரு கதையை நம்பகமானதாக ஆக்குகின்றன என்று கேள்விப்பட்டிருக்கிறேன். ஆனால் அவள் என்னை வெறித்துப் பார்த்தபடி அமர்ந்திருக்கிறாள்.

—இதை என்னிடம் ஏன் கொண்டு வந்தாய்?

—இந்தக் கோப்புகளைத் திறப்பதற்கான மென்பொருள் என்னிடம் இல்லை. அதனால்தான்.

என் மடியில் இருக்கும் செய்தித்தாள் துண்டைப் பார்த்து, — அது என்ன? என்கிறாள்.

—நான் இந்தக் கோப்புகளைப் பார்க்க வேண்டியதற்கான காரணம் இது.

அப்போது அந்த அறைக்கதவு ஓசையின்றி திறக்கிறது. நாங்கள் அதிர்ச்சியடைகிறோம். அவள் சட்டென்று முன்பக்கம் சாய்ந்து கணினித் திரையை அணைக்கிறாள். நான் செய்தித்தாளை மீண்டும் பாக்கெட்டில் வைத்துக்கொள்கிறேன். அவளுடன் பணிபுரிபவர். — உங்களைத் தொலைபேசியில் அழைக்க முயன்றுகொண்டிருக்கிறேன், என்கிறார். என்னைப் பார்த்ததும் அவசரமாகப் புன்னகைக்கிறார். பின் கணிதவியலாளரைப் பார்த்து, —அவர்கள் தொடங்கிவிட்டார்கள், என்கிறார்.

லாரா ஃபெர்கஸ்

–ஷிட்! என்று சொல்லிவிட்டு அவள் ஆவணங்களைத் திரட்டத் தொடங்குகிறாள். என்னைப் பார்த்து, –நான் போக வேண்டியிருக்கிறது, என்கிறாள்.

–போய் எல்லாவற்றையும் தயாராக வைக்கிறேன் என்று சொல்லிய படியே அவளுடைய சகபணியாளர் அறையைவிட்டு வெளியேறுகிறார்.

அவள் அந்த யூஎஸ்பி கருவியை மறந்துவிடுவாளோ, அல்லது கணினியிலிருந்து அதை வேகமாக எடுத்து அதிலிருக்கும் தரவுகளைச் சேதப்படுத்திவிடுவாளோ என்று அஞ்சுகிறேன். எழுந்து நிற்கிறேன்.

–வேண்டாம், என்று குரலைத் தாழ்த்திச் சொல்லிவிட்டு, என்னை அங்கேயே இருக்கும்படி சைகையில் சொல்கிறாள். பிறகு காகிதக் கட்டு ஒன்றைக் கையில் எடுத்துக்கொண்டு, மறு கையைத் தன் வெளிச்சட்டைக்குள் செருகிக்கொண்டு, வெளியேற ஆயத்தமாகிறாள். ஆனால் அறையின் வாசலில் திரும்பிக் கணினியை நோக்கி ஜாடை செய்து இனி நீ எல்லாவற்றையும் பயன்படுத்திக்கொள்ளலாம், என்று சொல்லிவிட்டுக் கதவை மூடிவிட்டுச் செல்கிறாள்.

●

30

நான் வீட்டிற்கு வரும்போது வீடு வெளிச்சமாக இருக்கிறது. எதுவும் மாற்றப்பட்டிருப்பதாக எனக்குத் தெரிய வில்லை. நடைபாதையிலும் என்காலடித்தடங்களைத் தவிர வேறு எவருடையவையும் காணப்படவில்லை. வாசலை அடுத்துள்ள ஜன்னல் வழியாகப் பார்க்கும்போது எல்லாம் அதனதன் இடத்திலிருப்பது தெரிகிறது. பளிச்சென்ற தரை, சுத்தம்செய்யப்பட்ட கணப்பிடம், உறையிலிட்ட வரைபடங்களின் வரிசை. இனி எப்போதும் போல. முதலில் பாதுகாப்புக் கதவு, பின்னர் உள்கதவு. உள்ளே நுழைந்ததும், சங்கிலித் தாழிடவேண்டும். விளக்குகளை எல்லாம் அணைத்துக் கொண்டே ஒவ்வொரு அறையாகச் செல்கிறேன். வரைபட அறையில் இருக்கும் சன்னல் திரைப்பட்டைகளையும், படுக்கையறைச் சன்னல் திரைச்சீலைகளையும், குளியலறைக் கதவையும் மூடுகிறேன். வீடு இருள்கிறது. அந்திப்பொழுது எப்பொழுதோ போய்விட்டிருக்கிறது. நான் இன்று வீடுதிரும்ப தாமதமாகிவிட்டது. சகோதரியை வீட்டில் எங்கும் காணோம். சமையலறையில் தண்ணீர் அருந்திவிட்டு, கோப்பையைக் கழுவி, உலர்த்தி, உரிய இடத்தில் வைக்கிறேன். கை துடைக்கும் துவாலையை உலைஅடுப்பின் கைப்பிடியில் மீண்டும் பொருத்து கிறேன். நான் நெருங்கிவிட்டேன், எனக்குத் தெரிகிறது. கட்டுப்பாடு என்பதன் எல்லையை எட்டிவிட்டேன்.

வீட்டின் சுவர்கள்மீது படாமல் இருட்டில் நடக்கிறேன். வரைபட மேசையைக் கடந்துசெல்லும்போது அதன் கீழே இருக்கும் தலைக்கச்சு விளக்கை எடுத்து அணிந்துகொண்டு விளக்கைப் போடுகிறேன். பணியிடத்திற்கு எடுத்துச் செல்லும் பையை அலமாரியில் வைத்திருக்கிறேன். அது இருக்குமிடத்தை விளக்கு வெளிச்சமிட்டுக் காட்டுகிறது. அதை நோக்கி நான் செல்லச் செல்ல ஒளியின் வட்டம் சுருங்கி வருகிறது. பைக்குள்ளிருந்து நான் அச்சிட்டுக் கொண்டு வந்த ஏ4 அளவுத் தாள்களை வெளியே எடுக்கிறேன். சிறுகுழந்தைகள் புதிரைக் கோப்பதுபோல, எளிதாக அந்தக் காகிதங்களை

வரைபடப் பலகையின் மீது வரிசைக்கிரமமாக அடுக்குகிறேன். என்னுடைய நாட்டிற்கான உலகளாவிய வரைபடம் துண்டுதுண்டாய்க் கிடக்கிறது. மலைத்தொடர்களையும், கடற்கரைகளையும், முக்கியச் சாலைகளையும், தற்சமயம் காலாவதியாகிவிட்ட பிராந்திய எல்லைகளையும் அதனதன் இடத்தில் அமைக்கிறேன். பசைநாடாவால் துண்டுகளை ஒட்டி இணைக்கிறேன்.

இதுதான் என்னுடைய நாடு. இனி இதுபோல இருக்காது எனினும். என் மனத்திலும், என் தரவுகளிலும், என் வரைபடத்திலும் இருக்கும் என் நாடு இதுதான். இதுபோன்ற நாடு இனி இல்லை.

நீலநிறக் குண்டூசி ஒன்றை எடுத்து அந்த நகரத்தில் நான் வசித்து வந்த அடுக்குமாடிக் குடியிருப்பைக் குறிக்கிறேன். என்சகோதரி சிறைவைக்கப் பட்டிருந்ததாக சில மணிநேரங்களுக்கு முன்னர் நான் கண்டறிந்த இடத்தைக் குறிக்கப் பச்சைநிறக் குண்டூசியைப் பயன்படுத்துகிறேன். அவளுடைய காதலிக்கு சிகப்புக் குண்டூசி. குழந்தைக்கு மஞ்சள் குண்டூசி. கொஞ்சகாலம் அவர்கள் எல்லாரும் ஒரே இடத்தில் இருந்தார்கள் என்பது அவளுக்குத் தெரியாமல் இருக்கலாம். அதற்குப் பிறகு காதலியும் குழந்தையும் அங்கிருந்து வேறு இடத்துக்குக் கொண்டுசெல்லப்பட்டார்கள். அந்த இடங்களைச் சிகப்பு மற்றும் மஞ்சள் நிறக் குண்டூசிகளால் குறிக்கிறேன். அவர்கள் பிரிக்கப்பட்டார்கள். காதலி வடக்குத் திசையிலும், குழந்தை தெற்கேயும். அதற்குப் பிறகு, கடைசியாக, இன்னும் ஒருமுறை காதலி இடம் மாற்றப்பட்டாள்.

துண்டுக் காகிதங்களில் அந்த இடங்களின் திசைக்கூறுகளையும், அவர்கள் சிறைவைக்கப்பட்டிருந்த தேதிகளையும் எழுதுகிறேன். அதற்கு மேலே ஒன்றிலிருந்து நான்கு வரையிலான எண்களில் ஏதாவது ஒன்று – எந்த இடத்திற்கு எந்த வரிசையில் மாற்றப்பட்டார்கள் என்பதைக் குறிக்க. அந்தச் சிறு துண்டுகள் மீதும் பசைநாடாவை ஒட்டிப் பொருத்தி, அதை ஊசியின் முனையுடன் இணைத்து, சிறு கொடிகள்போலச் செய்கிறேன். பின்னர் கொடிகளை அவற்றின் ஊசிக் கம்பங்களைத் தழுவிச் சுருண்டிருக்கும்படி வைக்கிறேன். வேண்டும்போது அவற்றை விரித்துக்கொள்ளலாம்.

அவர்கள் காவலில் வைக்கப்பட்டிருந்த இடங்களுக்கு அருகில் இருக்கும் கிராமங்களின் பெயர்களைப் படிக்கிறேன். பெரும்பாலும் நான் பார்த்திராத இடங்கள். என் அம்மா அல்லது சகோதரியின் இடங்களுக்குப் போகும் வழியில் அவற்றைக் கடந்து சென்றதோடு சரி. எங்கள் பள்ளி நோட்டுப் புத்தகங்களில் வெவ்வேறு வண்ணங்களில் நாங்கள் குறித்துப் பழகிய பிரதேசங்கள். என்னுடைய மனத்தில், குறிப்பிட்ட விழாக்களுடனும், வரலாற்று நிகழ்வுகளுடனும் ஏன், ரொட்டி செய்யும் முறைகளுடன் கூடத் தொடர்புடையவை அந்தப் பிரதேசங்கள். இப்பொழுது சர்வதேச அளவில் அறியப்பட்டவை. போர் என்பதற்கே குறியீடுகளாகி விட்டிருக்கின்றன அவற்றின் பெயர்கள்.

உடைந்து விழுந்த கட்டிடங்கள், ஆண்களையும் பெண்களையும் போர் வீரர்கள் பிரித்து நிற்கச் செய்யும் காட்சி, ஒரு செய்தியாளர் சடலங்களுக்கு

இழப்பின் வரைபடம் 167

மத்தியில் நின்றுகொண்டு எதையோ சொல்லி அலறுவதும் அழுவதும் – இந்தப் பிம்பங்களையே மேற்படிப் பெயர்கள் எல்லோர் மனங்களிலும் ஏற்படுத்துகின்றன. சகோதரியின் காதலி இறுதியாய் வைக்கப்பட்டிருந்த இடத்தைச் சுற்றியுள்ள ஊர்கள் கொலைகளுக்கும், வன்புணர்வுகளுக்கும், அந்த முகாம்களைப் பற்றிய கதைகளுக்கும் பெயர் பெற்றவை.

நிமிர்ந்து நின்று மேல்சட்டையை உடலைச் சுற்றி இழுத்துக்கொள்கிறேன். இதோ, என் சகோதரி தேடிக்கொண்டிருந்த வரைபடம் இதுதான். கடந்த காலத்தின் வரைபடம். அவளுக்கும், அவள் நேசித்தவர்களுக்கும் நேர்ந்த மிக மோசமான கொடுமைகளின் வரைபடம். என்னால் இதற்குமேல் அதைப் பார்க்கக்கூட முடியவில்லை; என்னைச் சில்லிடச் செய்துவிட்டிருக்கிறது. ஆசுவாசமடைவதற்காக நான் அதனிடமிருந்து விலகி, அறைக்குள் சுற்றிச் சுற்றி நடக்கிறேன்.

இந்த வரைபடத்தை யார் உருவாக்கியிருப்பார்கள் என்று யோசிக்கிறேன். என்னுடன் முன்பு பணியாற்றியவர்களின் முகங்களை நினைவுகூர்ந்து, இந்த க்ரிட் கூறுகளை அவர்களில் யார் இராணுவத்திடம் தந்திருப்பார்கள் என்று யோசித்துப் பார்க்கிறேன். வேறு எதையெல்லாம் அவர்கள் இராணுவத்திடம் தந்திருப்பார்கள். என்னுடைய பணி என நான் கருதியவற்றில் எதையெல்லாம் அவர்கள் எனக்கு எதிராகவோ, என் சகோதரிக்கு எதிராகவோ பயன்படுத்தியிருப்பார்கள் என்று சிந்தித்துப் பார்க்கிறேன். என் முன்னாள் சகஊழியர்களின் முகங்கள் என் மனத்தில் குழம்பிக் கிடக்கின்றன. அவர்களுடைய அரசியல் நிலைப்பாடுகள் பற்றி அவர்களிடம் கேட்க வேண்டும் என்று நான் ஒரு நாளும் எண்ணியதில்லை. அறிவியல் நிபுணர்களாக இருப்பவர்கள் பகுத்தறிவுக்கு முரணாக, பாரபட்சமாக செயல்படுவார்கள் என்று நான் ஒருநாளும் சந்தேகித்ததில்லை. அவர்கள் வெறுப்பின் தரப்பில் இருப்பார்கள் என்றும் நான் நினைத்ததில்லை.

வரைபடப் பலகைக்கு அருகே பக்கவாட்டில் நின்று, தலையைத் திருப்பி இன்னொருமுறை வரைபடத்தைப் பார்க்கிறேன். என் சகோதரி மற்ற பெண்களுடன் வசித்த, அறைகள் நிறைந்த அந்த வீட்டை நான் குறிக்கவில்லை. அதன் திசைக்கூறுகள் எனக்கு என்றுமே சரியாகத் தெரிந்ததில்லை. அதனை வரைபடத்தில் இணைக்கும் எண்ணமும் எனக்கு இருந்ததில்லை. இப்போது வரைபடத்தில் அது எங்கு இருக்கக்கூடும் என்றோ, எந்த ஊருக்கு அருகில் இருந்தது என்றோ, அதன் அருகில் எந்த மலை அல்லது ஏரி இருந்தது என்றோ என்னால் சொல்ல இயலாது. இத்தனை சுருக்கங்களுக்கும் மடிப்புகளுக்கும் நடுவில் அது எங்கிருக்கக் கூடும் என்று என்னால் இனி சொல்லவே முடியாது. பிற்பாடு நடந்ததையெல்லாம் நான் எப்படிப் புரிந்துகொள்கிறேன் என்பதை மட்டுமே வரைபடத்தில் என்னால் பார்க்க முடிகிறது. அந்தக் குழந்தை தத்துக் கொடுக்கப்படுவதற்காகத் தென்பகுதிக்கு மாற்றப்பட்டான். காதலி வடக்கே ஒரு வன்புணர்வு முகாமுக்கு அனுப்பப்பட்டாள். அவள் உயிர்பிழைத்திருப்பாள் என்பதற்கான சாத்தியக்கூறுகள் இல்லை. அப்படியே பிழைத்திருந்தாலும் அங்கிருந்து எங்கு, எப்படிச் சென்றிருப்பாள், எத்தகைய புதிய சூழ்நிலையை எதிர்கொண்டிருப்பாள் என்று சொல்வதற்கில்லை.

இது என் சகோதரிக்கு எந்த விதத்தில் உதவக்கூடும்? அவளை எப்படி முன்னெடுத்துச் செல்லும்? அவளுடைய துயரத்தை அதிகமாக்க மட்டுமே செய்யும். வெளியேறும் என் மூச்சுக்காற்று பனியாய்ப் படர்கிறது. தட்டுமாடத்தின்மீது வைத்திருக்கும் கிண்ணம். அதன் கீழே கணப்பிடம். வீட்டின் பின்புறம் விறகுகள் இருக்கின்றன. நெருப்பு மூட்ட முடியும்.

தலைக்கச்சு விளக்கை அணைத்துக் கழற்றி, பென்சில் வைக்கும் குழிக்குள் வைக்கிறேன். எனக்கு என் வரைபடம் வேண்டும். இருட்டில் அறைக்குள் சுற்றிச்சுற்றி நடக்கிறேன். தொடுகோட்டில் போய்க்கொண்டிருக்கும் என் எண்ணங்களை மீட்டு இழுத்துக்கொண்டு, கடிகார முட்களின் திசையில், வரைபடப் பலகையைச் சுற்றி நடக்கிறேன். கண்களை மூடிக்கொள்கிறேன். இமைகளின்மீது மெலிதாய்ப் படியும் தெருவிளக்கொளியும், இரண்டு தெருக்கள் தள்ளி நகரும் ட்ராம் வண்டியின் ஓசையும் என்னை நடத்திச் செல்கின்றன. தரைப்பலகைகளின் முனைகளில் பட்டு என் காலணி இடறி என்னை முன்னோக்கித் தள்ளுகிறது. நான் இனி என்ன செய்ய முடியும் என்பதைத் தெரிந்துகொள்வது ஒன்றும் கடினமான காரியமல்ல. ஒன்று, இந்த வரைபடத்தை சகோதரியிடம் தந்து, அவளைப் புண்படுத்தி, என் வரைபடத்தை அவளிடமிருந்து பெற வேண்டும். அல்லது, இதை எரித்துவிட்டு எங்கள் இருவரையும் இதே இடத்தில், தீர்வில்லாத அந்தரத்தில் விட்டுவிட வேண்டும்.

கண்களை மூடிக்கொண்டு அந்த இருட்டில் வேகமாக நடக்கிறேன். என் இடதுபக்கம் ரத்தம் ஒரு அலையைப்போல பாய்வதை – என் கை நரம்புகளில் அது வேகத்துடன் பாய்ச்சப்படுவதை – உணர்கிறேன். தரையே என் காலடியின் கீழ் நகர்வதுபோன்ற உணர்வும் தலைசுற்றலும் ஏற்படும்வரை இன்னும் இன்னும் வேகமாக நடக்கிறேன். நான் என்னிலிருந்தே பறந்து சென்று, இந்தப் பொறுப்புகளுக்கெல்லாம் அப்பால், என்னை வரைபடத்தை நோக்கி உறிஞ்சி இழுக்கும் துயரத்தின் வீச்சிற்கு அப்பால், வீழ்ந்துபட வேண்டும் என்று விரும்புகிறேன். அறைகள் நிறைந்த அந்த வீட்டில் பெண்களின் பேச்சுக்குரல்கள் ஒலிப்பதுபோலத் தோன்றுகிறது. முகமும் இடமும் அற்ற அந்தப் பெண்கள், மெல்லிய குரல்களில் பேசுவது கேட்பது போல இருக்கிறது. என்னால் எதையும் பார்க்க இயலவில்லை. ஆனால் இப்பொழுது நான் என் சகோதரியிடம் மட்டுமே பயன்படுத்தும் அந்த மொழியின் ஒலிகளை அவர்கள் உச்சரிப்பது எனக்குக் கேட்கிறது.

அவர்களைத் தேடுவதை நிறுத்தியபின் இருட்டில் அவர்களைக் காணத் தொடங்கியதாகச் சகோதரி சொன்னது நினைவுக்கு வருகிறது. சொல்லிவிட்டு, சிரித்தாள். பணியிடம், வகுப்பறை, ரயில், பேருந்து என்று வழக்கமான இடங்களில் அவர்களைச் சந்திப்பதாகக் கூறினாள். அவர்கள் கண்ணுக்கெதிரேயே மறைந்து இருக்கிறார்கள்; இரகசிய மொழியில் தன்னுடன் பேசுகிறார்கள், என்றாள். யாரும் தங்களைக் கண்டெடுப்பதற்காக அவர்கள் காத்திருக்கவில்லை.

கால் இடறித் தடுமாறுகிறேன். ஆனால், அப்போதும் கண்களை மூடியே வைத்திருக்கிறேன். சமநிலை பெறுவதற்காகக் கால்களை அகட்டி வைக்கிறேன். தள்ளாட்டத்தைத் தவிர்க்க நான் வேறேதும் செய்யப் போவதில்லை. இது பொறுமைக்கான பயிற்சி. ஆபத்துக் காலங்களில்

இழப்பின் வரைபடம்

பதற்றமடையாமல் இருப்பதற்கான பயிற்சி. குழந்தைப்பருவத்தில் ஒருவருக்கொருவர் கண்களைக் கட்டி, தோள்களைப் பிடித்துச் சுழற்றி விட்டு விளையாடுவோம். அந்த விளையாட்டில் ஈடுபடும்போது உங்களுடைய புலன்களுக்கு ஏற்படும் கிளர்ச்சியையும் குழப்பத்தையும் பொறுத்துக்கொள்வீர்கள். மேலெழும் பீதியை அறிவைக்கொண்டு அமைதிப்படுத்துவீர்கள். கண்களை மூடி, கால்களை அகட்டி நின்று, நீண்ட மூச்சு ஒன்றை இழுத்து, கையால் சுட்டிக் காட்டுவீர்கள். வெளிச்சம் வீழும் விதத்தை வைத்து, சன்னல் இருக்குமிடத்தை என்னால் சொல்ல முடியும். உன் நிழல் விழுவதைக் கொண்டு நீ அங்குதான் இருக்கிறாய் என்று சொல்ல முடியும். கையில் விளக்கை வைத்துக்கொண்டு என் சகோதரி ஒருமுறை என்னை ஏமாற்றிவிட்டாள். நான் கண்பட்டையைக் கழற்றிவிட்டுக் கண்களை இமைத்தபடி இருந்தேன். ஒரே சமயத்தில் இத்தனை உறுதியாகவும் இத்தனை தவறாகவும் உன்னால் எப்படி இருக்க முடிகிறது, என்றாள் அப்போது.

ஆனால் நான் எங்கிருக்கிறேன் என்று எனக்குத் தெரியும். என் காலடியில் இருக்கும் பலகைகளின் ஒவ்வொரு வளைவும் எனக்குத் தெரியும். என் வீட்டின் பரப்பு சொல்லக்கூடிய பொய்கள் வேறெவரையும்விட எனக்கு நன்றாகத் தெரியும். என்னால் இங்கு தொலைந்துபோகவே முடியாது என்று தோன்றுகிறது. நான் ஆச்சரியப்படத் தேவையே இல்லை. வரைபடத்தின் கீழ்ப் பகுதியில், வடக்குத் திசையை நோக்கி, நான் முதலில் குறித்த அளவுகளில் முதல் கோட்டிற்கு அருகில் இருக்கிறேன். இங்குதான் சன்னல் இருக்கும் என்ற நம்பிக்கையில், விரல்களின் பின்புறத்தில் திரைப்பட்டைகளின் சரசரப்பை எதிர்பார்த்து இடதுகையை நீட்டுகிறேன். ஒன்றுமில்லை. கண்களைத் திறக்கிறேன்.

திடீரென்று சுவர்கள், சாமான்கள், தவறான திசைகளில் இருக்கும் நிழல்கள் எல்லாம் அச்சமூட்டுபவையாய்த் தெரிகின்றன. ஏதோ முன்பின் தெரியாத இடத்தில் விழித்தெழுந்த உணர்வு. பின்புறச் சுவருக்கு அருகில், நேரே என் சகோதரிக்கென நான் வகுத்திருந்த மூலையை நோக்கி நின்றிருக்கிறேன். பிரச்சினை இதுவல்ல. நான் கடிகார முட்களின் திசைக்கு எதிரான திசையில் நின்றுகொண்டிருக்கிறேன் – தவறான திசையில்.

நான் எப்போதோ, எப்படியோ திரும்பியிருந்திருக்க வேண்டும். எப்போது, எப்படி என்பதுதான் நினைவில் இல்லை. வலதுபக்கம் பார்க்கிறேன். பின்புறச் சுவர் எனக்கு அருகில் இருப்பதுபோலத் தெரிகிறது. கையை நீட்டித் தொட முயல்கிறேன். அது என் கைகளுக்கடியில் நழுவிப் பின்செல்கிறது. தரை என்னை நோக்கிச் சாய்கிறது. நான் என் சகோதரிக்கான மூலையை நோக்கி நகர்கிறேன். நியாயமாக அது எனக்குப் பின்புறம் இருக்க வேண்டும். எல்லாம் தலைகீழாக இருக்கின்றன. எனக்குத் தலைசுற்றல் ஏற்பட்டிருப்பது உண்மைதான். ஆனால் இந்த இடத்தில் ஏன் இத்தனை குழப்பங்கள் என்பதுதான் புரியவில்லை. ஏன் இது எதிரும்புதிருமாக மாறியிருக்கிறது, ஏன் தன்னுடனேயே போராடிக்கொண்டிருக்கிறது, லயத்தையும் சமநிலையையும் ஒட்டுமொத்தமாக இழந்துவிட்டிருப்பது ஏன் – புரியவில்லை.

சுவரின் சுண்ணாம்புப் பூச்சுமீது கையை வைத்துத் திரும்புகிறேன். இரண்டு சுவர்கள் இணையும் இடத்தில் என் உடலின் கனம் சாய்கிறது.

லாரா ஃபேர்கஸ்

தசைகளைச் சுருக்கியும் விரித்தும் உடலைத் தளர்த்த முயல்கிறேன். ஆனால் நான் அணிந்திருக்கும் ஆடைகள் இறுக்கமாகவும் வெப்பமாகவும் இருக்கின்றன. என் கழுத்தையும் மணிக்கட்டையும் இறுகப் பற்றியிருக்கின்றன. அறையின் மூலையில் முதுகைப் பதித்து, உள்ளங்கைகளை இரு சுவர்களின் மீதும் அழுத்தி உந்தி, நிமிர்ந்து நிற்கிறேன். காலம் என் வீட்டை மீண்டும் அதன் ஒழுங்கிற்குக் கொண்டு சேர்த்துவிடும் என்று எதிர்பார்த்து நிற்கிறேன். வீட்டின் பரப்புமீது நொடிகள் ஊர்ந்து சென்று தரையிலிருந்து அபாயத்தை நீக்குகின்றன. பழகிய இடம்தான் என்ற உணர்வு மீண்டபிறகுதான் வரைபடப் பலகைமுன் அவள் நிற்பதைக் கவனிக்கிறேன். என் சகோதரி.

அவள் என் தலைக்கச்சு விளக்கை அணிந்து ஒளியை வரைபடத்தின்மீது பாய்ச்சியிருக்கிறாள். கைகளை நீட்டி, வரைபடத்தின் மீது ஊசிகளைச் சுற்றி வைக்கப்பட்டிருக்கும் சிறிய கொடிகள் ஒவ்வொன்றையும் விரித்துப் பார்க்கிறாள். அவளுடைய காதலி, காதலியின் குழந்தை இருவரும் இருந்த இடங்களைக் குறிக்கும் கொடிகள். உண்மையை நோக்கி அவள் வீழத் தொடங்கிவிட்டாள், அதை அவிழ்த்தெடுக்கத் தொடங்கிவிட்டாள். இனி அவளைத் தடுக்க இயலாது. உண்மையின் அழுத்தத்தால் அவளுடைய மேலுடல் இறுகுவதை, அவள் தன் நுரையீரல்களுக்குள் காற்றை இழுத்துக்கொள்ள முயல்வதைப் பார்க்கிறேன். அவளுடைய தவிப்பைப் பார்ப்பதால் நானும் மூச்சையடக்கிக்கொண்டு நிற்கிறேன். கொடிகளைப் பிடித்திருக்கும் அவளுடைய விரல்களில் நகங்கள் வெளிறுவதைப் பார்க்கிறேன். என் மார்பில் ஒரு திடீர் இழுப்பும் வெளியேற்றமும். காற்றை மீண்டும் உள்ளிழுத்து மேலெழும்பி வருகிறேன். அவள் மூச்சுத் திணறியவாறு என்னை நிமிர்ந்து பார்க்கிறாள்.

அவளை இனித் தடுக்க முடியாது என்று தெரிந்தும் அவளை நோக்கி நகர்கிறேன். என் கால்களுக்கடியில் பலகைகள் நீரில் மிதப்பவைபோல விலகுகின்றன. அவளைத் தடுக்க வேண்டும் என்ற எண்ணத்தை என்னால் நிறுத்த இயலவில்லை. இவை அனைத்தும் என் மனத்திற்குள்ளேயே சுருண்டு கிடந்துவிடலாம். விரித்துக் காட்ட வேண்டிய அவசியமே இல்லை. அவள் கைகளைப் பிடிக்கிறேன். ஆனால் அவள் என் பிடியிலிருந்து விடுவித்துக்கொள்கிறாள். எல்லாக் கொடிகளையும் தன் கட்டைவிரலுக்கும் ஆள்காட்டி விரலுக்கும் இடையே விரித்து வாசித்து முடிக்கும்வரை அவளைப் பிடித்துக்கொள்ள என்னை அனுமதிக்கவில்லை.

பிறகு, என்னைக் காயப்படுத்தவோ மூழ்கடிக்கவோ விரும்புகிறவள்மாதிரி, என்னைப் பற்றிக்கொள்கிறாள். நான் பின்வாங்க முயல்கிறேன். ஆனால் அவளது பிடி உறுதியாக இருக்கிறது. கைகளை மேலே நகர்த்திப்போய் போய் என் தோள்களைப் பற்றுகிறாள். எங்களுடைய தலைகள் அருகருகே இருக்கின்றன. என்னை உலுக்குகிறாள். நான் அவளைத் தள்ளுவதை நிறுத்தியதும்தான் அவள் என்னை உலுக்கவில்லை, அவளுடைய உடல் நடுங்கிக்கொண்டிருக்கிறது என்று எனக்குப் புரிகிறது. ஓசையின்றி அழுகிறாள்; அவளுடைய கண்ணீர் மழைபோல வரைபடத்தின்மீது படபடவென்று பொழிகிறது.

●

இழப்பின் வரைபடம்

31

கண்விழிக்கும்போது வீடு கனத்திருக்கிறது. சுவர்களின், கதவுகளின் அடர்த்தி வீட்டைப் பூமியை நோக்கி இழுக்கிறது. இரவு முழுவதும் பெய்த மழை வீட்டைச் சுற்றியிருக்கும் மண்ணை இந்தக் கட்டமைப்பின் கனம் அமிழ்வதற்கு ஏற்ற விதமாக மிருதுவாக்கியிருக்கிறது. நான் என்னுடைய படுக்கையில்தான் இருக்கிறேன் – ஆனால் எதுவுமே என்னுடையதல்ல. என் மீது சரிந்து விழுந்துகொண்டிருக்கும் இந்த வீட்டையோ, இதற்கு அடியில் இருக்கும் இடத்தையோ, அல்லது நான் எங்கிருந்து வந்தேனோ அந்த இடத்தையோகூட என்னால் அறிந்துகொள்ள இயலாது. வரைபடங்கள் அனைத்தையும் எடுத்துக்கொண்டு கீழே போய்விட்டாள் என் சகோதரி.

வெளியே கார் ஒன்று வேகமாய்ப் போகிறது. மீண்டும் தூக்கத்திற்குள் சரியாமல் இருக்கக் கட்டிலின் சட்டத்தைப் பிடித்துக்கொண்டபோதும் கொஞ்சம் உறக்கத்திற்குள் ஆழ்கிறேன். பிடி தளர்ந்து என் கை கட்டிலுக்கு அருகில் இருக்கும் மேசைமீது இடித்துக்கொள்ளும்போது திடுக்கிட்டு விழிக்கிறேன். புரண்டு படுத்து மீண்டும் உறங்குகிறேன், என் கை வலியைப் பற்றிக் கனவு கண்டபடி. எந்த அர்த்தமுமில்லாத வெறும் வெள்ளை இரைச்சலாக மேலே கூரையின்மீது மழை.

நான் எழுந்திருக்கும்போது, என் சகோதரி இனி என்னைக் காலாகாலத்துக்கும் வெறுப்பாள் என்று தோன்றுகிறது. இதற்கெல்லாம் காரணம் நான்தான்.

காற்றில் நிலவும் ஈரப்பசையின் காரணமாக படுக்கை விரிப்புகளில் ஈரம் சேர்ந்து உடலோடு ஒட்டியிருக்கின்றன. அவற்றைச் சுருட்டிக் கட்டில் கால்களுக்கு அடியில் போடுகிறேன். அவள் என்னை எப்போதுமே அவர்களுள் ஒருத்தி யாகத்தான் பார்ப்பாள் – உள்ளடக்கத்தைவிட வடிவத்தின் மீது அக்கறை உள்ளவளாய்; விளைவைக் காட்டிலும் செய்முறையில் கவனம் கொள்பவளாய்; சிறு விவரங்களில்

கவனம் செலுத்தி ஒட்டுமொத்த விஷயத்தைக் கைவிட்டுவிடுபவளாய். அவளுடைய கண்களில் நான் இப்படித்தான் தெரிவேன். கால்களைப் பக்கவாட்டில் எடுத்துப் படுக்கையிலிருந்து கீழிறக்குகிறேன். நான் ஒரு நடமாடும் ஆயுதம். நான் அவளை எங்கு கொண்டுவந்து விட்டிருக்கிறேன்.

மழை காரணமாக என் முழங்கால் வலிக்கிறது. மேற்கொண்டு செல்வதற்கான பாதை பற்றிய அறிகுறி ஏதேனும் தென்படுமா என்று தேடியபடி, எந்தப் பாதையில் செல்லவேண்டும் என்பதைக் காண்பிக்கும் அறிகுறி கிடைக்குமா என்று தேடியபடி, நொண்டிக்கொண்டே வீட்டுக்குள் நடக்கிறேன். நிலவும் மங்கலான ஒளியில், பொருட்களின் வடிவங்கள் தீர்க்கமற்றவையாகவும், அந்த இடத்தின் மென்மையான வண்ணங்கள் ஒன்றிலிருந்து ஒன்று வேறுபடுத்திச் சொல்ல முடியாதவைபோலவும் தென்படுகின்றன. வரைபட மேசையில், பென்சில்கள் வைக்கும் குழியில் சுருட்டப்பட்ட வரைபடம் ஒன்று இருக்கிறது என்பதைக்கூட அவ்வளவு தெளிவாகப் பார்க்க முடியவில்லை.

என்னுடைய வரைபடம். என் சகோதரி அதை இரவில் மேலே கொண்டுவந்திருக்கிறாள்.

என் உலர்ந்த கைகளால் விரிக்கும்போது, வரைபடம் என் கைகளில் சரசரக்கிறது. அதன் மேடுபள்ளங்கள் கொடிச்சுருள்கள்போல என் விரல்களைச் சுற்றிக்கொள்கின்றன. முகத்தை வரைபடப் பரப்பிற்கு அருகில் வைத்து அதன் கோடுகள் மீதாக மேற்குத்திசையில் பார்க்கிறேன். காகிதத்தின்மீது படிந்த என் கன்னம் குளிர்ச்சியடைகிறது. நிலவறையின் மண்வாசனையும், பெயிண்ட் பசைகளின் மணமும் வரைபடத்தின் இழைகளில் கலந்திருப்பதை அதனருகில் சுவாசிக்கும்போது உணர முடிகிறது. அதில் என் வரைபட மேசையைக் குறித்திருக்கும் மேடான இடத்திற்கு மறுபுறம் உள்ள பகுதியைப் பார்க்கிறேன். அறையின் மையத்துக்கும் மேற்குச்சுவருக்கும் இடையே உள்ள பகுதி. தென்மேற்கு மூலைக்கு அருகில் துல்லியமாக, சிரமப்பட்டு வரைந்திருக்கும் கதவு நிலை. அதற்கு மறுபுறம் க்யூபிஸ்ட் ஓவிய வடிவங்கள்போல் இருக்கும் செவ்வகங்கள் சமையலறை இயந்திரங்கள். என் வீடு.

கூரையின்மீது மழை வேகம் குறைந்து பின்னர் நின்றுவிட்டதைக் கவனிக்கிறேன். மேகங்களின் இடைவெளி வழியாகச் சூரியஒளி ஆங்காங்கு விடுதலையுற்று வருகிறது. வரைபடத்தை நோக்கித் தலையைத் தாழ்த்தி வைத்து, அதன்மீது படிந்து நகரும் நிழல்களைப் பார்க்கிறேன். தனது நிலையில் உறுதிகள் அனைத்தையும் கொண்ட என் வரைபடம். ஆனால் அதற்கு வெளியிலோ தட்பவெப்ப நிலை மாறிக்கொண்டே இருக்கிறது.

கண்களை மூடிக்கொண்டு, வரைபடத்தை அழுத்திப் பிடித்திருக்கும் வலது கையை அதன் மீதிருந்து எடுக்கிறேன். வரைபடப் பரப்பின்மீது விரல்களால் தொடுகிறேன். கைகளை வரைபடத்தின் நடுப்பகுதியை நோக்கி நகர்த்தும்போது அதன் மேற்கு எல்லை சுருண்டுகொள்கிறது. என் விரல் கணுக்களைத் தழுவியபடி மீண்டும் சுருள முயல்கிறது. அதிலுள்ள மேடுபள்ளங்களை ப்ரெயில் எழுத்து வாசிப்பதுபோலத் தொட்டு உணரலாம். கணப்பிடத்தின் மேலே உள்ள தட்டுமாடத்தைக்

இழப்பின் வரைபடம் 173

குறிக்க வரைந்திருக்கும் ஏற்ற இறக்கங்கள்மீதும், தரையைக் குறிக்கும் அகண்ட பகுதிகள்மீதும் விரல்களை நகர்த்திச் செல்கிறேன். பிறகு, நிற்கிறேன்.

புதியதாய் ஏதோ ஒன்று.

புதிதான ஏதோ ஒன்று, அங்கு இருக்கக் கூடாதது, என் தொடுகைக்குப் புலப்படுகிறது. நடுவிரலை அந்தப் புள்ளியின்மீது வைத்தபடி கண்களைத் திறக்கிறேன். இடதுகையால் கண்ணாடியை எடுத்துக் கண்களுக்கு முன்னால் வைத்துப் பிடித்துக்கொண்டு, வரைபடம் சுருண்டிருக்கும் பகுதியை இடது முழங்கையால் தள்ளி சமன்படுத்துகிறேன். அழுத்தியிருக்கும் விரலை எடுக்காமல் சற்று சாய்த்துப் பார்க்கிறேன். எங்கேயோ இன்னும் இடி முழக்கம் கேட்கிறது; ஆனால் காலைச் சூரியஒளி காகிதத்தின்மீது பளீரென விழுகிறது. வரைபடத்தின் மேடுபள்ளங்களுக்கு நடுவில், கணப்பிடத்தின் மாடம் குறிக்கப்பட்டிருக்கும் இடத்திற்கு நேர் மேற்கில், சிறு துளை தென்படுகிறது. கண்ணாடியை நீக்கிவிட்டு அதற்கு இணையாகத் தரையில் இருக்கும் இடத்தைப் பார்க்கிறேன். எதுவுமில்லை.

சுருண்ட நுனியைக் கையால் தள்ளிச் சமன்படுத்தியவாறே வரைபடத்தைப் பலகையிலிருந்து எடுக்கிறேன். என் நிழலே அதன் பெரும்பகுதியை மூடியிருக்கிறது. வினோதமான எதுவும் கண்ணுக்குத் தென்படவில்லை. சுருளும் மடிப்பும் எதுவும் இல்லாதபடி காகிதத்தை இழுத்துப் பிடித்துக்கொண்டு சன்னலை நோக்கித் திரும்புகிறேன்.

நட்சத்திரங்கள். வரைபடத்தின் மீது நான் குறித்திருக்கும் ஊசித் துளைகள் வழியாக நட்சத்திரங்கள்போல மின்னும் சூரியஒளி. ஆனால் அது தாறுமாறாக இல்லை. ஒரு குறிப்பிட்டவிதமான க்ரிட் வடிவத்தில். ஒளிப்புள்ளிகள் என்னை நிறைக்கின்றன. கைகளையோ தலையையோ சற்றே அசைக்கும்போது, ஒளிப்புள்ளிகள் என்மீது ஒருமித்து நகர்கின்றன; என் கண்களுக்குள் பார்க்கின்றன. தொடக்கப் புள்ளியின்மீது ஆணி ஏற்படுத்திய ஓட்டை இன்னும் பெரியது – தீர்க்கமான ஒளிக்கீற்றை வெளியிடுகிறது. கீற்று நேரே என் மார்பின் நடுவில் துளையிடுகிறது.

பின்னர் மேகம் ஒளியை மறைப்பதால், துளைகள் மறைகின்றன. வரைபடத்தின் ஏற்ற இறக்கங்கள் மீண்டும் தெளிவாகத் தெரிகின்றன. எனக்குப் பழக்கமான வரைபடத்தை மீண்டும் பெறுகிறேன். அதனைப் பலகையின்மீது வைக்கிறேன். துளைகள் இல்லாததாய் அப்படியே வைத்திருக்க முடியும் அதை என்று நினைப்பதுபோல், பலகையின்மீது சமன்படுத்திப் படர்த்துகிறேன். திடீர் இடி ஒன்று வீட்டின் இணைப்புகளை அதிர்வித்துப் போகிறது. எனக்குப் பின்னாலிருக்கும் சன்னல் கண்ணாடியின் மீது சட்டென்று காற்று மோதி அழுத்துகிறது. மழை மீண்டும் தொடங்குகிறது.

நான் உள்ளே போக வேண்டும். நான் இவற்றிலிருந்தெல்லாம் விலகி வரைபடத்திற்குள்ளேயே சென்றுவிட வேண்டும். அந்தத் துளைகளை நெருக்கமாக ஆராய வேண்டும். அவை எப்படி ஏற்பட்டன என்பதை அறிந்துகொள்ள வேண்டும். முதுகை நிமிர்த்தி, மேசையைப் பிடித்தவாறு நிற்கிறேன், வரைபடம் என்னை உள்ளிழுத்துக்கொள்ளும்

என்று எதிர்பார்த்தபடி. வெளியே எங்கோ ஆபத்தான இடத்தில் சிக்கிக் கொண்டிருக்கிற மாதிரியும், கண்டுபிடிக்கப்படுவேன் என்று அஞ்சுபவள் போலவும் உணர்கிறேன். ஆனால், என்னால் உள்ளே நுழையமுடியவில்லை. வரைபடக்கலையில் கற்றுக்குட்டிபோல அதன் கோடுகளைப் பார்க்கிறேன். அவற்றைத் திறந்துகொண்டு உள்ளே செல்ல இயலாமல் அவற்றின் குறியீட்டளவிலான மதிப்பின் பரப்பைச் சுற்றித் திரிகிறேன். உடலைத் தளர்த்தி சற்று ஆசுவாசப்படுத்திக்கொள்ள முயல்கிறேன். பிறகு என் பார்வையை வரைபடத்தை நோக்கி அருகிலும் அதிலிருந்து விலகி வெளியிலும் எடுத்துச் செல்கிறேன். அதன் அளவுகோலை ஆராய்ந்து, எந்த இடத்தில் என்னைத் தனக்குள் ஏற்றுக்கொள்ளும் அது என்று பார்க்கிறேன்.

மழையின் வேகம் மீண்டும் குறைகிறது. கூரை விளிம்பில் சேகரமாகும் மழை நீர், வெளியேற்று குழாய்கள் வழியாகத் தோட்டத்தில் பாய்கிறது. கீழே என் சகோதரி விழித்து எழும் ஓசை கேட்கிறது. உலோகத்தின்மீது கண்ணாடி படும் 'க்ளிங்' என்ற ஓசை. கோப்பையில் குழாயிலிருந்து நீர் பிடிக்கிறாள். நான் கண்களை வரைபடத்தின் மீதிருந்து எடுக்கவே இல்லை. அது தன்னை எனக்குத் திறந்து காட்டும் அந்த இடத்தை, அந்தச் சாவியை, தொலைத்துவிட்டேன். சகோதரி தண்ணீரை விழுங்குவதும், அதற்கேற்ப அவளுடைய சுவாசம் ஏறித் தாழ்வதும் கேட்கிறது. பின் அமைதி. கூரையிலிருந்து மழை நீர் சொட்டும் ஓசைக்கு நடுவே என் மூச்சுக்காற்றின் ஒலி.

கண்ணாடி உடைந்து சிதறும் சப்தம். நான் அசையாமல் நிற்கிறேன். என்னைச் சுற்றிலும் சுவர்கள் நீரைப் பிரதிபலித்தபடி மங்கலாக இருக்கின்றன. பின்னர் அமைதி. மண்டியிட்டு, தரைப்பலகைகளின் இடைவெளிகள் வழியாகக் கீழே பார்க்கிறேன். உலகளாவிய வரைபடம் என் சகோதரியின் மேசைமீது விரிந்து கிடக்கிறது. பெயிண்ட் ட்யூப்கள் அதன் எல்லைகள் சுருளாதபடி அழுத்திப் பிடித்திருக்கின்றன. கண்ணாடித் துண்டு ஒன்று அதன்மீது இன்னும் சுழன்றுகொண்டிருக்கிறது. ஒரு குண்டூசி அதை ஓசையின்றித் தடுத்து நிறுத்தும்வரை.

சகோதரி இருக்கும் இடத்திற்கு நேர்மேலே இருக்கும்விதமாகத் தரையில் தவழ்ந்து செல்கிறேன். குனிந்திருக்கும் தலையின் முன்புறமாக வீழ்ந்திருக்கும் அவளுடைய தலைமுடி, பிடரியின் நீண்ட வளைவு. அவளுக்கு நேர்மேலே இருக்கும் பலகைகளின்மீது என் உள்ளங்கைகளை வைக்கிறேன் – அது அவளை அமைதிப்படுத்தும் என்பதுபோல. அவள் இப்போது என்னிடமிருந்து அரவணைப்பை விரும்புவாளா என்ன? இப்படித் திறந்து கிடக்கும் இடத்தில் என்னுடைய வரைபடத்தை அவள் எங்கு ஒளித்து வைத்திருந்திருக்க முடியும். எனக்கு இப்போது புரிகிறது. சுவரில் அவளுடைய காகிதங்களுக்கு அடியில் ஊசிகளால் குத்தி நிறுத்தித்தான் வைத்திருந்திருக்க முடியும்.

ட்ராம் வண்டி அசையும்போது, உள்ளேயிருக்கும் எல்லோரையும் பிரார்த்தனை செய்பவர்களைப் போலவோ, சித்தம் பிறழ்ந்தவர்கள் போலவோ பின்னும் முன்னும் தள்ளாடச் செய்யும். நான் என்

கால்களைப் பிடித்துக்கொண்டு அந்த அசைவில் என் மனத்தின் லயத்தை மீட்டெடுக்க முயல்கிறேன். பீதியடையாமல் இருப்பதுதான் சவால். இதையெல்லாம் அமைதியாகப் புரிந்துகொள்ள இயலும். வரைபடக் காகிதம் சிதைக்கப்பட்டுவிட்டது என்பது உண்மைதான். ஆனால் நான் இனி மீண்டும் தொடங்க இயலாது. எவ்வளவோ உழைப்பும் பணியும் அதில் அடங்கியிருக்கின்றன. வேறு ஒரு தீர்வு வேண்டும். கவனத்தைச் சிதறவிடாமல், நான் சென்றடைய விரும்பும் புள்ளி என்ன என்பதையும், ஏன் இதைத் தொடங்கினேன் என்பதையும் நினைத்துப் பார்க்க வேண்டும்.

என் அலுவலகத்தில் என்னவோ நடந்துகொண்டிருக்கிறது. மின்தூக்கியில் ஏதேதோ உரையாடல்கள் நடந்தபடி இருக்கின்றன. ஆனால் என்ன பேசுகிறார்கள் என்பதை என்னால் அறிந்துகொள்ள முடியவில்லை. என் அலுவலறைக்குச் செல்லும் வழியில் இருக்கும் பொது இடத்தில் ஆட்கள் கூடிக்கூடிக் கிசுகிசுக்கிறார்கள். அல்லது மேசைகளுக்கு அருகில் நிற்கிறார்கள். அந்தக் கணிதவியலாளரின் அறையிலிருந்து அவருடைய கணினியின் முக்கிய இயங்குபாகத்தை எடுத்துக்கொண்டு இருவர் வெளியே வருவதைப் பார்த்துக்கொண்டிருக்கிறார்கள். அவர்கள் என்னைக் கடந்து செல்லும்வரை காத்திருந்துவிட்டு அந்த அறைக்குள் நுழைகிறேன். மேசைக்கு மறுபுறம் கைகளைக் கட்டிக்கொண்டு, உதட்டை இறுக்கமாக வைத்துக்கொண்டு, கணிதவியலாளர் நின்றுகொண்டிருக்கிறாள். எங்கள் கண்கள் சந்தித்துக்கொள்ளும் அந்தத் தருணத்தில் தான், நான் அவள் கோபப்பட்டு முதன்முறையாகப் பார்க்கிறேன். என்ன செய்தாய், என்கிறாள்?

நான் ஏன் இதைத் தொடங்கினேன் என்ற நினைவும், இதை இப்பொழுதும் செய்து முடிக்க இயலும் என்ற நம்பிக்கையும் மட்டுமே எனக்குத் தேவை. எனக்குப் பயன்படுத்த இன்னொரு கருவியும், ஒருவித மனத்திடமும் தேவைப்படுகின்றன. எனக்குத் தேவையான வரைபடத்தை ஏற்படுத்திக்கொள்ளும் விஷயம் இது. அதைச் செயல்படுத்தும் வழியில் நேரிடும் சீரழிவுகளை நான் ஏற்றுக்கொள்ளத்தான் வேண்டும்.

●

32

நான் திரும்பிவரும்போது வீடு வெளிச்சமாக இருக்கிறது. அது எப்போதும் அப்படித்தான் இருக்கிறது. என்னை எப்போதுமே ஏமாற்றாதது போலவும், எந்நேரமும் தன்னை முழுமையாக உலகிற்குக் காட்டிக்கொண்டிருந்தது போலவும், இத்தனை காலம் என்னிடமிருந்து எதையுமே மறைக்காதது போலவும் காட்சியளிக்கிறது. பணியிடத்தில் இன்று அவர்கள் என்னை விசாரித்தபோது இதைப்பற்றி நினைத்துக்கொண்டிருந்தேன். நான் வந்தடைந்திருக்கும் இந்த நிலையைப் பற்றி. என் அளவீடுகளில் இருந்த இடைவெளிகள், கட்டமைப்பில் ஏற்படும் மாற்றங்கள், மறைந்திருக்கும் அறைகள். இதுநாள்வரை, பிரச்சினை என்னுடைய செயல்முறையில் என்றே நினைத்திருந்தேன்; தோல்வி வரைபடத்தில் இருப்ப தாகவும்தான்.

மழையில் விரிந்திருக்கும் முன்கதவை உள்ளிருந்து அழுத்தித் தடால் என்று சாத்துகிறேன். விளக்குகளை அணைத்தவாறு வீடு முழுக்கச் செல்கிறேன். இனி என்ன செய்ய வேண்டும் என்பதைத் தெளிவாகத் திட்டமிட்டுவிட்டேன். நிறுவனத்தின் இயக்குனர், உலகளாவிய வரைபடத் திட்டத்தின் செயலாளர், அந்த விசாரணையைப் பார்க்க அழைக்கப்பட்டிருந்த மனிதஉறவுகள் துறையைச் சேர்ந்தவர் இவர்களுக்கு எதிரில் நான் அமர்ந்திருந்தபோது, அவர்கள் என்னை முறைத்துப் பார்த்துக்கொண்டிருந்தபோது, மேற்கொண்டு நான் செய்ய வேண்டியதை மனத்தில் திட்டமிட்டுவிட்டேன். அவர்களுடைய கேள்விகள் என்னை பாதிக்க விடாமல் அடுத்து என்ன செய்ய வேண்டும், ஏன் செய்ய வேண்டும் என்பதைப் பற்றி யோசிக்கத் தொடங்கினேன்.

மறக்காமலிருக்க, செய்ய வேண்டியவற்றை ஒரு போஸ்ட் – இட் காகிதத் துண்டில் எழுதி வைத்துக்கொண்டேன். நான் எழுதுவதை அவர்கள் அமைதியாகப் பார்த்துக் கொண்டிருந்தார்கள். அது பழைய தந்திரம். அவர்கள் சொல்ல

வேண்டியதைச் சொல்லிவிட்டு, நான் பதற்றத்தின் காரணமாக மட்டுமே பேசிவிடுவேன் என்று நினைத்தார்கள்.

ஆனால் அமைதி எனக்குப் பழகிவிட்ட ஒன்று.

இப்பொழுது வரைபட மேசைக்கு முன் இருட்டில் அந்த போஸ்ட்–இட் துண்டைப் பாக்கெட்டிலிருந்து எடுக்கிறேன். தலைக்கச்சு விளக்கை நெற்றியில் பொருத்திக்கொண்டு அந்த மஞ்சள் நிற சதுரக் காகிதத் துண்டை வெளிச்சத்தில் பார்க்கிறேன். அதில்:

1. மையத்திற்குக் கொண்டு வா
2. கட்டமைப்பு ‹==› வரைதல்
3. வலுவிழக்கவில்லை; வலுவடைந்திருக்கிறது
4. தேவைக்கேற்பக் கட்டவிழ்

முதல் பணியை அந்த நிறுவனத்திலிருக்கும்போதே செய்து முடித்து விட்டேன். அதுபற்றித்தான் அவர்கள் விசாரித்துக்கொண்டிருந்தார்கள். அந்தக் கணிதவியலாளரையும் என்னையும் தனித்தனியாக விசாரித்தார்கள். நாங்கள் ஒரே கதையைச் சொல்வோம் என்றோ, நாங்கள் ஏதோவொரு திட்டத்தில் ஒன்றாய் ஈடுபட்டிருப்பதால் நாங்கள் சொல்வது ஒத்திருக்க வேண்டும் என்று நாங்கள் விரும்புவோம் என்றோ எதிர்பார்த்தார்கள். ஆனால் இதில் அவளுக்கு எந்த சம்பந்தமுமில்லை.

கண்ணாடியை அணிந்துகொண்டு, அளவுகோலை எடுத்து வரைபடப் பலகையில் புதிய அளவுகளை எடுக்கிறேன். துளைகளின் விட்டம், அவற்றின் தூரங்கள், ஒன்றை நோக்கி ஒன்று இருக்கும் விதம், வரைபடத்தில் குறித்திருக்கும் மற்ற விஷயங்களுக்கும் அந்தத் துளைகளுக்கும் இருக்கும் தொடர்பு. நான் கவனமாக இருக்க வேண்டும். இன்றிரவு நான் எளிதில் சறுக்கி உள்ளே விழும் நிலையில் இருக்கிறேன். இந்த வரைபட வீட்டையும் என்னையும் தனித்தனியே பிரித்து வைக்கும் விஷயங்கள் இனி மிகமிகக் குறைவே. வரைபட வீட்டையும், வீட்டையும்கூடப் பிரித்துவைக்கும் விஷயங்கள் குறைவு. ஒரு கையைக் காகிதத்தின்மீது வைத்து வரைபட மேசையைப் பிடித்தபடி, நான் சரிந்து விழாமல் பிடித்துக்கொண்டு வேலையைத் தொடர்கிறேன்.

வரைபடம் இப்போது இருக்கும் நிலையில் உள்ளே செல்வது ஆபத்தானதாய் இருக்கும். காவல்துறையினர் வாக்குமூலங்களை எடுத்துக் கொண்டிருந்தபோது எனக்கு இன்னொன்றும் தோன்றியது. நான் அந்த நேர்காணலுக்காக அலுவலகத்தின் சந்திப்பு அறையில் காத்திருக்க வேண்டியிருந்தது. அப்போது அந்த மனிதவளப் பிரிவுப் பணியாளர் எனக்கு ஒரு கோப்பை குடிநீர் கொண்டுவந்தாள். அவளுக்கிருந்த பதற்றத்தில் கோப்பையைத் தட்டிவிட்டுவிட்டாள். மேசையின் பரப்பில் நிற்காமல் இரண்டு மேசைகளுக்கிடையே இருந்த இடைவெளியில் நீர் ஓடியது. வரைபடத்தில் துளைகளிட்டால் அப்படித்தான் இருக்கும் என்று எனக்குப் புரிந்தது. நீங்கள் வரையப்படுதலைத் தவிர்த்து மெய்ம்மையை நோக்கிக்

கீழே விழலாம். அல்லது எதிர்த்திசையில் மேலே வரலாம். நீங்கள் மறைந்தும் போகலாம்.

அதை நான் இப்போது சரிசெய்துகொண்டிருக்கிறேன். விரைவில், இரண்டு வரைபடங்களுக்கும் பண்புரீதியாக எந்த வேறுபாடும் இருக்காது. அளவுகோல் மட்டுமே மாறுபடும். செயல்முறையின் முதல் கட்டத்தை நேற்றிரவு தொடங்கினேன். பெரிய விஷயங்களில் ஆரம்பித்து. ஒன்றுக்கு ஒரு மில்லியன். தேவையான அளவு தைரியமிருந்தால் எல்லாவற்றையும் ஒன்றிணைக்க முடியும் என்று எனக்குத் தெரியும். பாதுகாப்பிற்காகவும் ஸ்திரத்தன்மைக்காகவும் செய்ய வேண்டியிருந்ததைத்தான் செய்தேன். என் சகோதரி புரிந்துகொள்வாள்.

அவளுடைய அசைவுகளை என் கால்களுக்குக் கீழே உணர்கிறேன். அவளுக்காக இல்லையென்றால் நான் அதைச் செய்திருக்க மாட்டேன். கணிதவியலாளரின் அலுவலக அறையில் அந்த நிலப்பரப்பின் வரைபடங்களை நகலெடுத்திருக்க மாட்டேன். ஒருவேளை நான் எதிர்பார்த்தபடி அந்தக் கணிதவியலாளர் சீக்கிரம் திரும்ப வந்திருந்தால், நான் போன காரியத்தை மட்டும் முடித்துக்கொண்டு வந்திருப்பேன். நான் அவளுடைய அலுவலகத்திலிருந்து வெளியேறும்போது அந்த இடமே காலியாகவும் இருளாகவும் இருந்தது. இரவில் சுத்தம் செய்ய வருபவரைத் தவிர எல்லோரும் போய்விட்டிருந்தார்கள்.

அதற்கான வாய்ப்பு ஏற்பட்டிருக்கவில்லை என்றால் எனக்கு அது தோன்றியிருக்காது.

எனக்கு அவர்களுடைய கோபம் புரியாமல் இல்லை. ஆனால் அவர்களுக்கு முழு விஷயமும் தெரியாது. ஒட்டுமொத்த திட்டத்தைப் பொறுத்தவரை நான் செய்தது எவ்வளவு அவசியமானது என்று அவர்களுக்குத் தெரியாது. நான் விளக்க முயலவில்லை. என் செயல்களுக்குப் போதுமான நியாயங்களாக அவை இருந்திருக்க முடியாது. காவல்துறையினர் வந்ததும் நான் எனக்குள் ஆழ்ந்துவிட்டேன். அவர்களுக்கும் எனக்கும், நிகழ்காலத்திற்கும் கடந்த காலத்திற்கும் இடையே உள்ள என் மனத்தின் எல்லாக் கதவுகளையும் மூடிக்கொண்டுவிட்டேன். என்ன நடந்தது என்பதே எனக்கு மறந்துபோகும் வரை, சொல்வதற்கு ஏதோ இருக்கிறது என்பதே எனக்கு மறந்துபோகும் வரை நான் எனக்குள் சென்றுவிட்டேன். மேலே தூரத்தில் விளக்கொன்று எரிந்துகொண்டிருந்தது. என் கண்களிலிருந்து இரண்டு புள்ளி ஐந்து மீட்டர் தூரம் என்று நினைத்தேன். அல்லது இரண்டு புள்ளி ஆறு மீட்டர், நான் நிமிர்ந்து அமர்ந்திருக்கிறேனா அல்லது நாற்காலியில் கூனி அமர்ந்திருக்கிறேனா என்பதைப் பொறுத்தது.

வாசலில் மீண்டும் அந்தப் பாதுகாப்புப் பணியாளர்கள். என்னுடைய ஸ்வைப் அடையாள அட்டையை வாங்கிக்கொண்டு என்னைக் கட்டிடத்தை விட்டு வெளியேறச் சொன்னார்கள். அவர்கள் நினைத்தால் சட்டப்படி வழக்குத் தொடர முடியும் என்று சொன்னது எனக்கு ஆச்சரியமளித்தது. அது அவ்வளவு பெரிய விஷயம் என்று நான் நினைக்கவில்லை. அது வெறும் வரைபடம்தானே.

அங்கிருந்து நேராக இயந்திரங்கள் விற்கும் கடைக்குச் சென்றேன். என்னுடைய எல்லாப் பாதைகளும் ஒன்றிணைந்தன.

பெரிதுபடுத்திப் பார்க்கும்போதுகூட வரைபடத்தில் ஏற்பட்டிருக்கும் துளைகள் நேர்த்தியான வட்டங்களாகத் தெரிகின்றன. அவற்றின் விட்டங்களை மீண்டும் மீண்டும் வெவ்வேறு இடங்களில் அளவெடுத்து, என்னுடைய வெர்னியர்–காலிப்பர் இயந்திரம் ஏறத்தாழ அதே அளவுகளைத் தருவது எனக்கு இன்பமளித்தது. வாய் வழியாக மூச்சுவிடுகிறேன். இந்தத் துளைகளுக்கென்று ஒரு அழகுண்டு. மிகச் சிறியவையாக இருந்தாலும், மிகத் துல்லியமானவை. இத்தனை சிறிய அளவிலிருந்து தொடங்கி வெளிப்புறம் நோக்கிச் செல்வது வினோதமான உணர்வைத் தருகிறது. கவனமாக அளவெடுக்கிறேன், ஏனென்றால் இந்தத் திசையில் செல்லும்போது தவறுகளுக்கான சாத்தியங்கள் அதிகம். உண்மையில், தவறுகள் பன்மடங்கு பெரிதாகிவிடும் சாத்தியங்கள் உண்டு.

அளவெடுத்து முடித்ததும், கண்ணாடியைக் கழற்றிவிட்டு குறிப்பேட்டில் இருக்கும் எண்களை உற்று நோக்குகிறேன். கீழே நிலவறையில் என் சகோதரி எதையோ தட்டிக்கொண்டிருப்பது கேட்கிறது. அந்த ஓசை எங்கோ தொலைவிலிருந்து வருவதுபோல் கேட்கிறது. அது என்னைத் தொந்தரவு செய்யவில்லை. நான் பேனாவையும் காகிதத்தையும் பயன்படுத்திக் கையால் அளவுகளைக் குறிக்கிறேன். இதில் கவனம் தேவை. முதலில் கடினமும் கூட. ஆனால் ஒரு மணி நேரத்திற்குப் பின் அந்த எண்களுக்கிடையேயான தொடர்பு என் மனதில் இயல்பாகப் பதிந்துவிட்டிருக்கிறது. நான் இனி செய்யப் போவதற்கு இது நல்ல பயிற்சி.

பேனாவைக் கீழே வைத்துவிட்டுக் கையை வரைபடத்தின்மீது ஓட்டுகிறேன். அதன் கோடுகளின் வளைவுகள், அதன் சுற்றுப்புறத்தைப் புரிந்துகொள்ள தேவைப்பட்ட முயற்சி. அதனால் ஏற்பட்டுள்ள சேதம். என் கஷ்டங்களுக்கான காரணங்கள் எல்லாம் அதற்குள் இல்லை, அவை இங்கே வெளியே இருக்கின்றன.

தலைக்கு மேலே இருக்கும் விளக்கைப் போட்டதும் அறை என்னைச் சுற்றி எல்லாத் திசைகளிலும் விரிகிறது. அப்படி வெளிப்புறத்தை நோக்கி விரிவது இன்பமான உணர்வாக இருக்கிறது. மைக்ரோமில்லிமீட்டர் அளவுகளின் தீவிரத்தை உணர்ந்தபின் சென்ட்டிமீட்டர் அளவுகள் அசாத்தியமாகப் படுகின்றன. அறை முழுவதும் வேகமாக நகர்ந்தபடி தரைப்பலகைகளில் சுண்ணாம்புத் துண்டைக் கொண்டு குறிப்புகளை வரைகிறேன். இந்த எண்களெல்லாம் எனக்குள் குமிழிகள்போல எழுந்து கொண்டிருக்கும்போது சிரிக்காமல் கவனமாக வேலை செய்வது கடினமாக இருக்கிறது.

கடையிலிருந்ததிலேயே கனமான துளையிடும் இயந்திரத்தைத் தேர்வுசெய்து வாங்கியிருக்கிறேன். அதனைப் பெட்டியிலிருந்து பிரித் தெடுக்கும்போது என் கைகள் சிறியவையாய்த் தெரிகின்றன. என் கைத் தசைகள் அதன் பளுவால் இறுகுகின்றன. இயந்திரத்தில் பொருத்த வேண்டிய பாகங்கள் எல்லாம் தெர்மோகோல் பெட்டியில் அவற்றின் இடங்களில்

வரிசையாகப் பொருத்தி வைக்கப்பட்டிருக்கின்றன. ஒவ்வொன்றையும் பயன்படுத்தும்போது வரும் வெவ்வேறு சுருதிகளைப் பற்றி நினைத்தவாறு கணினி விசைப்பலகைமீது விரல்களை நகர்த்துவதுபோல அந்த இயந்திர பாகங்களைத் தொட்டுப் பார்க்கிறேன். அவற்றின் விட்டத்தை அளந்து பார்த்து, ஒரு சிறிய ஊசி குத்துவதற்கு ஏற்ற ஒன்றைத் தேர்வு செய்கிறேன். அதை இயந்திரத்தில் பொருத்தி, சரிபார்த்து, சமையலறையிலிருந்து வரும் மின் இணைப்பில் இயந்திரத்தை இணைக்கிறேன்.

போட்டதும் வெளிப்படும் அதன் விசையும் அது பின்னிழுத்துக்கொள்ளும் விதமும் எனக்குப் பரிச்சயமானவையல்ல. ஆனால் என்னுடைய பணிக்கு இது போதும்.

வரைபடம் கட்டமைப்பை விட்டு நழுவிச் செல்லுமானால், கட்டமைப்பை வழிக்குக் கொண்டுவர வேண்டும். இது ஏன் எனக்கு முன்னமே தெரியாமல் போனது என்பது விளங்கவில்லை. வரைபடம் பொய்யல்ல, வீடுதான் பொய்.

•

33

விரிந்துகொண்டே செல்லும் வட்டங்களில் துளையிடும் இயந்திரத்தின் ரீங்காரத்துடன் நான் வெளிப்புறம் நோக்கிச் சென்றபடி இருக்கும்போது வீடு வெளிச்சமாக இருக்கிறது. விளக்குகளை அணைத்துவிட்டிருக்கிறேன். இப்பொழுது நிலவறையிலிருந்து வரும் வெளிச்சம் தரைப்பலகைகளின் இடைவெளிகள் வழியாக மட்டுமன்றி, நான் ஏற்படுத்தியிருக்கும் துளைகள் வழியாகவும் வருகிறது.

வெண்ணையை வெட்டும் கத்திபோல அந்த இயந்திரம் என் நூல்கள் மற்றும் கோப்புகளின் வழியாக ஊடுருவி, அவற்றைப் புகையும்படி விட்டுச் செல்கிறது. சிறிய பொருட்களைச் சமையலறை நீர்த்தொட்டிமீது வைத்து அவற்றில் துளையிடுகிறேன். பின்னர் அவற்றை முன்பு இருந்த இடத்திலேயே ஒன்றன்மீது ஒன்றாக அடுக்கி வைக்கிறேன். நிலவறையிலிருந்து வரும் வெளிச்சம் துப்பாக்கிக் குண்டு துளைத்துச் செல்வதுபோல அந்தப் பொருட்களின் வழியே மேல்நோக்கி வரும்படி அமைக்கிறேன்.

மேலே பார்க்கிறேன். நான் காலையில் பார்த்த வடிவத்தின் பிரதிபலிப்பாய்ப் புள்ளிகள் இட்டதாய் இருக்கிறது அடிக்கூரை. இன்னும் முழுமையாக ஒத்துப்போகவில்லை. ஆனால் அத்தகைய முழுமையை நோக்கிப் போய்க்கொண்டிருக்கிறது. தரையில் இருக்கும் துளைகளைப் பார்த்தபடி அங்குமிங்கும் நடக்கிறேன். கீழிருந்து வரும் வெளிச்சம் நிலவறைவரை பார்க்க முடியாமல் செய்கிறது.

இன்னும் ஒரு அடுக்கு தேவை. பாக்கெட்டிலிருந்து போஸ்ட்-இட் காகிதத் துண்டை எடுத்துப் பார்க்கிறேன். மூன்றாவது கட்டம்: வலுவிழக்கவில்லை, வலுவடைந்திருக்கிறது. அதற்கு நான் கீழே போக வேண்டும்.

அந்த அலமாரிக் கதவைத் திறக்க இனி சிரமப்பட வேண்டியதில்லை என்பது போல அதன் கைப்பிடி சத்தமின்றி அசைகிறது; கதவு எளிதில் திறந்துகொள்கிறது. கீழிருந்து

வரும் ஒளியில் படிக்கட்டு வெளிச்சமாக இருக்கிறது. நான் தெளிவுடனும், தயக்கமின்றியும் அடி எடுத்து வைத்துக் கீழே செல்கிறேன். மேலே இட்ட துளைகளின் விளைவாக இங்கே தரையெங்கும் பனிபோலப் படர்ந்திருக்கிறது மரத்தூள். நான் இப்போது திறந்துவைத்திருக்கும் கதவு வழியாக வெளிக்காற்று இங்கு நுழைகிறது; ஓடுகள் பதித்த தரையில் மரத்தூள்கள் சன்னமாக எழும்பிச் சுழல்கின்றன.

அறையின் மையத்தில், தன்னுடைய மேசைக்கருகில், உடைந்த கண்ணாடிச் சில்லுகளை எங்கள் நாட்டின் உலகளாவிய வரைபடத்தின்மீது சுத்தியலால் அடித்துப் பொருத்தியபடி நின்றிருக்கிறாள் என் சகோதரி. மிகக் கூர்மையான கண்ணாடித் துண்டொன்றை, காகிதத்தின் வழியாக அடியிலிருக்கும் பலகையின்மீது பதியும்படி வைத்துத் தட்டுவதைப் பார்த்துக்கொண்டு நிற்கிறேன். பின்பு அவ்வளவாகக் கூர்மையில்லாத துண்டுகளை எடுத்து அவை வெளிச்சத்தில் மிளிரும்படி காகிதத்தின்மீது வைக்கிறாள்.

அவளை நோக்கி நகர்ந்து, மரத்தூள் சுழியின் மையத்தை, அதன் சலனமற்ற புள்ளியை வந்தடைகிறேன். அது அவள் வேலை செய்து கொண்டிருக்கும் மேசைக்கு அருகில் இருக்கிறது. காகிதத்தில் கண்ணாடிச் சில்லுகளுக்கும் கொடிகளுக்கும் இடையே, எங்கள் நாட்டின் காடுகளின்மீதும் வயல்களின் மீதும் அவள் வண்ணங்களைத் தீட்டுவதைப் பார்க்கிறேன். எங்கெல்லாம் நகரங்கள் இருக்கின்றனவோ அங்கெல்லாம் பெயிண்ட்டைக் காகிதத்திலிருந்து சுழற்றி மேலே எடுத்துவிடுகிறாள். அவளுக்கு எதிர்ப்புறம் நின்றுகொண்டு அவளுடைய கைகளின் அசைவை என்னுடைய கைகள் அசைவதுபோலப் பார்க்கிறேன். அவள் விரல் நுனியில் கண்ணாடி கீறி, கசியும் இரத்தம் சாலைகளின்மீது அங்கங்கே படியும்போது ஏற்படும் வலியை என்னால் உணர முடிகிறது.

ஏதோ உராயும் ஓசை மட்டும் கேட்கவில்லையெனில் நான் சரிந்து அந்த ஓவியத்திற்குள் சென்றுவிடுவேன். அவள் எங்கள் வீட்டிற்கென உருவாக்கிக்கொண்டிருக்கும் அந்த நாட்டிற்குள் புகுந்துவிடுவேன். அவள் விரல்களின் வழியாக அந்தச் சாலைகளுக்கும், கிராமங்களுக்கும் சென்றுவிடுவேன் – நகரச் சதுக்கங்களையும், பலகைகளால் அடைத்து மூடப்பட்டிருக்கும் சன்னல்களையும், பதின்வயது வீரர்கள் கதவுகளை உதைத்துத் திறப்பதையும் மீண்டும் பார்ப்பேன். ஆனால், உராய்வின் ஓசை என்னைத் தடுத்து வைத்திருக்கிறது. அதைப்பற்றிக் கவனிக்கவே நான் கீழே வந்திருக்கிறேன்.

அது அவளுடைய மேசைக்கு அடியிலிருந்து வருகிறது. குனிந்து அங்கிருக்கும் நிழல்களினூடாகப் பார்க்கிறேன். நான் வரைந்த நிலவறையின் வரைபடம் சுருட்டப்பட்டு இருக்கிறது. அதன் நுனி தரையின் ஓடுகளில் உரசியபடி. சுழித்தபடி இருக்கும் மரத்துகள்களின் ஊடே கையை நீட்டி அதைப் பற்றுகிறேன். நான் அங்கு இல்லாததுபோல அவள் தலைகுனிந்து வேலையில் ஆழ்ந்திருக்கிறாள். தூசு என் காலணிகளின்மீது நீர்போலப் பாய்ந்து விழுகிறது.

அவள் வரைந்துகொண்டே என்னை நோக்கிச் சாய்கிறாள். குனிந்த தலை இப்போது என் தலைக்கு அருகில் இருக்கிறது. தீக்குச்சியால் ஒரு சாலைக்கு அருகில் இருக்கும் புள்ளிக்கு வண்ணம் தீட்டுகிறாள். கிராமப்புற விவசாய நிலம் அது. திரும்பத்திரும்ப அந்தப் புள்ளியிலேயே, காகிதம் நைந்துபோகும்வரை வண்ணம் தீட்டுகிறாள். அவளுடைய கூந்தல் தலைக்குப் பின்புறமாய் இழுத்துக் கட்டப்பட்டிருக்கிறது. அவள் கண்களை மூடுவதைப் பார்க்கிறேன். காதுகளில் என்னுடைய ஒலியடைப்பான்களைப் பொருத்தியிருக்கிறாள்.

●

33.5

அமைதியாக ஓவியம் தீட்டியபடியே, மேற்கொண்டு எப்படிச் செல்வது என்று அந்தச் சகோதரி யோசிக்கிறாள். புதிய கூறுகள் புதிய சாத்தியங்களைத் திறக்கக்கூடும் என்ற எண்ணத்தில் அந்த வரைபடத்தை அவள் பல்வேறு நிறுவனங்களுக்கும் அரசுசாரா அமைப்புகளுக்கும் எடுத்துச் சென்றாள். அங்கிருந்த அலுவலர்கள் இவளிடம் அனுதாபத்துடன் நடந்துகொண்டார்கள் – ஆனால் இந்தப் புதிய வரைபடத்தால் எந்தப் புதிய சாத்தியங்களும் உருவாகப்போவதில்லை என்பதை அறிந்தவர்களாய்; இவள் தன் காதலியையும் அவளுடைய குழந்தையையும் காண்பதன் சாத்தியம் பூஜ்ஜியத்தை நெருங்குவதை அறிந்தவர்களாய். பூஜ்ஜியத்தை நெருங்கிக்கொண்டிருக்கிறது, ஆனால் எட்டிவிடவில்லை. அவளுக்கு நெருக்கமானவர்களைப் பற்றி ஏதேனும் தகவல் கிடைத்தால் அவளுக்குத் தெரிவிக்கப்படும், என்றார்கள்.

கண்களை மூடியபடி ஓவியம் தீட்ட முயல்கிறாள். பயன்படுத்திக்கொண்டிருந்த தீக்குச்சியைக் கீழே போட்டு விட்டு வண்ணப் பசைகளை ட்யூபிலிருந்து முகர்ந்தும், விரல்களுக்கிடையில் உணர்ந்தும் கண்டறிய முயல்கிறாள். கருப்புப் பசையின் அடர்த்தி, சிவப்பின் கார வாசனை, கருநீலத்திற்கே உரிய பசபசப்பு. குறிப்பிட்ட திடத்தன்மை வரும்வரை அவற்றைத் தன் விரல்களுக்கு இடையே கலந்து, குறிப்பான அழுத்தத்துடனும் ஓசையுடனும் காகிதத்தின்மீது பூசுகிறாள்.

அதன் மெல்லிய தன்மையைக் கொண்டே வெள்ளைப் பெயிண்ட் இருக்கும் தகரக்குவளையை அறிந்து, அதை உதட்டில் பூசிக்கொள்ளவும், அந்த வெண்மை தன் பற்களின்மீதும் தொண்டையிலும் படர்வதை உணரவும், அதைக் குடித்துத்

தன்னுள் இருக்கும் வெறுமைக்கு உகந்த இன்னொரு வெறுமையைத் தனக்குள் அது நிறைப்பதை உணரவும் விரும்புகிறாள். அதன் பின் அவள் காற்றைப் பேசுவாள், நிறங்களின், சொற்களின் இன்மையைப் பேசுவாள், இழப்பு என்பதே அவள் நாக்கின்மீது பூச்சாகப் படர்ந்திருக்கும்; அந்தப் பேச்சைக் கேட்பதே சீரழிவை உண்டாக்கும்.

ஆனால் அப்படிச் செய்வதால் அவளுக்கு என்ன பயன்? குவளையைக் கீழே வைத்துவிட்டுக் கண்களைத் திறந்து பார்க்கிறாள்.

●

33.75

நிலவறை வரைபடத்தின் வரைவுப் பிரதியை நான் முதல் வரைபடத்தின் அடியில் செருகும்போது, தலைக்கச்சு விளக்கின் ஒளியில் அது வெளிச்சமடைகிறது. இரண்டு வரைபடங்களையும் தொடக்கப்புள்ளியில் இணையும்படி வைத்து, புதிய ஆணி ஒன்றைத் துளையில் பொருத்துகிறேன். சுருட்டி வைக்கப்பட்டிருந்ததால் அந்த அழுத்தத்தில் அவை இரண்டும் ஒன்றாக மேலெழும்புகின்றன. அளவுகோலை வைத்து அவற்றைச் சமன் செய்கிறேன்.

இன்னும் நெருக்கமாகப் பார்ப்பதற்காக, கண்ணாடியையும் விளக்கையும் அணிந்துகொள்கிறேன். முதல் வரைபடத்தில் குறித்திருக்கும் ஊசித் துளைகளின் வழியாக அடியிலுள்ள நிலவறை வரைபடத்தின் பரப்பில் இருக்கும் ஏற்றத்தாழ்வுகளைப் பார்க்க முடிகிறது இப்போது. நானே உத்தேசித்திருந்தால்கூட இதைவிட நல்ல தீர்வைச் செயல்படுத்தியிருக்க முடியாது. இன்மைகள் நிறைந்த என் முதல் வரைபடம். அதன் துளைகள் வழியே தெரியும், அதில் வரையப்பட்டிராத மற்றொன்று. இதன் காரணமாக அது இன்னும் துல்லியமானதாய், சிக்கலானதொரு பரப்பை இன்னும் தெளிவாகக் காட்டுவதாய் ஆகியிருக்கிறது. வலுவிழக்கவில்லை. மாறாக, வலுவடைந்திருக்கிறது.

அந்த நிறுவனத்தில் பணிபுரிபவர்களுக்கு இது புரியாது. இதற்கு நீங்கள் ஒரு செயல்முறையைப் பின்பற்றிச் சென்றிருக்க வேண்டும். பல நிலைகளினால் ஆன ஒரு கட்டமைப்பு வரைபடவியல்ரீதியாக அளிக்கும் சவாலை எதிர்கொண்டிருக்க வேண்டும். அப்போதுதான் இதுபோன்ற ஒரு தீர்வு சாத்தியமானதாகத் தோன்றும். அவர்கள் அத்தகைய சவால்களை எதிர்கொண்டதே கிடையாது; திடமான நிலப்பரப்புகளை மட்டுமே வரைந்திருக்கிறார்கள். கணிதவியலாளரின் கணினியில் இருந்த கோப்புகளைப் பார்த்ததுமே இது எனக்குப் புரிந்துவிட்டது. சுவாரசியமற்ற

முறையில் அவர்கள் உலகளாவிய வரைபடத்தை உண்டாக்கிக் கொண்டிருந்த விதத்திலிருந்தே புரிந்துவிட்டது.

போஸ்ட் – இட் காகிதத் துண்டை பாக்கெட்டிலிருந்து எடுத்து அதன்மீது தலைக்கச்சு விளக்கின் ஒளியைப் பாய்ச்சுகிறேன். நான்கில் மூன்று கட்டங்கள் முடிந்துவிட்டன. ஆனால் என்னுடைய முதல் கட்டம் அங்கே நிறுவனத்திலிருப்பவர்களால் அழிக்கப்படுவதற்குமுன் நான் வேகமாகச் செயல்பட வேண்டும். அவர்களும் என்னைப்போல் இரவெல்லாம் விழித்திருந்து வேலை செய்வார்கள். வரைபடத்தை முன்பிருந்ததுபோல் மாற்ற முயல்வார்கள். ஆனால் எங்கிருந்து தொடங்குவது என்று அவர்களுக்குத் தெரியாது. அந்தக் கணிதவியலாளர் அதை இன்னும் யூகித்திராதது ஆச்சரியம்தான்.

33.875

தன் நாட்டின் வரைபடத்தின்மீது தான் தீட்டிக் கொண்டிருக்கும் ஓவியத்தை அந்தச் சகோதரி பார்க்கிறாள். நினைத்ததைவிடக் கடினமாய் ஆகிக்கொண்டிருக்கிறது இது என்று அவளுக்குத் தோன்றுகிறது. அழுத்தமின்றி மென்மையாய் வண்ணங்களைத் தீட்டிப் பார்க்கிறாள். அப்படிச் செய்வது உதவுமோ என்ற நம்பிக்கையில். வரைபடத்தின் ஆழங்கள் தன்னை உள்ளிழுத்துவிடாமல் இருக்க அவற்றைத் தவிர்த்துச் சுற்றிச் செல்கிறாள். வண்ணப்பசையை நீர்க்கச் செய்து, பல அடுக்குகளில் வண்ணங்களைத் தீட்டுகிறாள்.

விடாமுயற்சியால் மட்டுமே சிக்கலான ஒரு வடிவத்தைத் தீட்டிவிட முடியும் என்ற நம்பிக்கையில் செயல்படுவதுபோல, சிறுசிறு திருத்தங்களோடு வடிவங்களை மீண்டும் மீண்டும் வரைகிறாள். நிறங்களைச் சில இடங்களில் அழுத்தமாகவும் சில இடங்களில் லேசாகவும் தீட்டுகிறாள். மேலும் ஓவியத்தில் இடம்பெற வேண்டிய விஷயங்களைத் திட்டமிட்டும், ஒருவித வரைபடவியல் சாயலிலும் சேர்க்கிறாள்.

•

34

நான் முன் கதவின் கண்ணாடித்துளை வழியாக வெளி இருட்டைப் பார்த்துக்கொண்டிருக்கும்போது எனக்குப் பின்னால் வீடு வெளிச்சமாக இருக்கிறது. எனக்குள்ளிருந்து ஏதோவொரு அழுத்தம் உடலுறுப்புகளையும் சருமத்தையும் உந்தித் தள்ளுகிறது. என்னால் வெடித்துச் சிதற முடியுமென்றும், என்னால் எல்லாவற்றையும் செய்துமுடிக்க இயலுமென்றும், எல்லாவற்றையும் ஒரேநேரத்தில் செய்து முடிக்கவேண்டும் என்றும் தோன்றுகிறது. எல்லாத் திசைகளிலும், எல்லா அளவைகளிலும். வரைபடத்தை முடிப்பதற்குமுன் வீட்டைக் கவனிக்கத் தொடங்கியிருக்கிறேன்; வீட்டைக் கவனித்து முடிக்கும் முன் வரைபடத்தில் கவனம் செலுத்த வேண்டி யிருக்கும். ஆனால் எல்லாம் ஒன்றாக இணைந்து வந்து கொண்டிருக்கின்றன. வரைபடம் உருவாக்குவது எவ்வளவு கடினமானது என்பதைச் சொல்லும் இந்த வரைபடம். முயற்சி என்பதற்கான வரைபடமே இது.

எனக்கு நேரம் அதிகமில்லை. உலகளாவிய வரைபடத்தில் திடீர் மாற்றங்கள் ஏற்பட்டுள்ளன என்பதை என் சகபணியாளர்கள் கண்டுகொள்வதற்கு முன் எனக்கு ஒரு சிறிய கால இடைவெளி இருக்கிறது. என்ன நடந்தது, ஏன், அந்த மாற்றங்கள் எங்கு கொண்டுசெல்கின்றன என்பதை அறிந்துகொள்ள அவர்கள் சில சோதனைகளை மேற்கொள்ள வேண்டியிருக்கும். அவர்கள் அதுவரை வர முடிந்தால்தான் பின்பு தரவுகளைச் சரிசெய்து, கணக்குகளைச் சரிபார்த்து, இடைவெளிகள் ஏதும் இல்லை என்பதை அவர்களால் உறுதிசெய்ய இயலும். 'இயல்புநிலை' என்ற இடத்தை மீண்டும் அடைவது அவ்வளவு கடினமான காரியம்.

அதற்குப் பல நாட்கள் எடுக்கும், வாரங்கள்கூட ஆகலாம். ஆனால் அது அவர்களுடைய பிரச்சினை. எல்லாவற்றையும் மீண்டும் பழையநிலைக்கு மாற்ற விரும்புவதால் வரும் பிரச்சினை. குறிப்புப்புள்ளியாக எதைக் கொள்வது என்பது காரணகாரியமின்றி மேற்கொள்ளப்படும் தீர்மானம். ஒரு

குறிப்புப்புள்ளிக்கும் இன்னொன்றிற்கும் பண்பின் அளவில் எந்த வித்தியாசமும் இல்லை. எல்லா வரைபடத்திற்கும் தொடக்கப்புள்ளி ஒன்று தேவைப்படுகிறது. நிலப்பரப்பில் அமைந்திருக்கும் க்ரிட் கட்டங்கள் அந்தப் புள்ளியைச் சுற்றித்தான் அமைகின்றன. கோட்பாட்டளவில் அதிலிருந்துதான் அளவுகள் எடுக்கப்படுகின்றன. அது எதையும் தாங்கும் நிலையான புள்ளியாய், சற்றும் எதிர்பாராத மிக மோசமான நிகழ்வுகளைத் தவிர மற்றவற்றைத் தாங்கும் திறனுடையதாய் இருக்க வேண்டும். பாராளுமன்றத்தின்மீது பறக்கும் கொடி என்ற வலுவற்ற ஒன்றை ஏன் மையமாகக் குறிக்கத் தீர்மானித்தார்களோ தெரியவில்லை. நான் குறித்திருப்பது அதைவிடப் பாதுகாப்பான இடம். என்னுடைய தொடக்கப் புள்ளியுடன் இசைந்தது. யாராலும் சந்தேகிக்க முடியாத, அரசியல் சாய்வற்ற, வரைபடவியல் அறிவு கொண்ட ஒருவரால் பாதுகாக்கப்படும் இடம்.

என்னுடைய செயல்பாடு சுயநலமானதல்ல. நானே அறியாமல் எனக்குச் சாதகமாக அமைந்துவிட்ட ஒன்று. அதன் காரணமாகத்தான் என்னால் எல்லாவற்றையும் இணைக்க முடிந்திருக்கிறது என்பது உண்மை. என்னுடைய வரைபடம், இந்த நாட்டிற்கான உலகளாவிய வரைபடம் இரண்டும் ஒரே மையப்புள்ளியில் சுழன்றபடி. அவற்றின் அளவுகோல்களில் மட்டுமே வேற்றுமை – எனினும், ஒன்றிற்கொன்று வலுவூட்டியபடி.

ஆனால் இது நீடிக்காது என்று எனக்கு நானே நினைவூட்டிக் கொள்கிறேன். நான் இங்கு நின்று தெருவை வெறித்துக்கொண்டிருக்கும் இதே நேரத்தில் அவர்கள் இதையெல்லாம் மாற்றியமைத்துக்கொண்டிருக்கிறார்கள். என்னால் எல்லாவற்றையும் தக்கவைத்துக்கொள்ள முடியாது என்று தெரியும். ஆனால் தரவுகள் என்வசம் இருக்கும்போதே சில முன்னேற்றங்களைக் காணவேண்டும் என்று நினைக்கிறேன். எனக்கு இருக்கும் குறைந்த அவகாசத்திற்கு இது மிகவும் சிக்கலான பணி. வேகம் உதவாது. இயற்பியல் அதிசயம் ஏதாவது நிகழ வேண்டும். ஏதோ ஒரு தொடர்ச்சி தென்பட வேண்டும். எதிர்பாராத திசையிலிருந்து திடீர்த் தீர்வு ஏதேனும் கிடைக்க வேண்டும். நான் இதில் வெற்றியடையாமல் போவதற்கு வாய்ப்புக்கள் அதிகம். ஆனால் அது இனி முக்கியமல்ல.

நான் எவ்வளவு முயன்றாலும் இதுவரைதான் போக முடியும் என்ற புள்ளியைச் சென்றடையும்போது அதை நான் உணர்ந்துகொள்ள இயல வேண்டும்.

●

34.5

சகோதரி தன் விரல்களை அந்தக் காகிதத்தின்மீது ஓட்டிச் செல்கிறாள். வரைபடத்திலிருக்கும் ஏற்றங்களின்மீது ஏறி, அதிலிருக்கும் கொடிகளைச் சுற்றிவருகிறாள். அங்கிருக்கும் கண்ணாடி, இரத்தம் ஆகியவைபற்றிய கவனத்துடன் செயல் படுகிறாள். நகங்களைக் கொண்டும் வண்ணம் தீட்டுகிறாள். பின் விரல்மூட்டுகளைக்கொண்டு, நீண்ட வளைவில் வண்ணம் தீட்டுகிறாள். அதன்பின், உள்ளங்கையை அப்படியே வண்ணக் குமிழ் ஒன்றின்மீது வைத்துக் காகிதத்தின்மீது வண்ணத் தெறிப்பாய் ஆக்கி நிறுத்துகிறாள். கொஞ்சம் பின்னுக்குச் சென்று, தலையைச் சாய்த்து, மூச்சை நிலைப்படுத்துகிறாள். செயல்பாடு திருப்திகரம்தான், ஆனால் விளைவு ஏமாற்றமளிக்கிறது.

•

34.75

கதவின் பூதக்கண்ணாடித் துளை வழியாக வெளியே பார்க்கும்போது காவல்துறை வண்டி ஒன்று செல்வது சிதைந்த வடிவமாகத் தெரிகிறது. கைவிரல்களை மடித்துக் கொள்கிறேன். எப்போது சுயநிலை இழப்பேன் என்று காத்துக் கொண்டிருக்கிறார்கள். ஆனால் நான் எங்கு இருக்கிறேன் என்றும் அடுத்து என்ன செய்ய வேண்டும் என்றும் எனக்குத் தெரியும். திரும்பி நின்று தாழ்வாரத்தைச் சுற்றியிருக்கும் சமதளத்தை நோக்குகிறேன்.

ஒழுங்கற்ற இந்தக் குறுகலான சுவர்கள், எளிதில் உடையக்கூடிய இந்தக் கட்டமைப்புகள் தம்மில் ஏதோ அர்த்தமிருப்பதுபோல என்னை ஏமாற்ற முயல்கின்றன. செய்முறையில் நேர்த்தியைக் காட்டுவதற்காக வேண்டுமானால் இவற்றைக் கணக்கில் எடுத்துக்கொள்ளலாம். ஆனால் உண்மையில் இவை இந்த இடத்தை வெறும் சிறு அறைகளாகப் பிரிப்பதைத் தவிர வேறொன்றும் செய்யவில்லை. அதுமட்டு மல்ல, புரிதலுக்கும் தடையாய் இருக்கின்றன; மறைக்கின்றன; துரோகம் செய்கின்றன. நிலவறையை நினைத்துப் பாருங்கள்.

அடுத்து நான்காவது கட்டம்: தேவைக்கேற்பக் கட்டவிழ்.

•

இழப்பின் வரைபடம்

34.875

சகோதரி தன் நாட்டின் உலகளாவிய வரைபடத்தைப் பார்க்கிறாள். உண்மையில் அதன்மீது அவள் வரைந்து கொண்டிருக்கும் ஓவியத்தைத்தான் பார்க்கிறாள். அவள் வரைவதற்கு அடியில் வரைபடத்தின் வடிவம் மறைந்து போய்க்கொண்டிருக்கிறது.

அவள் தீற்றியிருக்கும் வண்ணங்களுக்கு அடியில், அவற்றின் நெளிவுசுளிவுகளுக்கு அடியில் அவளுடைய நாடு இருக்கிறது. இனி இல்லாத ஒரு நாடு. தன் காதலி கடைசியாக வைக்கப்பட்டிருந்த இடத்தைக் குறிக்க இவள் குத்தி வைத்திருந்த ஊசிமீது கைவைத்துச் சுழற்றி அந்தத் துளையை இன்னும் பெரியதாக்குகிறாள். அந்த இடத்தில் பொருத்த வெறோன்று தேவைப்படுகிறது அவளுக்கு. கவனத்தை எளிதில் ஈர்க்கக்கூடிய ஒன்று. எல்லாக் கண்ணோட்டத்தையும் இன்மை என்ற சுழலுக்குள் இழுத்துச் செல்லக்கூடிய ஒரு பொருள். உலகையும், உலகம் மறக்க முயன்றுகொண்டிருக்கும் ஒன்றையும் இணைக்கும் ஏதோ ஒன்று.

மேலே பார்க்கிறாள்.

•

35

நிலவறையைப் பற்றி நினைத்தவாறு, எனக்குத் தெரியாத அறைகள் வேறென்னவெல்லாம் இருக்கக் கூடும் என்று இரவு முழுவதும் நான் வீடு முழுக்கத் தேடும்போது, வீடு வெளிச்சமாக இருக்கிறது. கதவுகள், சுவர்கள் என்று எல்லாப் பரப்புகளையும் கவனமாகப் பரிசோதிக்கிறேன். அவற்றில் விரிசல்களோ, வேறு மாற்றங்களோ இருக்கின்றனவா என்று கவனமாகப் பார்க்கிறேன். சமையலறையில் இழுப்பறை களைத் திறந்து அவற்றின் நீளமும் மேற்பரப்பின் நீளமும் ஒத்திருக்கின்றனவா என்று சரிபார்க்கிறேன். என் விரல் கணுக்களில் இரத்தம் வரும்வரை, அலமாரியின் உட்சுவர்களைத் தட்டிப் பரிசோதிக்கிறேன்.

இவை எல்லாமும் பிரித்தெடுக்கப்பட வேண்டியவை.

முதலில் சிறு கருவிகளை வைத்தே வேலையைத் தொடங்குகிறேன். தேக்கரண்டிகளை வைத்து மரைகளைக் கழற்றுகிறேன். சிறு முடிகளைப் பிடுங்கும் சாதனத்தால் ஆணிகளை உருவுகிறேன். ஆனால் இதற்கெல்லாம் நேரமெடுக் கிறது. தவிர, இதையெல்லாம் செய்தும் ஒட்டுமொத்தக் கட்டமைப்பு நிலைகுலையாமல் இருக்கிறது. இது போதாது.

எனக்குக் கோடாலியும், சுத்தியலும், சுழலும் ரம்பமும் தேவைப்படும்.

35.5

தன் சகோதரி முன்கதவைத் தடாலென்று சாத்துவது இவளுக்குக் கேட்கிறது. நிலவறைப் படிகளில் ஏறிச் சென்று பார்க்கிறாள். சமையலறை அலமாரிகள் எல்லாம் கழற்றப் பட்டிருக்கின்றன. அலமாரிகள், அவற்றின் இழுப்பறைகள் ஆகியவற்றிலிருந்து வெளியில் எடுக்கப்பட்ட பொருட்கள் அத்தனையும் வரைபட அறையின் தரையில் காலைநேர ஒளியில் வரிசையாக வைக்கப்பட்டுள்ளன. துளையிடும் இயந்திரம் ஒன்றும், கம்பிச்சுருள் பந்தும் இருக்கின்றன.

சகோதரி வரைபடப் பலகையின்கீழ் படுத்து, மேலே பார்க்கிறாள். தொடக்கப்புள்ளியைக் குறிக்கப் பொருத்தப்பட்ட ஆணி ஒரு கோணத்தில் வெளியில் நீட்டியிருக்கிறது. கம்பியின் ஒரு நுனியை அந்த ஆணியில் கட்டுகிறாள். பந்தைக் கட்டவிழ்த்து தரைக்குச் சற்று மேலே நிற்குமாறும், கடிகாரப் பெண்டுலத்தின் ஆரம்போல தொடக்கப்புள்ளியிலிருந்து தொங்குமாறும் செய்கிறாள். அது ஆடி நின்றதும் அதற்கு நேர்கீழே தரையில் இருக்கும் புள்ளியை மையம் என்று குறித்துக்கொண்டு அருகில் கிடக்கும் துளைப்பான் இயந்திரத்தை எடுத்துத் துளையிடுகிறாள். ஆணியில் கட்டியிருந்த கம்பியை அவிழ்த்து, துளையில் விரலை நுழைத்து, அதன் வழியாக கம்பியின் நுனியைக் கொடுத்து வாங்குகிறாள்.

மீண்டும் நிலவறைக்கு வந்ததும் மேசைமீது சாய்ந்து, கையை மேலே உயர்த்தினால் கம்பியைப் பிடித்துவிடலாம். பின்னர் அதைத் துளை வழியாக இழுத்ததும், மேலே சுருள் பந்து குதித்துக்குதித்துச் சிறிதாவதை உணர முடிகிறது. கம்பி இவளுடைய மேசைமீது சிடுக்காக விழுகிறது. பிறகு இவளுடைய பிடியில் நேர்ப்படுகிறது. அவளுடைய விரல்களிலிருந்து மேலே வரைபடப் பலகையின் அடிப்பகுதிவரை ஒரே நேர்கோட்டில் கம்பி. அதன் கீழ்நுனிவரை தன் கைகளால் தடவியபடி வந்து நுனியில் கனத்திற்காகப் பசைப்பந்து ஒன்றைப் பொருத்தி பெண்டுலம்போல ஆக்குகிறாள். மேலே உள்ள தொடக்கப்புள்ளிக்கு நேர்கீழே இந்தக் கீழ்

196 லாரா ஃபேர்கஸ்

வரைபடத்திற்கான புள்ளி. மேசையை நகர்த்துகிறாள். இப்போது, தரையில் இவள் பொருத்திய ஊசி இருக்கும் புள்ளிக்கு மேலே ஊசலாடுகிறது பெண்டுலம். அந்தப்புள்ளியில் இவள் கொடி போன்ற ஒன்றைப் பொருத்தியிருக்கிறாள். காதலி கடைசியாக வைக்கப்பட்டிருந்த இடத்தை வரைபடத்தில் குறிக்கும் புள்ளி அது. பிறகு கம்பியை இழுத்து அந்த ஊசியுடன் இணைத்து மீதத்தைக் கத்தரித்துவிடுகிறாள்.

குறுவட்டுக் கருவியை முடுக்கி அதிகபட்ச சத்தத்தில் இசைக்க விடுகிறாள், அது கம்பியை அதிரச் செய்யும்படி.

●

இழப்பின் வரைபடம்

36

நான் திரும்பும்போது வீடு இசையின் பிடியில் துடித்து அதிர்ந்துகொண்டிருக்கிறது. இசை அந்தக் கட்டிடத்தின் எல்லா இடங்களிலிருந்தும் வெளிப்புறம் நோக்கிப் பிதுங்கி வருகிறது. அது என்னை வீட்டை நோக்கி வரும் நடைபாதையிலிருந்து, அடர்ந்து வளர்ந்திருக்கும் தோட்டத்தை நோக்கி, பக்கவாட்டில் நகரும்படி தள்ளுகிறது. வேலியின் இரும்புக் கிராதியின்மீது சாய்ந்து, கருவிப் பெட்டியை நெஞ்சில் அழுத்திப் பிடித்தபடி, களைகளால் நெறிக்கப்பட்டுச் சிதறியிருக்கும் பூக்களின் நடுவில் மெதுவாக நகர்ந்து செல்கிறேன்.

வரைபட அறையின் சன்னலிலிருந்து ஆறு புள்ளி நான்கு மீட்டர் தூரத்தில் இருக்கிறேன். சன்னல் திரைப்பட்டைகள் நான் காலையில் விட்டுச் சென்றது போலவே திறந்திருக்கின்றன. அவற்றின் வழியே காலைக் கதிரவனின் ஒளி அறையை வெளிச்சமாக்கியிருக்கிறது. அறையின் காற்று இசையால் புண்பட்டிருக்கிறது. உள்ளே என் சகோதரி நகர்வதுபோலத் தெரிகிறது. நிமிர்ந்தெழுந்து, முன்னே உந்திச் சென்று, சன்னல் கட்டையில் கருவிப் பெட்டியை வைக்கிறேன். முன்பக்கம் சாய்ந்து கைகளைக் கண்ணருகில் குவித்து சரியாகப் பார்க்க முயல்கிறேன். அவள் போய்விட்டாள். ஆனால் பொருட்களின் அமைப்பு மாறியிருக்கிறது.

கருவிப் பெட்டியை மீண்டும் கையிலெடுத்துக்கொண்டு, அதன் முழு கனத்தையும் என் மார்போடு அணைத்துப் பிடித்தபடி நடக்கிறேன். இசை என்னைப் பின்னோக்கித் தள்ளுகிறது. வாசலை அடைந்து துவாரத்தில் சாவியை நுழைத்துத் திருப்புகிறேன். பூட்டு திறக்கும் ஓசை கேட்கிறது. பெட்டியை முற்றத்திலிருந்து தாழ்வாரத்திற்குள் தள்ளி, என் முழு வலுவையும் பயன்படுத்தி அதை வரைபட அறையை நோக்கித் நகர்த்துகிறேன். தரையில் தவழ்ந்தபடியே, என் சகோதரி செய்திருக்கும் மாற்றங்களைப் பார்வையிடுகிறேன். துளைக்கும் கருவி நகர்த்தப்பட்டிருக்கிறது. கம்பிச் சுருள்

பந்தைக் காணோம். மாறாக, ஒரே ஒரு மெல்லிய கம்பி மட்டும் தொடக்கப் புள்ளியின் அடிப்பகுதியிலிருந்து கீழே நிலவறையை நோக்கிச் செங்குத்தாகச் சென்றுகொண்டிருக்கிறது.

இந்த மாற்றங்கள் என்னைப் பாதிக்கவில்லை. அவள் செய்திருப்பது சரிதான் என்று தோன்றுகிறது. வாயிற்கதவை உதைத்துச் சாத்துகிறேன்.

நான் வீட்டிற்கு உள்ளே வந்த பிறகு இசை என்னைத் தள்ளவில்லை, இழுக்கிறது; என்னை எழுந்து நிற்கவைத்து வரைபட அறையை நோக்கி இழுத்துச் செல்கிறது. அங்கே இடிந்து வரவேண்டிய பகுதிகளை இசை உலுக்கி அசைத்துக்கொண்டிருப்பதைக் காண்கிறேன். உள்சுவர் ஒன்றில் என் விரல்களை வைத்து, இசை உதித்து வரும் மையம் நோக்கி நகர்த்திச் செல்கிறேன். பின்புறச் சுவரின் நடுப்பகுதியிலிருந்து வருகிறது அது. நான் தொட்டவுடன் சிலிர்த்து நடுங்குகிறது.

இசை மெதுவாகத் தொடங்கிப் பின் உத்தரங்களை அடையும்போது முழு வீச்சில் ஒரு இசைக்குழுவின் முழுப் பங்களிப்புடன் எழுவதுபோல் அதிர்கிறது. இந்தப் புள்ளியைக் கண்டடைய எனக்கு ஏன் இத்தனை நாட்கள் ஆயிற்று என்று புரியவில்லை. என்னிடமிருந்து ஏன் இத்தனை முயற்சியை அது கோரியிருக்கிறது? ஆனால், இப்போது இசை தன் போக்கில் போய்க்கொண்டிருக்கிறது. வீட்டின் அடிப்பகுதியில் பரவி, என் பாதங்களிலிலும் கால்களிலும் உள்ள எலும்புகளுக்குள் ஊடுருவுகிறது. ஒரு உச்சநிலைபோல என்னுள் பொங்கிப் பெருகுகிறது.

கருவிப் பெட்டியிலிருந்து கோடாலியை எடுத்து, முதலில் பின்புறச் சுவரை வெட்டிச் சாய்க்கிறேன். இந்தச் செய்கை, இதன் விளைவு இரண்டிலும் ஆனந்தமும் துயரமும் கலந்தே இருக்கின்றன. உடைந்து திறந்த சுவரின் உட்புறம் அற்புதமானதாய் இருக்கிறது. சகல நிறங்களிலும் மின்கம்பிகளும் எதற்கென்று விளங்காத சாம்பல்நிறக் குழாய்களும் நரம்புகள்போல ஒரு கோடியிலிருந்து இன்னொரு கோடிவரை – ஒரு நரம்பிசைக் கருவியைப் போல வீட்டை இழுத்துப் பிணைத்தபடி. எல்லாவற்றையும் பிடுங்கி வெளியிலெடுக்கிறேன். சுண்ணாம்புப் பலகை என் கைபட்டு உடைந்து தூள்தூளாகி என்மேல் பொழிகிறது. வீட்டின் இசை என்னை எல்லாத் திசைகளிலிருந்தும் அழைக்கிறது. அதன் இனிய இழை ஒவ்வொன்றும் ஒன்றன்மீதொன்று மோதிக் குழம்பியபடி. வலைபோலக் கிடக்கும் மின்சாரக் கம்பிகளை மட்டும் விட்டு வைக்கிறேன், வீட்டை வெளிச்சமாக்கும் விளக்குகள் எரிய மின்சாரம் இருக்கட்டும் என்று. அவற்றின் பின்னால் கைகளைக் கொண்டுசென்று அங்கிருக்கும் குளுமையான, இதுவரை சீண்டப்படாத செங்கற்களைத் தொடுகிறேன். நான் வெளிப்புறத்திலிருந்து தொடமுடிந்த அதே செங்கற்கள்; வெளிப்புறம் போலவே உட்புறமும்.

•

36.5

சகோதரி சுவர்களைக் கோடாலியால் வீழ்த்துவது இசையின் அதிர்வையும் மீறி அந்தச் சகோதரிக்குக் கேட்கிறது. கட்டிடத்தின்மீதே அவள் இப்படிக் கவனம் செலுத்துவதற்கு அர்த்தம், அவள் வரைபடமாக்கும் பணியைக் கைவிட்டு விட்டாள் என்பதா என்று அவள் யோசிக்கிறாள். இந்த எண்ணம் அவளைத் தன் ஓவியத்தை நோக்கி இன்னும் வேகத்துடன் உந்துகிறது. மேலே கோடாலியின் ஒவ்வொரு வீச்சும் கம்பியின் வழி அதிர்வாக இறங்கி, காகிதத்தின் மீது படர்கிறது.

அதிர்வலைகளின் மீதே வரைந்துகொண்டிருக்கும்போது மேலே கோடாலி வீச்சின் வீரியம் அதிகமாவதை அவளால் உணர முடிகிறது. சகோதரிக்குத் தான் இங்கு இருப்பது மறக்காமல் இருக்கவேண்டுமே என்று நினைத்துக்கொள்கிறாள். அவளுடைய கண்ணுக்குத் தெரியாமல் இருப்பதற்காகத்தான் இவள் வீட்டின் இந்த இடத்தைத் தேர்வு செய்தாள்; ஒட்டு மொத்தமாக மறைந்துவிட வேண்டும் என்ற எண்ணத்தில் அல்ல. மேலே இவளைப் பாதுகாப்பாக வைத்திருக்கும் தரையின் அந்த ஒரே இடத்தை நிமிர்ந்து பார்க்கிறாள். இவளுடைய சகோதரியைப் பொறுத்தவரை அது வெறும் தொடக்கப்புள்ளி மட்டுமே—நின்று நகர்வதற்கான ஒரு இடம். தனக்கு வேண்டிய இடத்தைத் தக்கவைத்துக்கொண்டிருக்கிறோமா என்ற சந்தேகம் இவளுக்கு எழுகிறது. இல்லை, ஒரு பகுதிக்கு ஒதுக்கப்பட்டிருப்பதால் இவள் மறக்கப்படுவாளா?

படியேறி மேலே வரும்போது கதவை உள்ளே பூட்டிக் கொண்டிருப்பது தெரிகிறது. அங்கிருக்கும் பெட்டிகளை நகர்த்தி, தான் சாவியாகப் பயன்படுத்திவரும் கொண்டை ஊசியைத் தேடுகிறாள். ஆனால், அது கிடைக்கவில்லை. வெறும் தூசு மட்டுமே அகப்படுகிறது. உட்புறத்திலிருந்து கதவை ஓங்கி ஓங்கித் தட்டுகிறாள். இசையின் பேரோசையில் எதுவுமே கேட்கவில்லை. கீழிறங்கி, பாட்டை நிறுத்திவிட்டு, மீண்டும் படியேறி வரும்போது வீட்டில் அமைதி நிலவுகிறது.

•

37

இருட்டில் நடைபாதையில் நான் நின்றிருக்கும் இடத்திலிருந்து பார்க்கும்போது வீடு வெளிச்சமாக இருக்கிறது. உட்சுவர்கள் நீக்கப்பட்டுவிட்டதால் செங்கற்களின் இடுக்குகளின் வழியாக உள்ளிருந்து ஒளி குறுக்கும்மறுக்கும் கசிகிறது – இரத்தம்போல. சன்னல் கண்ணாடிகள் வலியில் ஒளிர்கின்றன.

எதையும் மறைத்து வைக்கமாட்டேன். என் வீட்டிலேயே வெளிநாட்டவளாய், அதன் சுவர்களுக்குள் என்ன இருக்கிறது என்று அறியாதவளாய், இருட்டில் வாயிற்கதவுகளை உணர்ந்தறிய முடியாதவளாய், எங்கு நான் விழக்கூடும் என்று ஊகிக்க இயலாதவளாய் என்னால் இருக்க முடியாது. அதன் திட்டத்தைக்கொண்டே அதை என் வசமாக்குவேன். இதைச் செய்துமுடிப்பதற்கு என்னிடம் இருக்கும் எல்லாவற்றையும், நான் உருவாக்கியிருக்கும் எல்லாவற்றையும் அழிக்க நேர்ந்தாலும் பரவாயில்லை. செய்ய இயலவில்லையெனில், நான் நிரந்தரமாக வெளியே இருந்துவிட வேண்டியதுதான். வேறொன்றை விரும்புவதுதான் இந்தச் சூழ்நிலைக்கு மாற்று என்று என் சகோதரி நினைத்துக்கொண்டிருக்கிறாள். நாம் விரும்புவதால் மட்டும் வேறொன்று தோன்றிவிடுமா என்ன? என்னுடைய யோசனை அதைவிடச் சிறந்தது.

வாயிற்கதவின்முன் முழந்தாளிட்டு சாவித்துவாரம் வழியாக முணுமுணுக்கிறேன் உன்னை நான் முழுமையாக அறிந்துகொள்வேன். உன்னுடைய ஒவ்வொரு பரிமாணத்தையும் அளப்பேன். உன் ஒவ்வொரு கோட்டையும் தொடர்வேன், என்கிறேன். உன்னால் என்னிடமிருந்து தப்பிச் செல்ல முடியாது. நான் உள்ளிருந்து உன்னை இல்லாமல் செய்வேன். உன் தரைப்பலகைகளில் பரவும் அலைகள் போல நீ அதை உணர்வாய். உன் சுவர்களின் மீது எழும் நீராய் அதை நீ உணர்வாய். ஒரு திடீர் நிலைகுலைதல் போல அதை உணர்வாய். உனது அடித்தளங்களுக்கு என்ன ஆயிற்று என்று வியப்பாய்.

•

37.5

அந்தச் சகோதரி இருட்டில் தன் மேசைக்கு அருகில் கம்பியைப் பற்றிக் கொண்டு நிற்கிறாள். மேலே நிலவும் அமைதி அவளைத் தான் சிறைபட்டிருப்பதாக உணரவைக்கிறது. தன் இரட்டைப்பிறவி, சகோதரி, திரும்பிவரும் அரவத்தை எதிர்நோக்கியிருக்கிறாள். அவள் எங்கே இருக்கிறாள் என்று தெரியாமல் இருப்பது இவளுக்குப் பிடிக்கவில்லை. அந்தக் கம்பி மேல்நோக்கி எழுந்து மேல் தரையின் ஓட்டை வழியாகச் செல்லும் நேர்கோட்டைப் பார்க்கிறாள். கம்பி அவளுடைய கையில் உறுதியற்றதாகத் தெரிகிறது. உலராத பெயிண்ட்டில் சறுக்கியவாறே மேசைமீது ஏறி நிற்கிறாள். கம்பியைச் சுற்றிப் பசைபோலத் தன் உடலை வளைத்துப் படர்கிறாள்.

●

37.75

ஒவ்வொரு அறையாகச் சென்று விளக்குகளை அணைத்ததும் வீடு இருள்கிறது. நான் மீண்டும் மூல இடத்தைச் சென்றடைகிறேன். வரைபட மேசையை வந்தடைந்ததும் தலைக்கச்சு விளக்கை முடுக்கி உயிர்ப்பிக்கிறேன். அதன் ஒளியில் வரைபடம் கண்கள் திறப்பதுபோல வெளிச்சமடைகிறது. அந்தக் கண்களின் பார்வை என்னைப் பிடித்து நிறுத்தியிருக்கிறது. நான் இதைச் செய்திருக்கிறேன், என் பணியில் இவ்வளவு முன்னேற்றம் அடைந்திருக்கிறேன், இத்தனை கோடுகளையும் வடிவங்களையும் என்னைச் சுற்றிலும் இருக்கும் இடத்திலிருந்து மட்டுமே எடுத்து நானே உருவாக்கியிருக்கிறேன் என்பதை என்னால் நம்பமுடியவில்லை. விடாமுயற்சி ஒன்றை மட்டுமே கொண்டு நான் இவற்றை உருவாக்கியிருக்கிறேன். அது இப்போது என்னைவிடப் பெரியதாக இருக்கிறது. என்னைத் தொட்டு இழுக்கிறது. அது தன் எல்லைகளை உடைத்துக்கொண்டு வெளி நோக்கி விரிய விரும்புகிறது. அதன் விருப்பத்திற்கு விரிய நான் விட்டுவிட வேண்டும். அது எங்கு முடிய வேண்டும் என்று நிர்ணயிப்பது என்னுடைய வேலையில்லை.

இந்த வரைபடக் காகிதம் ஒரு தொடக்கம் மட்டுமே. என் வரைதலை நான் எல்லாத் திசைகளிலும் நீட்டிப்பேன் – வெடிச் சிதறல் போல. வரைபடத்திற்கு வரையறைகளே இருக்காது, ஏனெனில் அதற்கு எல்லைகளே இருக்காது. அதே காரணங்களால், வரைபடம் முடிவிலியாகவும் இருக்கும். இதை ஏன் என்னால் முன்பே இனங்காண இயலவில்லை? இந்தக் காகிதத்தை வரைபடப்பலகைமீது பொருத்தியபோது நானே எனக்கு விதித்துக்கொண்ட வரையறைகளை என்னால் ஏன் பார்க்க முடியாமல் போனது? அந்தக் காகிதத்தின் விளிம்புகள் தேய்ந்துபோயிருப்பதை ஏன் நான் பார்க்கவில்லை?

●

37.875

உறங்கிக்கொண்டிருக்கும் சகோதரியை கம்பியின் அசைவு இழுக்கிறது. அவள் அதைப் பின்தொடர்ந்து, வாசல்கள் வழியாக, தெருக்கள் வழியாக, கடந்தகாலத்திற்குள், தன் இரட்டைச் சகோதரி வசித்துவந்த நகரத்திற்குள் செல்வதை உணர்கிறாள். கட்டிடங்களின் செங்கல் ஓரங்களில் உராய்ந்து கம்பி இளகுகிறது; கூரைகளின் மீதேறிச் செல்கிறது; இறக்கங்களில் சிக்கிக் கொள்கிறது. அதைத் தொலைத்துவிடுவோம் என்ற பயத்துடனே அவள் பின்தொடர்ந்து செல்கிறாள். ஒவ்வொரு கணமும் அது தன் கண்களைவிட்டு மறைந்துவிட்டதோ என்ற அச்சத்துடனே. அது அவள் கைகளின் மீது உரசி எரிச்சல் ஏற்படுத்திக் காயப்படுத்திக்கொண்டே செல்கிறது. கட்டைவிரலால் அதை வளைத்துப் பிடிக்கும்போது விரலில் இரத்தம் தடைப்படும் இடத்தை அவளால் உணரமுடிகிறது. அந்த இடத்தில் தோலின் இளஞ்சிவப்பு நிறம் நீலம் பூப்பதை அவளால் பார்க்க முடிகிறது. ஆனால் கம்பி இப்போது அவள் கையில் இருப்பது உறுதி. அதை விடாமல் வைத்திருக்க இதுதான் வழி என்று அவளுக்குத் தோன்றுகிறது. கம்பி தன் விரலை வெட்டுவதை உணர்கிறாள். ஒரு விரலை இழப்பது அத்தனை பெரிய தியாகம் ஒன்றும் இல்லையோ என்று தோன்றுகிறது. எந்த விரலாக இருக்கும் என்று யோசிக்கிறாள்.

•

லாரா ஃபெர்கஸ்

38

ஒவ்வொரு அறையாக வேகவேகமாகச் சென்று எல்லா விளக்குகளையும் போடுகிறேன். வெளிச்சம் தரக்கூடிய சாதனங்கள் அனைத்தையும் உயிர்ப்பிக்கிறேன். என் விரல்களுக்கடியில் வீடு வெளிச்சமடைகிறது. மின்சாரத்தின் ரீங்காரம் எல்லா விளக்குகளிலிருந்தும் வருமாறு செய்துவிட்டு, குளியலறையில் இருக்கும் சைலோபோன் ஓடுகளை அளவெடுக்கிறேன். இந்த வீடு ஒரு இசையமைப்பைப் போன்றது என்று நான் நினைத்தது சரிதான். ஆனால் நான் எண்ணியதைவிடவும் அதிக இசைக்கருவிகள் தேவைப்படுகின்றன. ஒரு இசைக்குழுவே தேவைப்படுகிறது. துணி துவைக்கும் கருவியின் ஓசைகதிக்கேற்ப இயங்கி ஒரு கடப்பாறையைக் கொண்டு ஓடுகளைப் பெயர்க்கிறேன். சமையலறையில் கெண்டி பாடுகிறது.

நான் முன்னர் எடுத்துக்கொண்டிருந்த நுண்ணிய அளவுகளின் அழகு இதில் இல்லைதான். ஆனால், முதலில் பெரிய விஷயங்களைக் கவனித்தாக வேண்டும். அப்படிச் செய்யவில்லை என்றால், சின்ன விஷயங்கள் எப்படி உண்மையானவையாக இருக்க முடியும்?

நான் வீட்டின் உத்தரங்களை அறுத்தெடுக்கும்போது என் நுண்கருவிகளை நினைத்துப் பார்க்கிறேன். உடைத்தெடுக்கும் போது மொத்தக் கட்டிடமும் தன் ஸ்திரத்தன்மையைச் சற்று இழக்கிறது. ஆனால் இப்போது வெளியுலகத்தை இன்னும் துல்லியமாகப் பிரதிபலிக்கிறது. எனினும், அது பீதியின் நுண்இழை ஒன்றை உருவாக்கியிருக்கிறது. அந்த இழையை நான் அறைஅறையாக இழுத்துச் செல்கிறேன். அது அவ்வப்போது என் குதிகால்களைச் சுற்றிக்கொண்டு என்னைத் தடுக்கிவிழவும் வைக்கிறது.

ஆனால், ஒவ்வொரு முறையும் சுதாரித்துக்கொள்கிறேன்.

வரைபடப் பலகைமீது ஒரு துணியை விரித்து மூடுகிறேன். எனக்குத் தேவையான பொருட்களை முதுகுப் பையில் போட்டு

அதனடியில் வைத்துவிட்டு விதானத்தை நோக்கி ஏறுகிறேன். இருட்டிலேயே உத்தரங்களின் மீதேறி சுத்தியலால் விதானத்தின் சுண்ணாம்புப் பூச்சைத் தகர்க்கிறேன் – வெளியில் பெய்யும் மழை உள்ளே வந்து விழும்வரை. கீழே உள்ள அறைகளின் வெளிச்சம் தரை ஓட்டைகள் வழியாகத் தெரிகிறது. வெகு தூரத்தில் வரைபட அறையின் தரை இருப்பது தெரிகிறது. உத்தரத்தில் தொற்றிக்கொண்டு, கால்களைத் தொங்கவிடுகிறேன், உடலை அந்தரத்தில் தொங்கச் செய்கிறேன். கைப்பிடியை விட்டவுடன் தரை எனக்கு நிகரான ஆனால் எதிர்மறையான விசையுடன் மோதுகிறது அதுதான் அடித்தளம் என்பதுபோல, அதற்குக் கீழே நிலவறை என்ற ஒன்று இல்லாததுபோல, நான் அவ்வளவுதான் விழக்கூடும் என்பதுபோல.

•

38.5

துர்க்கனவுகளில் அவளைக் காண்பதால் காதலி தன்னருகில் இருக்கிறாள் என்று அந்தச் சகோதரிக்குத் தெரிந்திருக்கிறது. பார்வை என்பதைத் தவிர்த்து, மற்ற எல்லாப் புலன்களாலும் அவளால் அதை உணர முடிகிறது. காதலியின் தலைமுடியின் வாசத்தை நுகரவும், அவள் உடலின் வெப்பத்தை உணரவும் முடிகிறது. இவளுடைய சகோதரியை நகரத்தில் சென்று பார்த்துவிட்டுத் திரும்புகையில் ஒருமுறை வெளிப்புற சினிமா அரங்கில் தங்கள் இருவரையும் காதலி போர்வைக்குள் பிணைத்தபோது வெளிப்பட்ட அவளுடைய மூச்சின் ஈரத்தை இப்போது உணரவும் முடிகிறது. அனைத்து நகைச்சுவைக் காட்சிகளுக்கும், வேறெவரும் சிரிக்கும் முன்னரே, அடுத்து வரவிருப்பதை அறிந்தவள்போல அவள் சிரித்ததை பக்கவாட்டில் இவளால் இப்போதும் பார்க்க முடிகிறது. அவளோடு சேர்ந்து இவளும் சிரிக்கிறாள், எனவே திரையில் வந்த நகைச்சுவை என்ன என்பதே இவளுக்குத் தெரியாமல் போகிறது. திரையிலிருந்து வரும் ஒளியில் இவர்களுடைய முகங்கள் ஒளிர்கின்றன.

மேலே அவள் தரையில் வந்து விழும் ஓசை இவளை எழுப்புகிறது. கண்களைத் திறந்து பார்க்கிறாள். தனியாக இருக்கிறாள்.

மேலே ரம்பத்தின் ஓசை மீண்டும் தொடங்கும்போது, இவள் நகராமல் இருக்கிறாள். மேலிருந்து நேர்கோட்டில் வரும் அந்தக் கம்பியைச் சுற்றித் தன் உடலை வளைத்து வைத்தபடியே இருக்கிறாள். எல்லாம் உடைந்து விழட்டும், என்று எண்ணுகிறாள்.

•

38.75

எடுத்த அளவுகளுக்கு ஏற்பத் தரைப்பலகைகளை அறுக்கிறேன். ஆனால் அவை முழுவதுமாக அறுந்து விழாதவாறும், முக்கியமான இடங்களில் மட்டும் பிரிந்து வருமாறும் செய்கிறேன். தரையில் ஏற்படும் இடைவெளிகளின் வழியாக என் சகோதரிக்கு என் செய்முறையை விளக்குகிறேன். – இருக்கும் இடத்திலேயே இரு. அதுதான் பாதுகாப்பு, என்கிறேன்.

வரைபட மேசையிலிருந்து, அதை மையமாகக் கொண்டு மரப் பாதைகள் சக்கரத்தின் ஆரங்கள்போல வருமாறு செய்கிறேன். பலகைகள் அறுபட்டு விழுந்து, மற்ற அறைகளுக்கும் சன்னல்களுக்கும் வாசல்களுக்கும் செல்ல மரப் பாதைகளை விட்டுச் செல்கின்றன. முக்கோண வடிவங்களில் அறுக்க வேண்டும். எளிமையான, அழகான கோணவியல் விதி. இதுவரை ஏன் நான் இருக்கும் விஷயங்களை மட்டும் வரைபடமாக்க முயன்று வந்தேன்? புதிய அறிவை உண்டாக்க முயலாமல் இருப்பதை மட்டுமே அறிந்துகொள்ள முயன்று வந்திருக்கிறேனே? புதியதை உருவாக்கும் பணியில் ஈடுபடாமல் இருப்பதை விளக்கும் பணியில் ஏன் கவனமாய் இருந்தேன்?

என் சகோதரியிடமிருந்து பதிலேதும் இல்லை. தாழ்வாரத்திற்கும் வரைபட அறைக்கும் இடையே உள்ள வாயிற்படியில் இருக்கும் மர உத்தரத்தின்மீது என்னை சமநிலைப்படுத்தி நின்றுகொண்டு பாக்கெட்டிலிருந்து போஸ்ட்–இட் காகிதத் துண்டுகளை எடுக்கிறேன்.

தேவையான அளவிற்கு உரித்து எடு. கிட்டத்தட்ட முடிந்துவிட்டது.

●

38.875

அந்தச் சகோதரி நிலவறையில் தான் இருக்கும் இடத்திலிருந்து மேலே நிமிர்ந்து பார்க்கிறாள். சக்கரத்தின் ஆரங்கள்போல மேல் அறை தரையின் பலகைகளும் மரக் கோல்களும் தெரிகின்றன. வரைபடப் பலகை நிற்பதற் கான ஒரு சிறிய சதுர இடத்தைத் தவிர மீதித் தரை பெயர்த்தெடுக்கப்பட்டிருக்கிறது. வெறும் பலகைகளும் உத்தரக் கட்டைகளும் மட்டுமே எஞ்சி இருக்கின்றன. மேல் அறையின் தரையில் அந்தச் சிறிய சதுர இடம் இன்னும் இருப்பதால்தான் கீழே இவள் இருக்கும் இடம், மேசை, ஓவியம் எல்லாம் பாதுகாப்பாக இருக்கின்றன. மரப்பலகைகளுக்கு இடையிலான முக்கோண வெற்றிடம் ஒன்றின் வழியாக நேரே மேல்வீட்டின் அடிக்கூரையைப் பார்க்கிறாள். அங்கு இவளுடைய சகோதரி எங்கோ ஏறி நின்றவாறு எதையோ அளவெடுத்துக்கொண்டிருக்கிறாள். இவள் தன் மேசை மீது ஏறி நின்று, நிலவறையின் தரையில் உள்ள உடைந்த ஓடுகளின்மீது விழுந்து சிதறிக் கிடக்கும் பலகைகளைப் பார்க்கிறாள்.

சகலமுமே வெகுகாலமாகச் சீர்குலைந்த நிலையில் இருந்திருப்பதாக இவளுக்குத் தோன்றுகிறது. ஒருவேளை இவளுடைய கண்ணோட்டம்தான் அப்படி மாறிவிட்டதா –இவள்தான் சகலமும் மோசமாக இருக்கும் எதிர் உலகம் ஒன்றிற்குள் சறுக்கி வீழ்ந்துவிட்டாளா? தன் கண்மணி களுக்குளேயே சிறைப்பட்டிருக்கிறாளா? பயமின்றி வாழ்வதற் கான திறனையும், நல்ல விஷயங்களை எதிர்பார்ப்பதற்கான சுபாவத்தையும், எலும்புவரை உணரக்கூடிய நம்பிக்கை என்னும் ஆசீர்வதிப்பையும் இழந்துவிட்டாளா –என்றெல்லாம் இவளுக்குத் தன்னைப் பற்றித் தோன்றுகிறது. இதையெல்லாம் மாற்றுவதற்கான நேரம் வந்துவிட்டது என்று தீர்மானிக்கிறாள். இனி இதிலிருந்து மேலேறி வெளியேற வேண்டும். வந்த பாதையில் திரும்பிச் சென்றுவிட வேண்டும் என்று எண்ணுகிறாள்.

•

39

நான் விழிக்கும்போது வீடு இருண்டிருக்கிறது. நள்ளிரவு. என் சகோதரியின் காதலி உயிருடன் இருக்கிறாள் என்பதை உறுதியாக உணர்கிறேன். அவள் கூரை ஓடுகளின்மீது நகர்வது எனக்குக் கேட்கிறது. எங்களுடைய கவனத்தை ஈர்க்க அவள் முயல்கிறாள். எங்களை எழுப்ப முயல்கிறாள்.

சுதாரித்துக்கொண்டு, வீட்டின் ஒலிகளைக் கேட்கிறேன். நிசப்தம். படுக்கைக்கு அருகில் இருக்கும் என் கடிகாரத்தின் மெல்லிய ஒலி மட்டும் கேட்கிறது.

எனக்கு சகோதரியுடன் உடனே பேச வேண்டும். அவள் நிலவறையை விட்டுவந்து வரைபட மேசைக்குக் கீழே படுத்திருக்கிறாள். மெல்லச் சென்று அவளை உலுக்கி எழுப்புகிறேன்.

– உனக்குக் கேட்டதா, அவள் வந்திருப்பது? என்கிறேன்.

என் சகோதரி அரைத் தூக்கத்தில் என்னைப் பார்த்து, எனக்கு அவள் இருப்பது எப்போதும் கேட்டுக்கொண்டிருக்கிறது, என்கிறாள்.

வெளியே நீட்டிக்கொண்டிருக்கும் ஒரு நரம்பு போல வீட்டில் எங்கேயோ ஒரு வலி இருந்த வண்ணமிருக்கிறது. அதை என் பற்களிலும் தலைமுடிக்குக் கீழ் தோலிலும் என்னால் உணர முடிகிறது. இந்த இருளில், நம் காதுகளால் கேட்க முடியாத ஒரு சுருதியில் அந்த வலி ஒலிக்கிறது. ஆனால் வலி தொடங்கும் இடம் மிகச் சிறியது. மிகச் சாதாரணமான ஒன்றின் அடுக்குகளுக்கடியில் மறைந்திருக்கிறது அந்த இடம்.

சகோதரி உறங்கும்போது நான் என் துணிகளிலிருந்தும், பைகளிலிருந்தும் புறத்துணியையும் உள்துணியையும் கிழித்தெடுக்கிறேன். என் காலணிகளிலிருந்து உள்ளங்கால் பதியும் இடங்களைப் பிரித்தெடுக்கிறேன். புனையப்பட்டிருக்கும், கட்டுருவாக்கப் பட்டிருக்கும் எல்லாவற்றையும் அவற்றின் தனித்தனி பாகங்களாகப் பிரித்தெடுக்கிறேன்: அலாரக்

கடிகாரம், என் மடிக் கணினி, குளிர்சாதனப் பெட்டி என. வரைபட அறையின் தரையில் வெளியில் தெரியும்படி நாங்கள் ஆக்கியிருக்கும் மரச்சட்டங்களின்மீது அந்தப் பாகங்களை வரிசையாக வைக்கிறேன். அந்த நுண்பொருள்கள் என்னிடம் ஏதோ சொல்வதுபோலத் தோன்றுகிறது. ஆனால், அவற்றிடமிருந்து நான் எதையும் எதிர்பார்க்கவில்லை. உண்மையான விஞ்ஞானி தன் ஆய்வு முடிவுகளின்மீது எந்த அர்த்தத்தையும் திணிப்பதில்லை. கேள்விக்குள்ளாக்கப்படாத எந்த ஊகத்தையும் நான் இனி அனுமதிக்கப் போவதில்லை. எதுவும் என்னைக் கிழித்துக் குடைந்தெடுக்க விடமாட்டேன். நானே இந்த வீட்டைக் கிழித்துக் குடைந்து இதன் எலும்புகளைப் பிரித்தெடுப்பேன். இதைப் பக்கவாட்டில் அறுத்து விரித்து வைப்பேன். பின்னர் இதன் உட்பாகங்களில் எனக்குத் தெரிய வேண்டிய வற்றையெல்லாம் வாசித்துத் தெரிந்துகொள்வேன்.

●

39.5

அந்தச் சகோதரி எழுந்திருக்கும்போது வீடு இருண்டதாகவும், மிகப் பெரியதாகவும் இருக்கிறது - தகர்க்கப்பட்டிருக்கும் கூரை வானத்தை நோக்கியும், விரிந்திருக்கும் சுவர்களின் சுமைதாங்கித் தூண்கள் தொடுவானத்தை நோக்கி நீண்டபடியும். அவள் கட்டிடம் என்னும் ஒரு கடலில் இருக்கிறாள். மற்றவை எல்லாம் மூழ்கிவிட்டிருக்கின்றன. அவளுடைய ஊர், அம்மா, காதலி என்று எல்லோரும் எங்கோ ஆழத்தில் அழுந்திக் கிடக்கின்றனர் - அவளை மட்டும் ஒரு பாய்மரப் படகில் எல்லாவற்றுக்கும் மேல் மிதக்க விட்டுவிட்டு. அறுக்கப்பட்ட மரப் பலகைகளில் கைகளை ஊன்றி மேலெழும்புகிறாள். விடியலுக்கு முன்னால் நிலவும் இருளில் நிலவறைக்குள் பார்க்கிறாள். அங்கு அவளுடைய சகோதரி தலைக்கச்சு விளக்கைப் பொருத்திக்கொண்டு அங்கிருக்கும் பெயின்ட் சீசாக்களுக்கிடையே எதையோ தேடிக்கொண்டிருக்கிறாள்.

•

39.75

சூரியன் உதித்து இருட்டை முக்கோணங்களாக வெட்டிக்கொண்டு நிலவறையின் தரைமீது விழும்போது வீடு வெளிச்சமடைகிறது. மேலே வரைபட அறையிலிருந்து சகோதரி என்னைப் பார்த்துக்கொண்டிருக்கிறாள் என்பது எனக்குத் தெரிகிறது. அவள் சற்று நகரும்போது, கம்பியை நுழைப்பதற்கென்று தரையில் அவள் இட்டிருக்கும் துளை வழியாக சூரியஒளி பீறிட்டுக்கொண்டு வருகிறது. கம்பியின் வழி கீழே வந்து வீட்டின் அடிப்பாகம் என்று அவள் குறித்திருக்கும் புள்ளிமீது, அதில் அவள் குத்தியிருக்கும் ஊசியின்மீது விழுகிறது. என்னை அந்த இடத்தில் இருத்தி வைப்பதெற்கென்றே அவள் அப்படிச் செய்திருக்கிறாள் என்று எனக்குத் தெரிகிறது. அத்தனை வலிகளோடும் இணைக்கப் பட்டிருக்கிறது இந்த வரைபடப் பணி. அந்தக் கம்பியின்மீது காதை வைத்தவுடன் என்னால் அனைத்தையும் கேட்க முடிகிறது. இந்தக் கட்டிடத்தின் லயம், வலியோடு அது இணைந்திருப்பது, வலியிலிருந்தே அது பெறும் தாள கதி.

•

39.875

சகோதரி பெயிண்ட்டைக் கொண்டு உத்தரங்களின் மீதும், கதவுநிலைகள்மீதும் நேரடியாகவே வரைகிறாள். இறுகிய வாய்களும், சுருங்கிய கண்களும் கொண்ட முகங்களை வரைகிறாள். அவை வீட்டைப் பேய்கள்போல நிறைக்கின்றன. அந்த முகக் கூட்டத்தின் நடுவில், ஆங்காங்கே தன் காதலியின் முகத்தையும் வரைகிறாள். அவளுடைய சகோதரி, அவளுடைய இரட்டைப்பிறவி, இதைக் கவனிக்கவில்லை. அவள் ஒட்டுமொத்த அமைப்பின்மீது மட்டுமே கவனமாய் இருக்கிறாள்.

•

39. 9375

வீட்டிற்குள் நான் நடந்து வந்தபடி இருக்கும்போது எனக்குள் ஒரு நூலிழை அதிர்வதுபோல உணர்கிறேன். நூலின் இழுப்பும் அதிர்வும் எனக்குள் வெட்டுகளை ஏற்படுத்துகிறது. அது என் சகோதரியுடன் என்னைப் பிணைத்திருக்கிறது. அவளிடமிருந்து என்னை எளிதில் விடுவித்துக்கொள்ள முடியும். அந்த விடுவிப்பில் ஒரு ஆசுவாசம் கிடைக்கும்.

என்னைச் சுற்றிலும் வீட்டில் எல்லாம் உடைத்துக் கட்டவிழ்க்கப்பட்டு இருக்கிறது. இதனுடன்தான் நான் இனி வாழ வேண்டும். எல்லாப் பேய்களும் நீக்கப்பட்டபின், எல்லாம் இப்படித்தான் இருக்கும். இந்த வெளிக்கொணர்தலிலிருந்து நான் இனி ஓடி ஒளியப் போவதில்லை.

அறைகள் நிறைந்த அந்த வீட்டில், சுவர்கள் பிரிவுகளை ஏற்படுத்துவனவாய் இருந்ததைவிட, வீட்டின் வெவ்வேறு பகுதிகளை இணைப்பனவாய் இருந்தன என்பதே உண்மை. வீட்டில் ஏகப்பட்ட அறைகள். நீங்கள் ஒன்றை நோக்கிப் போகும்போதே உங்களுக்கு வேறு பல சாத்தியங்கள் இருந்தன. வேறு ஒரு வாசல் வழியாக நுழைந்து இன்னொரு அறைக்குள் புகுந்துவிடலாம். கோடைகால வெப்பத்தில் என் விரல்களில் பெயிண்ட்டின் பிசுபிசுப்பை உணர்கிறேன். முற்றத்திற்கு நேர்மேலே இருக்கும் அந்த அறையில் என் சகோதரி பெயிண்ட்டை எப்படிப் பயன்படுத்துவது என்று கற்றுத் தருகிறாள். வெளியிலிருந்து ஈக்கள் உள்ளே பறந்து வந்தபடி இருக்கின்றன. கான்வாஸில் வண்ணங்களைத் தீட்டியபோது என் உதடுகள் கூட வியர்த்தன. மொழி, எண்கள், இப்போது என்னுடன் இருக்கும் சகோதரி எவ்வளவு உறுதியான நிஜங்களாகத் தோன்றுகிறார்களோ, அன்று அத்தனை நிஜமானதாய்த் தோன்றியது உதட்டில் நான் உணர்ந்த வியர்வை.

இங்கு கட்டப்படப்போகும் சுவர்கள் சிறு கம்பிகளாலோ ஒளியாலோ ஆனவையாக இருக்க வேண்டும். வெறும்

மூச்சுக்காற்றுக்குக்கூட அவை திறந்து வழிவிட வேண்டும். பேச்சோ, சுவர்களைக் கடக்க வேண்டும் என்ற எண்ணமோகூட அந்தச் சுவர்களை நகர்ந்து வழிவிடச் செய்ய வேண்டும்.

என் கண்ணாடி வழியாக வரைபடத்தைப் பார்க்கும்போது, அது என்றைக்குமே முற்றிலும் அமைதியாக அசையாமல் இருந்ததில்லை என்பது எனக்குப் புரிகிறது. அதன் கோடுகளுக்கென்று ஒரு இசை இருக்கிறது – கண்களுக்குப் புலப்படாத இசை. அவற்றின் அதிர்வுகள் வரைபட உருவாக்கம் என்ற பணியின் அசைவுகளைப் பின்தொடர்கின்றன. அந்தப் பணிக்கு ஒருவித ஆழத்தைத் தருகின்றன. வரைபடத்தை வெட்ட இப்போது எனக்கு மனம் வரவில்லை. ஆனால் அதிலிருக்கும் பல தகவல்கள் காலாவதியாகிவிட்டன. இந்தக் கட்டடத்தின் அமைப்பு மாறிவிட்டது. வரைபடத்தின் இரு அடுக்குகளுக்கும் இடையே ஒரு அட்டைப் பலகையை நுழைக்கிறேன். பின்னர் நான் இரவு முழுதும் எடுத்த அளவுகளுக்கு ஏற்ப, ப்ளேடைக் கொண்டு முக்கோண வடிவ வெட்டுக்களை வரைபடத்தின்மீது மேற்கொள்கிறேன். பின் அந்த அட்டைப் பலகையை வெளியே எடுத்துப் பார்க்கும்போது, அதன் இடுக்குகளின் வழியாகக் கீழே நிலவறையின் வரைபடம் தெரிகிறது. அதையும் தற்போதைய அளவுகளுக்கு ஏற்ப மாற்றியமைக்க வேண்டும்.

●

39.96875

கார்க் கதவு ஓங்கிச் சாத்தப்படுவது என் சகோதரிக்குக் கேட்கிறது. மெதுவாகச் சென்று சன்னல் திரைப்பட்டைகளின் இடுக்குகள் வழியாகப் பார்க்கிறாள். வெள்ளைநிற அரசாங்க வண்டி ஒன்று வீட்டின்முன் நிற்கிறது. காலைப்பொழுதின் ஒளியில் அந்த வண்டியின் சிகப்புநிற இலக்கத் தகடு பளபளக்கிறது.

●

39.984375

அந்தக் கணிதவியலாளர் என் வீட்டின் முன்புறத் தோட்டத்தில் எல்லோர் கண்ணிலும் படும்படி நின்றிருக்கிறாள். சன்னல் கண்ணாடி வழியாக என்னைப் பார்த்து முகம் சுளிக்கிறாள். தீர்வு காணவேண்டிய ஒரு பிரச்சினை நான் என்பதுபோல இருக்கிறது அவளுடைய முகம். ஆனால் அந்தப் பிரச்சினையைத் தீர்க்க அவளுக்கு இன்னும் சில தரவுகள் தேவைப்படும். அவற்றை நான் அவளுக்குத் தருவதாக இல்லை.

அவர்கள் என்னை வைத்திருந்த விசாரனை அறைக்கு அடுத்த அறையில் அவளைக் கேள்விகள் கேட்டபோது எனக்கு அவளுடைய குரல் கேட்டது. ஆனால் அவள் என்ன சொன்னாள் என்பதைக் கேட்க முடியவில்லை. அந்த அறை நானிருந்த அறைபோலவே இருக்கும் என்று நான் கற்பனை செய்துகொண்டிருந்தேன். இப்போது என்னிடம் ஏதோ விளக்கத்தை எதிர்பார்ப்பவள்போல என்னைப் பார்த்துக்கொண்டிருக்கிறாள். நானும் அவள் ஏற்கக்கூடிய வாதமொன்றைத் தேடிக்கொண்டிருக்கிறேன். அவளைத் திருப்திப்படுத்தும் விளக்கம் ஒன்றை, மீண்டும் என்னை அவள் நம்பும்படியான ஒன்றை, அவளிடம் சொல்ல வேண்டும் என்று தேடுகிறேன்.

அவளை வீட்டிற்குள் அனுமதிக்க வேண்டும் என்று என் சகோதரி சொல்கிறாள். ஆனால் வீடு இருக்கும் நிலையை அவள் பார்த்தால் எனக்கு மனப்பிறழ்வு என்று அவள் நினைக்கக்கூடும். எனக்காகச் சில ஆபத்துகளை எதிர்கொள்வது புத்திசாலித்தனமல்ல என்று அவள் நினைத்துவிடக்கூடும். என்னைச் சுற்றிலும் பார்க்கிறேன். அவசரமாக, அதிக முயற்சியின்றி எதையெல்லாம் மாற்றியமைக்க முடியும், ஒளித்துவைக்க முடியும் என்று யோசிக்கிறேன். ஆனால் என்ன பயன்? அவளை வீட்டிற்குள் அனுமதிக்க வேண்டும் என்று என் சகோதரி மீண்டும் சொல்கிறாள்.

—எதற்கு? அவளுக்குப் போக வீடு இல்லையா என்ன?

அவள் இங்கு நின்றுகொண்டிருப்பதால் எனக்கு எந்தப் பயனும் இல்லை. என்னுடன் தொடர்பில் இருப்பது நிச்சயம் அவளுக்குப் பயனளிக்காது. நான் கயிற்றை இழுத்து சன்னல் திரைப்பட்டைகளை மூடுகிறேன்.

●

39.9921875

காதலியின் இழப்பை இவள் உணர்வதால்தான் எல்லோரையும் தன் வாழ்விற்குள் அனுமதித்துவிடுகிறாள். அதனால்தான் உள்/வெளி என்ற பேதம் இல்லாமல் இருக்கிறாள். தன் காதலிக்கான ஏக்கமும் இச்சையும் வெறுமையின் வேகத்துடன் எல்லாவற்றையும் இவளை நோக்கி உறிஞ்சியெடுத்துக் கொள்கின்றன.

ஆனால் என்னை உள்ளிருந்து உந்தும் அழுத்தம் காற்று மண்டலத்தின் அழுத்தத்தைப் போன்றது. அது என்னை உந்தி முன்னோக்கித் தள்ளுகிறது. தொடர்ந்து செயல்படுவதைத் தவிர வேறு வழியில்லை. வீடு முழுவதும் விரைந்து சென்று அளவுகளை எடுக்கிறேன். என் கைகள் நானே புரிந்து கொள்ள முடியாத வேகத்துடன் செயல்படுகின்றன. ஒரு பியானோ கலைஞர் சிந்தனையின் பிடியிலிருந்து தன்னை விடுவித்துக்கொண்டு வாசிப்பதில் ஆழ்வதுபோல, நானும் சிந்தனையைக் கைவிட்டுவிட்டு அளவெடுத்தபடி இருக்கிறேன். எல்லாம் நடக்க வேண்டிய விதத்தில் நடக்கிறது. என்னால் சரியாகப் பார்க்க முடிகிறது, தெளிவாகக் கணக்கெடுக்க முடிகிறது, ஒருவித உறுதியோடு நகர முடிகிறது. இந்த வீடே என்னுடைய திறமை, நான் இதற்கெனவே பிறந்திருக்கிறேன். அளவெடுத்து உண்மைகளை வெளிக்கொணர்கிறேன். பின் அவற்றை மறுபரிசீலனை செய்கிறேன்.

கணிதவியலாளர் கதவை ஓயாது தட்டிக்கொண்டே இருக்கிறாள்.

என் சகோதரி என்னைப் பின்தொடர்வதைக் கைவிட வில்லை. சில சமயம் எனக்கு உதவுகிறாள். வீட்டின் ஏதாவது பகுதி ஒத்துழைக்காமல் என் வேலையைக் கடினமாக்கும்போது அவளும் சுத்தியலை எடுத்துக்கொண்டு எனக்கு வலு சேர்க்கிறாள். நான் உத்தரத்தில் தொங்கி அளவெடுக்கும்போது அவள் என்னைத் தாங்கி நிற்கிறாள். அவள் என்னைவிட உயரம், எனவே, அளவுநாடாவின் முனையைத் தூக்கிப் பிடித்து அளவெடுக்க உதவுகிறாள். அது தன்னுடைய கனத்தில்

லாரா ஃபெர்கஸ்

தானே அவிழ்ந்து நிலவறையின் தரை வரை விழுவதை நாங்கள் குனிந்து பார்த்து அளவுகளைக் குறித்துக்கொள்கிறோம். என்னுடைய வீட்டிற்கு இத்தனை ஆழமும், அகலமும், உயரமும் இருக்கின்றன என்று எனக்குத் தெரிந்திருக்கவில்லை; உச்சியிலிருந்து ஆழம் வரை இப்படி விரிந்து கிடக்கிறது என்பதை உணர்ந்திருக்கவில்லை.

கணிதவியலாளர் கதவைத் தட்டுவது என்னைவிட இவளை அதிகம் பாதிக்கிறது. இறுதியில் நாங்கள் இருவருமே கதவருகில் சென்று நின்றாலும், இவள்தான் கதவைத் திறக்கிறாள்.

கணிதவியலாளர் வாசலில் நின்று, தான் விஷயத்தைக் கைவிடப் போவதில்லை என்பதுபோல என்னைப் பார்க்கிறாள். அவளுக்குப் பின்னால், வெளியே அக்கம்பக்கத்துக் குழந்தைகள் கத்தியபடி சைக்கிள் ஓட்டிக்கொண்டிருக்கின்றனர்.

— உனக்காக ஒன்று கொண்டு வந்திருக்கிறேன், என்கிறாள்.

— என்ன?

என்னை விட்டுக் கண்களை அகற்றாமலே தன் பையைத் திறக்கிறாள்.

— அவர்கள் இன்னும் கண்டுபிடிக்கவில்லை, என்கிறாள்.

நான் புருவத்தை உயர்த்துகிறேன்.

— அதாவது, நீ எங்கிருந்து தொடங்கினாய் என்பதை அவர்கள் கண்டுபிடிக்கவில்லை. தரவுகள் இருந்த இடத்தில் இல்லை என்பதும், முன்பு பயன்படுத்திய கூறுகள் இனிப் பயன்படாது என்பது மட்டுமே அவர்களுக்குத் தெரிந்திருக்கிறது.

— அவர்கள் கண்டுபிடிக்கவில்லையா? என்கிறேன்.

— இல்லை.

— நீங்கள்?

— எனக்குத் தெரியும்.

— பின் ஏன் அவர்களிடம் சொல்லவில்லை.

— அவர்கள் இறுதியில் எப்படியும் கண்டுபிடித்து விடுவார்கள்.

தலையைக் குனிந்து பையிலிருந்து ஏதோ சிறிய பொருளை எடுக்கிறாள். ஒரு புதிய யூஎஸ்பி கருவியை என்னிடம் தருகிறாள்.

— இது என்ன? என்று கேட்கிறேன்.

— தற்போது இருக்கும் வரைபடம். அதற்கான தரவுகள். நீங்கள் குறித்திருக்கும் தொடக்கப்புள்ளியிலிருந்து. அவர்கள் அதை முன்பு இருந்தது போல் மாற்றிவிட்டாலும் இந்தத் தரவுகள் அழியாதவாறு பாதுகாப்பாக இருக்கும்.

●

39. 99609375

தன் சகோதரி கணிதவியலாளருடன் பேசிக் கொண்டிருக்கும்போது இவள் கதவுக்குப் பின்னால் நிற்கிறாள். சாவித் துவாரத்தின் வழியே கணிதவியலாளரின் முகத்தை, தலைமுடியின் நீண்ட ஒரு இழையைக் காதுக்குப் பின்னால் அவள் செருகியிருக்கும் விதத்தை இவள் பார்க்கிறாள். நம்பிக்கையின்மையின் அறிகுறியாக அவள் உதட்டை இறுக்கமாக வைத்துக்கொள்வதை இவள் பார்க்கிறாள். தன் சகோதரி கவனிக்காத சிறுசிறு தடயங்களைக்கூட இவள் கவனிக்கிறாள். அந்தச் சிறு அசைவுகளில் ஒத்துழையாமை, பலவீனம் ஆகியவற்றை இவளால் கண்டுகொள்ள முடிகிறது. கணிதவியலாளர் புன்னகைக்கிறாள், அப்போது அவளது கண்கள் சுருங்குகின்றன. தலையைச் சற்றுத் தாழ்த்தி, சகோதரியிடம் எதையோ தந்துவிட்டுச் செல்கிறாள்.

அவர்கள் என்ன பேசினார்கள் என்பதைத் தான் கேட்க மறந்துவிட்டதை இவள் உணர்கிறாள்.

•

40

என் கையில் இருக்கும் புதிய யூஎஸ்பி கருவியைப் பார்க்கிறேன். பழைய யூஎஸ்பி கருவி இருக்கும் அதே கயிற்றில் இதையும் இணைத்துக் கழுத்தைச் சுற்றி அணிந்துகொள்கிறேன். என்னுடைய இரண்டு நாடுகளையும் உள்ளடக்கியபடி அவை அங்கே ஒன்றாய் அசைந்தபடி இருக்கட்டும். நான் தொலைத்த நாடு, நானாக ஏற்படுத்திக்கொண்ட நாடு, இரண்டிற்கும் நான்.

மீண்டும் வரைபட மேசைக்கு அருகில் சென்று, இடது கை ஆள்காட்டி விரலை பலகையின் மையத்தில் இருக்கும் ஆணிமீது வைக்கிறேன். இதுதான் தொடக்கப்புள்ளி. இதை அவர்கள் இன்னும் கண்டுபிடிக்கவில்லை. இந்த நாட்டின் உலகளாவிய வரைபடம் யார் கண்ணுக்கும் தெரியாதபடி என் ஆள்காட்டி விரலுக்கடியில் இருக்கிறது. என்னுடைய வீட்டின் வரைபடமும் இந்தப் புள்ளியிலிருந்துதான் விரிகிறது. அதன் அடியில் என் சகோதரி இணைத்திருக்கும் கம்பி கீழே இருக்கும் என்னுடைய சொந்த நாட்டின் உலகளாவிய வரைபடத்துடன் இதனை இணைக்கிறது.

என்னுடைய எல்லா நாடுகளும் இங்கு, இந்த ஒரே புள்ளியில் ஒன்றாகக் கொண்டுவரப்பட்டிருக்கின்றன. என் இடது கையில் ஒரு சிலிர்ப்பு. வீடு வெளிச்சமாகிறது.

●